యద్దనపూడి సులోచనారాణి

జీవన సౌరభం

AA000578

ఎమెస్కో

JEEVANA SOURABHAM
by Yaddanapudi Sulochanaarani

జీవన సౌరభం

యద్దనపూడి సులోచనారాణి

ముద్రణ : ఆగష్టు, 2012
ఫిబ్రవరి, 2014
జూన్, **2021**

మూల్యం : రూ. **60/-**

ISBN : 978-93-86212-24-5

కవర్ డిజైన్ : జి.పురుషోత్త్ కుమార్

ప్రచురణ
ఎమెస్కో బుక్స్ ప్రై. లి.
1-2-7, బానూకాలనీ,
గగన్‌మహల్ రోడ్, దోమలగూడ,
హైదరాబాద్-500029, తెలంగాణ.
e-mail : emescobooks@yahoo.com
www.emescobooks.com

పంపిణీదారులు
సాహితి ప్రచురణలు
33-22-2, చంద్రం బిల్డింగ్స్,
సి.ఆర్.రోడ్, చుట్టుగుంట,
విజయవాడ-520 004.ఆంధ్రప్రదేశ్
ఫోన్ : 0866-2436642/43
సెల్ : 8121098500
e-mail : sahithi.vja@gmail.com
www.sahithibooks.com

యద్దనపూడి సులోచనారాణి
రచనలు

జీవన సౌరభం –

కలలకౌగిలి –

కృష్ణలోహిత –

మనోభిరామం –

మోహిత –

మౌనభాష్యం –

మౌన పోరాటం –

మౌనతరంగాలు –

నేను రచయిత్రిని కాను –

నిశాంత –

ప్రేమ –

ప్రేమదీపిక –

ప్రేమపీఠం –

ఋతువులు నవ్వాయి –

సెక్రటరీ –

సౌగంధి –

సుకుమారి –

శ్వేత గులాబి –

వెన్నెల్లో మల్లిక –

విజేత –

జీవన సౌరభం

భానుమతి ఈ వార్త నమ్మలేనట్టు గుండెలమీద చెయ్యి వేసుకుంది. ఆమె కళ్ళు విడిలిన పత్తికాయల్లా అయినాయి. వేటగాడి చేతినుంచి వదిలిన బాణంలా భర్త కూర్చున్న పడక కుర్చీ దగ్గరికి వచ్చింది. ఆ కళ్ళలో ఆగ్రహం, విస్మయం విలయతాండవం చేస్తున్నాయి.

"ఏమిటండీ! మీరనేది? ఎల్లుండి బ్యాంక్ వాళ్ళు వచ్చి మన ఇల్లు జప్తు చేస్తున్నారా? మన అప్పులు అంత పెరిగిపోయినాయా? ఏమిటీ విపరీతం? మీరనేది నిజమా! లేక నన్ను ఆట పట్టిస్తున్నారా? ఇదేం ఆట? నాకు ఒళ్ళు భగ్గున మండిపోతోంది."

పడక్కుర్చీలో వెనక్కి ఆనుకుని కూర్చొని, తాపీగా చుట్ట తాగుతున్న భరద్వాజ భార్య అరుస్తున్న ఈ అరుపులకి భయపడలేదు. ఆయన ఈ ప్రపంచంలో అలా పడక్కుర్చీలో వెనక్కు వాలి ఘంట చుట్ట ముని వేళ్ళతో పట్టుకుని, పొగతాగడం కంటే స్వర్గసుఖం ఇంకేదిలేనట్టు కూర్చొని ఉన్నారు.

ఆయన కళ్ళలో నిర్లిప్తత భానుమతికి పిచ్చెక్కించేస్తోంది. తన కాళ్ళకింద బాంబు పేల్చి, తాను విలవిలలాడుతుంటే, భర్త అదేం పట్టనట్టు, తన చుట్టే తనకి సర్వస్వం అన్నట్లు కూర్చోవడం ఒళ్ళంతా కారం రాచి, నిప్పుల మీద దొర్లిస్తున్నంత నరకంగా వుంది.

భానుమతి ఎప్పుడూ చేసినట్టే ఇప్పుడూ అలవాటుగా అదే పనిచేసింది. ఆయన మీదకి వంగింది. ఎడమచేత్తో దురుసుగా ఆయన నోటిలో చుట్టని లాగేసి, అసహ్యమైన పదార్థంలా కంపరంగా చూస్తూ కిటికీలోనుంచి బయటకు పారేసింది.

"భానూ! నా దగ్గర ఇక డబ్బులు కూడా లేవు. అది నా ఆఖరి చుట్ట. ఈ కాస్త సుఖం కూడా నువ్వు గిరాటుకొట్టేశావు." ప్రశాంతంగా అన్నారాయన.

"నేను మిమ్మల్ని ఇంటి సంగతి అడుగుతున్నాను. ఈ వేలం అనే మాట నిజమేనా?" భానుమతి కళ్ళెర్రచేస్తూ అంది.

"నిజమేనని ఇందాకే చెప్పాను. కాగితాలు చూడమని నీ చేతికి ఇచ్చాను."

"అంత అప్పులు అసలు మనకి ఎందుకైనాయి? కనీసం ఒక్క ఆడపిల్ల పెళ్ళి అయినా చేయలేదు."

భరద్వాజ గదిలో బీరువా చూపిస్తూ, "అక్కడ జమా ఖర్చుల చిట్టాలున్నాయి చూడు. డబ్బు ఏమైందో తెలుస్తుంది" అన్నారు.

ఇంతలో – "మమ్మీ! మమ్మీ! ఎక్కడ నువ్వు?" హై హీల్స్ టక్ టక్ మనిపిస్తూ సౌందర్య గదిలోకి వచ్చింది. సౌందర్య కట్టు, బొట్టు మోడరన్ పద్ధతికి ప్రతీకలా వున్నాయి. ఆమె సౌందర్యం, ఆ వేషభాషల్లో పదిరెట్లు పెరిగినట్లుగా వుంది. సౌందర్య కాళ్ళు బాదుకుంటున్నట్లే తల్లి దగ్గరికి వచ్చింది. ముఖం ఆగ్రహంతో, అభిమానంతో ఎర్రబడిపోయి మందారంలా వుంది.

"ఏమిటి మమ్మీ ఇది? నీకు తెలుసా? సుధీర్ కజిన్ ప్రసాద్ మన బ్యాంక్‌లో పనిచేస్తాడు కదా! మన ఇల్లు జప్తు అవడానికి నోటీసు వెళ్ళిందని ప్రసాద్ చెప్పాడట. సుధీర్ నన్ను అడిగాడు. మనబంధువులకి, ఫ్రెండ్స్‌కి అందరికీ తెలిసిపోయిందట." అంది సౌందర్య.

"అదే మీ డాడీని అడుగుతున్నాను. కాగితాలు వచ్చినాయి."

"ఏమిటీ! కాగితాలు కూడా వచ్చేశాయా! ఎక్కడ? ఏవీ?" సౌందర్య కళ్ళు పెద్దవిచేసి అడిగింది. భానుమతి చేతిలో కాగితాలు ఇచ్చింది. సౌందర్య వాటిని చదవడం మొదలు పెట్టగానే కనుబొమలు కుంచించుకుపోయినాయి. మూతి బిగిసిపోతున్నట్టు కుంచించుకుపోయింది.

"మైగాడ్! ఇది నిజమా! నేను సుధీర్‌ని ఆ మాట అనగానే చాచి చెంప పగలగొట్టాను. మమ్మీ! ఏమిటిది? డాడీ! దీనికేం జవాబు చెబుతారు? ఇంత కొంప మునిగేవరకూ మీరు చేతులు ముడుచుకుని ఎలా కూర్చున్నారు? మీకేమైనా మతి

చలించిందా? ఇది మాకు ఎంత అవమానమో తెలుసా? మేం బయట తలెత్తుకోవాలా, వద్దా?"

"నేనూ అదే అడుగుతున్నాను. నాకూ ఇప్పుడే తెలిసింది. శ్రీలత ఫోన్ చేసింది. ఈయనగార్ని అడిగితే బ్యాంక్ కాగితాలు నా ముఖాన పడేసి తాపీగా చుట్ట కాల్చుకుంటున్నారు. అడుగుతుంటే నల్లరాయిలా మాట్లాడడం లేదు. మిమ్మల్నేనండీ! మాట్లాడరేం? ఏమైనా ఏర్పాటు చేశారా?"

భరద్వాజ మాట్లాడలేదు. కిటికీలోంచి బయటకి చూస్తున్నారు. ఆయన కళ్ళు ఉదాసీన పర్వతాల్లా వున్నాయి.

"ఏమిటీ డాడీ ఈ దారుణం?" సౌందర్య అరుస్తోంది.

"జవాబు చెప్పండి" భానుమతి బిగ్గరగా నిలదీస్తోంది.

ఇంతలో సంగీత ఫిడేలు తీసుకొని వచ్చింది. సంగీత ముఖంలో తల్లి, తండ్రి-ఇద్దరి పోలికలున్నాయి. ముఖానికి కళ్ళజోడు వుంది. ఈ ప్రపంచంలో దుఃఖం, అశాంతీ ఆ అమ్మాయి దరికి రానేలేవు అన్నట్టుగా కళ్ళు లేత ముంజతేమతో పెద్దగా వున్నాయి.

భరద్వాజ తదేకంగా భార్యని, కూతుళ్ళని చూస్తున్నారు. కలలేవో ఆయన కళ్ళముందే తగలపడిబోతుంటే. నిస్సహాయంగా చూస్తున్న మనిషిలా వున్నారు.

సంగీత వస్తూనే, "మమ్మీ! ఏమిటిది? నాకు కారు పంపలేదే? నేను మ్యూజిక్ క్లాసులో వున్నానన్న సంగతి యింట్లో ఎవ్వరికీ గుర్తులేనేలేదా? మీరెప్పుడూ ఇంతే. డాడీ! మీరు ఇంట్లో వుండి కూడా నన్ను పట్టించుకోలేదన్నమాట" అంది. సంగీతకి కళ్ళలో నీళ్ళు వచ్చేశాయి. పెదవులు అదురుతున్నాయి. సౌందర్యకి కోపం వస్తే ఎదుటివారి మీద చేయి విసురుతుంది. సంగీతకి ఆగ్రహం వస్తే ఈ లోకాన్ని ఎదుర్కోలేనట్టు నిస్సహాయురాలిలా కళ్ళకి నీళ్ళు వస్తాయి.

"డ్రైవర్ మధ్యాహ్నమే వెళ్ళిపోయాడు. నేను టాక్సీలో వచ్చేశాను. అదో బోర్. పావుగంట రోడ్డుమీద అనాథలా వెర్రిముఖంతో నిలబడితేగాని దొరకలేదు. రా! శుభవార్త నీకోసం ఎదురుచూస్తోంది" అంది సౌందర్య.

సంగీత ఆనందంగా ఫిడేలు పక్కన పెట్టి వచ్చేసింది.

"ఏమిటి?" అంది సంతోషంగా.

"చదువు తెలుస్తుంది" సౌందర్య బ్యాంక్ కాగితాలు ఇచ్చింది.

"ఇవేవో బ్యాంక్ నోటీసుల్లా వున్నాయే" అంటూనే సంగీత చదివింది. సంగీత కళ్ళు భయంతో లేడికళ్ళలా తల్లిని, తండ్రిని, అక్కని మార్చి మార్చి చూశాయి.

"ఏమిటిది?" అంది.

"తెలియడంలా! శ్రీముఖం! బ్యాంక్ వాళ్ళనుంచి డాడీ అప్పు తీసుకున్న డబ్బు తిరిగి కట్టలేదుట. మన ఇల్లు జప్తు చేస్తున్నారు."

కాగితాలు చదువుతుండగానే సంగీత వణికిపోయింది. కళ్ళలోకి వరదలా నీళ్ళ ముంపు వస్తోంది.

"మమ్మీ! ఏమిటి? వచ్చేవారం రవీంద్ర భారతిలో నా మ్యూజిక్ ప్రోగ్రామ్ వుంది. మొట్టమొదటిసారిగా నేను సోలో చేస్తున్నాను. అది నా భవిష్యత్తుకి ఎంతో ముఖ్యం. దేవుడేమిటి ఇలా చేస్తున్నాడు?" సంగీత ఆదుర్దా కలిగినపుడు ఎప్పుడూ చేసే పనిలా, ఇప్పుడూ ఎడమచేతి చూపుడు వేలు నోట్లో పెట్టుకొని గోరు కొరకసాగింది.

భానుమతి ఇదేం వినలేదు. ఆవిడ కళ్ళు రెండూ సెర్చిలైట్లలా భరద్వాజ ముఖంమీద నిల్చాయి. "అలా కూర్చుంటారేమిటండీ! మీరసలు మనిషేనా! ఏదయినా ఏర్పాటు చేశారా అని అడుగుతున్నాను" అరిచింది. భరద్వాజ చేయలేదన్నట్టు తాపీగా తల అడ్డంగా ఊపారు.

"చేయలేదా? నలభై ఎనిమిది గంటల్లో మన ఇంటిని బ్యాంక్‌వాళ్ళు వేలం వేయడానికి వస్తుంటే, మీరేం ఏర్పాటు చేయలేదా? నన్ను నమ్మమనే అంటున్నారా?"

"అబద్ధం మమ్మీ! అసలు ఈ నోటీస్ ఏదో నాటకం అయ్యుంటుంది. నాకు తెలుసుగా! డాడీకి ఎప్పుడూ నీ మీద కోపమే. నీ ఫ్రెండ్స్ అంటే చిన్నచూపే! ఇదేదో వాళ్ళముందు నిన్ను అవమానం జేయడానికి చేసి వుంటారు" సౌందర్య హైహీల్స్ టకటకలాడిస్తూ తండ్రి దగ్గరకి వచ్చింది. చూపుడు వేలు చూపిస్తూ "డాడీ! ఇలాంటి జోకులు నాకు నచ్చవు. మీకు వయసుతో పాటు మతి కూడా పోతోంది. అమ్మకీ, మీకూ యుద్ధం వుంటే మీరిద్దరూ పోయి మీ బెడ్‌రూమ్‌లో కొట్టుకోండి, చంపుకోండి. అంతేగాని, ఇలాంటి జోకుల్తో మమ్మల్ని బయటకి లాగకండి. తెలిసిందా! నాకు కోపం వచ్చిందంటే - తెలుసుగా! ఒళ్ళు దగ్గర పెట్టుకోండి డాడీ."

భరద్వాజ పెద్ద కూతురు మాటలు సాంతం విన్నాడో లేదో, విన్నా అర్థం అవలేదో - ఆయన రెండు చేతుల వేళ్ళూ, గోళ్ళూ పరీక్షగా చూసుకుంటూ చేతులు గుప్పిళ్ళుగా ముడిచి విడదీస్తున్నారు!

"డాడీ! ఎల్లుండి రవీంద్రభారతిలో నా ప్రోగ్రామ్ నేను ఎలా ఇవ్వగలను? నా భవిష్యత్తు నాశనం చేస్తారా? మన కుటుంబంలో మీలాగా సంగీతం వచ్చింది నాకు ఒక్కదానికే కదా!" సంగీత తండ్రి దగ్గరకి వచ్చి ఏడుపు కంఠంతో అడిగింది.

"ఏంకాదు సంగీ! డాడీ మనందరి మీదా జోక్ చేసి కసితీర్చుకుంటున్నారు. ఇల్లుపోతే ఈయనగారు మాత్రం ఎక్కడ వుంటారుట! సరిగ్గా ఉదయం 6 గంIIలకి లేస్తే ఠంచనుగా వేడి వేడి కాఫీ వుండాలి. తర్వాత చుట్ట కాల్చుకోవాలి. మనకంటే ఆయనే ఎక్కువ భయపడాలి. ఈ వయసులో ఆయన భరించగలరా?" సౌందర్య అరుస్తోంది.

భానుమతి భర్త భుజాలు పట్టి ఊపేస్తోంది. "మాట్లాడరేమండీ!" చెప్పండి, ఏర్పాటు చేశారా, లేదా?" అడిగింది.

భరద్వాజ చేయలేదన్నట్లు చూశారు.

"చేయలేదా! అంటే, మీ ఉద్దేశ్యం? ఈ ఇంట్లో పెళ్ళీడుకి వచ్చిన ముగ్గురు ఆడపిల్లలున్నారు. నా కూతుళ్ళకి ఇంత విషం ఇచ్చి, నన్నూ మింగమంటారా? అదేనా మీరు కోరుకునేది?" భానుమతి గట్టిగా అడుగుతోంది.

"చావడమా! మేమా! ఈయన చేతకానితనానికి మేమెందుకు చావాలి? ఆయన్నే చావమను" సౌందర్య ఇంకా గట్టిగా అంది.

భరద్వాజ తదేకంగా భార్యని, ఇద్దరు కూతుళ్ళని చూస్తున్నారు. ఆయన కళ్ళు దీనంగా వున్నాయి. ఆయన బంగారు కలలేవో ఆయన కళ్ళముందే తగలబడిపోతుంటే, నిస్సహాయంగా చూస్తున్న మనిషిలా విహ్వలంగా వున్నారు. తన గారాలపట్టి, పంచప్రాణాలు అయిన పెద్ద కూతురు అంత పరుషంగా మాట్లాడుతుంటే, ఆయనలోని మమకారం వుండేలు దెబ్బ తిన్న పిట్టలా గిలగిల లాడుతోంది.

ఇంతలో సంయుక్త వచ్చింది. సంయుక్తలో తల్లి చురుకుదనం, తండ్రి నిర్మలత, స్వతహాగా భగవంతుడు ప్రసాదించిన అందం-త్రివేణి సంగమంలా వున్నాయి. వస్తూనే గదిలో తండ్రి కెదురుగా గుమిగూడినట్లు కమ్ముకుని పెద్దగా అరుస్తున్న తల్లిని, అక్కలని చూసింది.

సంయుక్తని చూడగానే వాళ్ళ గొంతులు మూతబడ్డాయి. గదిలో నిశ్శబ్దం ఏర్పడింది.

"ఏమయింది?" అడిగింది సంయుక్త.

"ఏమయింది! ఎల్లుండి ఈపాటికి అడుక్కునే బికార్లతోపాటు మనమూ రోడ్డుమీద నిలబడబోతున్నాం."

సంయుక్త పెద్దఅక్క చేసిన ఈ వ్యాఖ్యానం వింది.

సరాసరి తండ్రి దగ్గరికి వచ్చింది. తండ్రిని చూసింది. ఆయన సంయుక్తని చూశాడు. అరక్షణం ఇద్దరి కళ్ళూ మౌనంగా కలుసుకున్నాయి.

"డాడీ! ఆర్ యూ ఆల్ రైట్?" అడిగింది.

"ఆయనకేం? బ్రహ్మాండంగా వున్నారు. మనకే వచ్చింది బాధ. నీకు తెలుసా? మన ఇల్లు వేలం వేస్తున్నారు" అంది సౌందర్య.

"తెలుసు. నోటీసు సంతకం పెట్టి తీసుకున్నది నేనే! నేనే డాడీకిచ్చాను."

"తెలుసా! నాకెందుకు చెప్పలేదు?" భానుమతి కళ్ళెర్రజేస్తూ అంది.

"చెబితే ఏం చేస్తావు మమ్మీ! నువ్వేమయినా చేయగలవా? నాలుగు తిట్టి డాడీకి వున్న మతి కూడా పోగొడతావు."

"అంటే! నీ ఉద్దేశ్యం?" భానుమతి కోపంగా అంది.

"మమ్మీ! నీకు డబ్బు ఖర్చుపెట్టడం ఒక్కటే తెలుసు. ఈ రోజు ఈ పరిస్థితి డాడీ తీసుకురాలేదు. డాడీకి నువ్వు తెచ్చావు."

భానుమతి ఈడ్చి సంయుక్త చెంపమీద కొట్టింది. "నా ముందు పెరిగిన దానివి, నన్నే విమర్శించేంత పెద్దదానివి అయ్యావా?" సంయుక్త ఈ అవమానం సహిస్తున్నట్లు స్తబ్దుగా నిలబడింది.

"సంయుక్త సంగతి మనకి తెలియదా! మన ముగ్గురం వేరు-తాను, డాడీ ఒక్కటే అన్నట్లు చేస్తుంది ఎప్పుడూ. చిన్నప్పటినుంచీ అంతే! మనకిది కొత్తకాదు" అంది సౌందర్య.

ఇంతలో ఫోన్ గణగణా మోగింది. సౌందర్య వెళ్ళి తీసింది. "ప్రభావతి గారా! మమ్మీ వస్తోంది. ఒక్క క్షణం" అని, "మమ్మీ" అంటూ పిలిచింది.

భానుమతి వెళ్ళి ఫోన్ అందుకుంది. గురువారం జరగబోయే ప్రోగ్రాంకి అధ్యక్షురాలిగా ప్రఖ్యాత నటీమణి నాగశ్రీ ఒప్పుకుందట. భానుమతి సంతోషం పట్టలేనట్లు, "నిజంగానా! మీకు కంగ్రాచ్యులేషన్స్, ఆ రోజు నాగశ్రీకి మన ప్రోగ్రాం గురించి కరెక్ట్‌గా వివరించి బాగా చెప్పారు" అంటూ అభినందించింది. "ఓ యస్! సరిగ్గా సాయంత్రం ఆరుగంటలకి నేను మీ ఇంట్లో వుంటాను. మిగతా వాళ్ళకి కూడా చెబుతాను" అని ఫోన్ పెట్టేసి, గబగబా పదిమంది ఆడవాళ్ళకి ఫోన్లు చేసి సాయంత్రం అర్జెంట్‌గా ఆరు గంటలకి ప్రభావతిగారింట్లో కలవాలని చెప్పి

పెట్టేసింది. ఫోన్ పెట్టేసిన భానుమతి ముఖం ఆనందంతో వేయి సూర్యుళ్ళు ప్రకాశిస్తున్నట్లుగా వుంది. నేను నమ్మలేకపోతున్నాను. నాగశ్రీ వస్తే ప్రోగ్రాం చాలా బాగా అవుతుంది. జనం విరగబడి వస్తారు" అంది.

ఒక్కక్షణం తర్వాత ఆనందంలోనుంచి ఆవిడ తేరుకుంది. ఉదాసీనంగా వున్న భర్తని, సీరియస్‌గా చూస్తున్న కూతుళ్ళని చూడగానే, తన ఇంట్లో నలభై ఎనిమిది గంటల్లో జరగబోతున్న దారుణం గుర్తుకు వచ్చింది. గబగబా భర్త దగ్గరికి వచ్చింది. "ఏవండీ! విన్నారా? నాగశ్రీ మాప్రోగ్రాంకి రావడానికి ఒప్పుకుందట. చూశారా! నాకెంత పరువో! ఇంట్లో మీరు మాత్రం నాప్రాణాలు తోడేస్తుంటారు" అంది.

నోటీసు కాగితాలు భర్తమీద పడేస్తూ, "ఇది మీరు తెచ్చిన సమస్య. నాకూ, నా కూతుళ్ళకీ సంబంధం లేదు. మీరే దానాలు గీనాలు చేస్తుంటారు. డబ్బు తగలపెట్టేశారు. నలభై ఎనిమిది గంటలు అంటే ఇంకా చాలా టైమ్ వుంది. మీరు ఏదో ఏర్పాటు చేయండి. అది మీ బాధ్యత. మీరున్నది ఎందుకండీ? నాకర్థంగాదు. ఆ మాత్రం నన్ను, పిల్లల్ని చూసుకోలేరా" అని భానుమతి విసవిసా వెళ్ళిపోయింది. తల్లి వెనకే సౌందర్య కూడా వెళ్ళిపోయింది. తల్లి, సౌందర్యలతోపాటు వెళ్ళడమో, వుండిపోవడమో అన్నది తేల్చుకోలేక సంగీత కాసేపు సందిగ్ధంగా చూసింది. తర్వాత అటూ ఇటూ కాకుండా ఫిడేలు పెట్టె తీసుకుని తన గదిలోకి వెళ్ళిపోయింది.

సంయుక్త తండ్రి భుజంమీద చేయి ఆన్చింది. ఆయన చేయి ఎత్తి ఆ చేతి మీద ఆనించారు.

"డాడీ! రిలాక్స్! సోమసుందరంగారి దగ్గరికి వెళ్ళి వచ్చాను. ఆయన దగ్గర ఇప్పుడు డబ్బు లేదన్నాడు. కొంతయినా సర్దమని అర్థించాను అంది.

"ఎందుకు వెళ్ళావు సంజూ" అన్నారాయన.

"ప్రస్తుతానికి ఈ ప్రమాదం తప్పితే తర్వాత చూసుకోవచ్చు."

ఆయన పెదవుల మీద విరక్తి నిండిన చిరునవ్వు కదిలింది. "ప్రమాదం తప్పడం అంటూ లేదు సంజూ! ఇది తప్పితే ఇంకోటి. ఇంకొకరి దగ్గర తెచ్చినా ఎలా తీరుస్తాం?"

"ఈ ఇల్లు అమ్మేద్దాం డాడీ!"

"మీ అమ్మ నన్ను బతకనిస్తుందా?"

"మీరు ధైర్యం తెచ్చుకోవాలి డాడీ!"

"మీ అమ్మని, మా అమ్మకి ఇష్టం లేకుండా చేసుకొని తీరాలి అని లొంగినప్పుడే నా ధైర్యం నన్ను వదిలేసి వెళ్ళిపోయింది."

"డాడీ! మీ మీద నాకు జాలి కలగడంలేదు. మీరెందుకు ఎదురుతిరగరు? అమ్మకి ఎందుకు ఆమె చేస్తున్నది సబబుకాదని చెప్పరు?"

"చెప్పగలను సంజూ! కానీ–పర్యవసానం ఏమిటో తెలుసు. అందుకే నోరు విప్పలేను."

"ఏమౌతుంది డాడీ?"

"మీ అమ్మ కోపిష్టిది. ఇంట్లోంచి వెళ్ళిపోతుంది."

"వెళ్ళి ఏం చేయగలదు డాడీ?"

"మీ అమ్మకి కోపం వస్తే ఒళ్ళు తెలియదు" ఆయన సంయుక్త చేయి తన చేతిలోకి తీసుకున్నారు. "మీరు ముగ్గురూ నాకు మూడు ప్రాణాలు. మీ ముందు నన్ను వెధవని చేసినా ఫర్వాలేదు. కానీ, మీ అమ్మ గుమ్మం దాటి అడుగు బయట పెట్టి అలా చేస్తే, లోకం మిమ్మల్ని ఈసడిస్తుందని నా భయం సంజూ! నేను మీ అమ్మ హఠం సహించింది మీ కోసమే! మిమ్మల్ని నేను వదులుకోలేను."

"అమ్మకి ఎందుకు గట్టిగా చెప్పలేరు డాడీ" అంది సంయుక్త.

"అది నా బలహీనత. మీ అమ్మ పెళ్ళి అప్పుడే ఈ లోకం ముందు నన్ను ఒక హీరోని చేసింది. నేను మా అమ్మకి, నాన్నకి ఇష్టం లేకుండా, వారిమీద తిరగబడి మీ అమ్మని పెళ్ళి చేసుకోవడమే ఒక గొప్ప ఘనకార్యం అనేలా పొగడ్తలు గుప్పించింది. అవి మాటలు, వట్టి మాటలు, అర్థంలేని ఆడంబర శబ్దాలు. తనకి ఇష్టంగా ఎదుటి మనిషిని మలుచుకోవడంలో మీ అమ్మకి అపారమైన తెలివి వుంది. ఆవిడకి నచ్చినట్లు ప్రవర్తించడం, ఆవిడకి నచ్చిన ఉద్యోగం చేయడం, ఆవిడకి నచ్చినట్టు బట్టలు ధరించడం, మాట్లాడడం–నేను ఒక కీ ఇచ్చిన బొమ్మని అయిపోతున్నాను అని తెలిసే సరికి మాకు మీ ముగ్గురూ పుట్టేశారు. మీ కోసం ఆవిడకి నేను శాశ్వతంగా, ఆవిడకి నచ్చిన విధంగా తోలుబొమ్మని అయిపోయాను. తిరగబడటానికి నాకు ధైర్యం చాలలేదు. శక్తి లేకపోయింది.

"ఇప్పుడవన్నీ ఎందుకు డాడీ! మీరు రెస్ట్ తీసుకోండి."

"వేటికోసం నేను కీలుబొమ్మని అయ్యానో, అవి నాకు దక్కకుండా పోయినాయి. ఈ అవాంతరం ఎప్పుడో నేను ఎదుర్కోక తప్పదని నాకు బాగా తెలుసు."

"ఇంటి విషయం ఇప్పుడు ఏం చేద్దామంటారు డాడీ?" సంయుక్త మృదువుగా అడిగింది.

ఆయన వేలుపెట్టి పైకి చూపించారు. "ఆ సర్వేశ్వరుడే మీకు అండ."

"మనకి అనండి డాడీ" సంయుక్త సరి చేసింది.

"ఉహూఁ! ఇక ఏది జరిగినా మీకే! నా పని అయిపోయింది."

"అలా ఎప్పుడూ అనవద్దు డాడీ!" సంయుక్త బతిమలాడుతున్నట్టు చూసింది.

"సంయుక్తా! నీకు ఫోన్...!" సౌందర్య దూరం నించి అరిచింది. సంయుక్త వెళ్ళింది.

భరద్వాజ కిటికీలోనుంచి బయటికి చూస్తున్నారు. ఆయనకి తాను చేరుకోవాల్సిన తీరం ఏమిటో సుస్పష్టంగా కనిపిస్తోంది. దాన్నే తదేకంగా చూస్తున్నారు.

సంయుక్త ఫోన్ తీసింది. "హలో" అంది.

"హలో-సంయుక్తా!"

"చెప్పు ప్రణయ్" అంది.

"సంయుక్తా! నేను మధ్యాహ్నం అడిగినదానికి ఏం జవాబు చెబుతున్నావు?" అతని కంఠంలో చెప్పలేని ఆత్రుత వుంది.

"నాకు టైమ్ కావాలని చెప్పాను" సంయుక్త గుర్తుచేసింది. "నో! ఇక నీకు టైమ్ ఇవ్వను. ఐవాంట్ టు మేరీయూ! ఇప్పుడే ఈ రాత్రే. ఐ లవ్ యూ సంజూ! నువ్వు నా పక్కన లేకుండా సూర్యోదయం అవుతుంటే ఒక్కొక్క రోజూ వేస్ట్ అయిపోయిందని ఉసూరుమనిపిస్తోంది."

"ప్రణయ్...ప్లీజ్!"

"సంయుక్తా! ఆరు నెలలనుంచి వేచి చూస్తున్నాను. ఇక ఆగమనడం భావ్యం కాదు."

"ప్రణయ్! ఇంట్లో చిన్న చిక్కు వచ్చింది. అంతా వర్రీడ్‌గా వున్నాం."

"మీ ఇంట్లో చిక్కులు ఎప్పుడూ వుంటాయి. మీ అమ్మ ప్రభావానికి, మీ అక్క పొగరుమోతుతనానికి, మీ డాడి నెమ్మదికి చిక్కులు మీ ఇంటికి కోరుకుంటూ పరుగెత్తుకువస్తాయి."

"ప్రణయ్! నేను ఫోన్ పెట్టేస్తాను."

"నో! ప్లీజ్ సంజూ! మనం ఈ రాత్రి ఏ గుడిలోనైనా పెళ్ళి చేసేసుకుందాం సంజూ! నా మాట విను,"

"తొందరపడి పెళ్ళి చేసుకుంటే, తీరికగా జీవితాంతం విచారపడాల్సి వస్తుంది."

"అది మనకి వర్తించదు. మా అమ్మకి కూడా నువ్వంటే ఇష్టం. నో! నా వైపు నుంచి ఏ సమస్యా లేదు."

సంయుక్త ఫోన్‌లో మాట్లాడుతూనే, తల తిప్పి తండ్రివైపు చూసింది. ఆయన కిటికిలోనుంచి బయటకి రెప్పవేయకుండా తదేకంగా చూస్తున్నారు.

"నేను ఫోన్ పెట్టేస్తున్నాను ప్రణయ్" అంది సంయుక్త.

"అది నాకు ఇన్సల్ట్."

"ప్రణయ్! ప్లీజ్."

"పోనీ, ఒక డేట్ చెప్పు. రేపు-ఎల్లుండి-నెల తర్వాత...ఆర్నెల్లు అయిన తర్వాత.

"చెబుతాను."

"చెబుతావా! నిజంగానా? ఎప్పుడు"

"ఎల్లుండి సాయంత్రం."

"అబ్బా! అంత దూరమా? ఇప్పుడే ఎందుకు చెప్పకూడదు?"

"చెప్పానుగా. చిన్న ఇబ్బందిలో వున్నాను."

"ఓ.కె. ఎల్లుండి సాయంత్రం నేను బొకే తీసుకుని వచ్చేస్తున్నాను. నువ్వు చెప్పగానే మీ అమ్మగారిని అడిగేస్తాను."

"సరే!"

"మాట తప్పవుగా! మనసు మళ్ళీ మార్చేసుకోవుగా!"

"అది నువ్వు చేయకుండా వుండాలి."

"నేనా! నేను ఆ మాట అంటే... అటు సూర్యుడు ఇటు పొడుస్తాడు.

"ఉంటాను ప్రణయ్."

"ఓ.కె. ఎల్లుండి సాయంత్రం కలుస్తున్నాను. ప్రామిస్" సంయుక్త ఫోన్ పెట్టేసింది. వెనక్కి తిరిగింది. తండ్రి అక్కడలేరు. ఆయన అప్పుడే లేచి వెళ్ళినట్టుగా కుర్చీ ఖాళీగా ముందుకి, వెనక్కి వూగుతోంది. సంయుక్త నిట్టూర్చింది. తన గదిలోకి వెళ్ళింది.

❄ ❄ ❄

రాత్రి అయింది.

"నవ్వులతో, కేరింతలతో కళకళగా, సందడిగా వుండే వాతావరణం ఒక్కసారిగా మూగపోయింది. సంయుక్త టైప్ చేస్తున్న కాగితాలు బొత్తిపెట్టి సరిచూసుకుని ఫైల్‌లో జాగ్రత్తగా పెట్టింది. నళిని వర్క్ అది. జాబ్‌వర్క్ ఇంటికి తెచ్చుకుంటుంది. తాను రాత్రంతా మేలుకొని అది టైప్ చేసి ఇస్తే నళిని తనకి వచ్చినదాంట్లో సగం ఇస్తుంది. అది తక్కువ డబ్బే. రాత్రంతా కరెంట్ ఖర్చు, తన నిద్ర లేమిలతో ఆలోచిస్తే అదేమంత విలువైనది కాదు. కానీ, తను యూనివర్సిటీకి వెళ్ళిరావడానికి అవసరం తీరుస్తుంది. తండ్రి నాలుగు నెలలనుంచి తమ ముగ్గురికి ఒక్కొక్కరికి నెలనెలా పాకెట్‌మనీ ఇచ్చే రెండువందలూ ఇవ్వడం మానేశారు.

తల్లి చాలా గొడవచేసి ఘర్షణపడింది. "ఆడపిల్లలు...వాళ్ళకేవో ఖర్చులుంటాయి. అలా మీరు తోక తెగ్గోసినట్టు చేస్తే వాళ్ళేమయిపోతారు? డ్రైవరుని కూడా మానమని చెప్పేశారట. మేం బయటకి వెళ్ళకుండా ఇంట్లో ఖైదీల్లా పడి వుండాలనా మీ ఉద్దేశ్యం?" అంది.

"భానూ! చాలా రోజులు అదంతా మీరు ఎంజాయ్ చేశారు కదా! డబ్బుకి కొంచెం ఇబ్బందిగా వుంది. కొన్ని ఖర్చులు మానేస్తే ఏమవుతుంది?"

"డబ్బుకి ఇబ్బందా! మీరేం చేస్తున్నారుట? మీరుండగా నా పిల్లలకి ఆ ఇబ్బంది ఎందుకు రావాలి?"

"వాళ్ళు నీ పిల్లలే కాదు, నా పిల్లలు కూడా..." బాధగా అన్నారాయన.

సౌందర్య తండ్రి పాకెట్ మనీ ఇవ్వడం మానేశారని ఆయనతో మాట్లాడకుండా మూతి బిగించేసింది. ఆయనకి సౌందర్య అంటే ప్రాణం. ఆయనతో మాట్లాడకుండా సౌందర్య వుండగలదు. కానీ ఆయన వుండలేరు. ఆయన ఎక్కడినుంచి డబ్బు తీసుకువచ్చారోకానీ, మళ్ళీ ఇవ్వడం మొదలుపెట్టారు.

"నాకు వద్దు డాడీ!" అంది సంయుక్త.

"ఎందుకని సంజూ?"

"ఇంత పెద్దవాళ్ళం అయి, మిమ్మల్ని డబ్బుకి యిబ్బంది పెట్టడం బాధగా వుంది డాడీ! నాకు సిగ్గుగా వుంది. మీరుమమ్మల్ని మా చదువు అయిపోగానే ఉద్యోగాల్లో ఎందుకు పెట్టలేదు?"

ఆయన సంయుక్త భుజం తట్టారు. "మనుషుల్ని కొన్ని బలహీనతలు తాళ్ళతో బిగిస్తాయి. తీసుకో" సంయుక్త చేతిలో పెట్టారాయన. సంయుక్త ఆ డబ్బు జాగ్రత్తగా దాచేది.

నెల చివర్లో ఒకసారి ఆయన ఎన్నడూలేంది- "సంజూ!" అని పిలిచి దగ్గరగా వెళ్ళగానే చేయి పట్టుకుని రహస్యంగా, "నీ దగ్గర ఏమైనా డబ్బులున్నాయా?" అని అడిగారు. "ఉన్నాయి" సంయుక్త తల వూపి పరుగున వెళ్ళి రూ. 200 తెచ్చి ఇచ్చింది.

"ఇది నువ్వు ఖర్చు పెట్టలేదా?" అడిగారు ఆశ్చర్యంగా.

"ఊంహూం" అంది.

ఆయన అందులో 20 రూపాయలు మాత్రం తీసుకున్నారు.

"చుట్టలకి సంజూ! అయాం సారీ" అన్నారు.

"సారీ ఎందుకు చెబుతారు డాడీ! ఇది మీరు ఇచ్చిన డబ్బేగా" అంది.

"ఊంహూ! ఒకసారి పిల్లలకి యిస్తే అది యిక తల్లిదండ్రులకి చెందదు."

"సిల్లీ, చాదస్తం డాడీ!" సంయుక్త మందలింపుగా అంది.

తండ్రి ఈ మధ్య పరధ్యానంగా, నిశ్శబ్దంగా వుండటం అప్పుడప్పుడూ సంయుక్త గమనిస్తూనే వుంది.

సంయుక్తకి నిద్ర రావడంలేదు. మనసులో ఏదో తెలియని అలజడి. అనిర్వచనీయమైన నిశ్శబ్దం. అలా తుఫాను ముందు ప్రశాంతతలా వుంది.

సంయుక్త గదిలో నుంచి బయటకి వచ్చింది. తండ్రి గదిలోనుంచి ఫిడేలు వాయిస్తున్న శబ్దం వినిపిస్తోంది. సంయుక్తకి ఒక్కసారిగా చాలా ఉత్సాహం వచ్చేసింది. తండ్రి ఎన్నో సంవత్సరాల తర్వాత ఫిడేలు వాయిస్తున్నారు. తన చిన్నప్పుడు ఆయన ఎక్కువగా రాత్రివేళ అమ్మ మీటింగ్‌లకి వెళ్ళినప్పుడు వాయించేవారు. అమ్మ వెళ్ళే ఆ మీటింగ్‌లు అంటే తనకి పరమబోర్. తండ్రితో ఇంట్లోనే వుంటాననేది. తండ్రి ఒడిలో కూర్చొని, ఆయన ఫోన్‌లో మాట్లాడుతూంటే నిద్రకి జోగుతూ వుండేది. ఆయన కథలు చెప్పేవారు. చదరంగం నేర్పారు. ఫిడేలు నేర్పారు. కానీ తనకంటే సంగీత గొంతు మంచిది అవడంతో సంగీతకి ఫిడేలు ఇచ్చేశారు.

సంయుక్త పరుగున వచ్చి దగ్గరగా వేసివున్న తండ్రి లైబ్రరీ రూమ్ తలుపులు తోసి చూసింది. కళ్ళు మూసుకుని తాదాత్మ్యంతో వాయులీనంలో తానూ లీనమైపోయినట్టు వాయిస్తున్న ఆయన సంయుక్త వచ్చిన అలికిడి గమనించలేదు. కళ్ళు మూసుకుని, రాగంతో పాటు ఛాతీకి గడ్డం ఆనేలా తలవంచుతూ, మళ్ళీ ముఖం ఎత్తుతూ పరవశంలో ఆ నాదంలో ఐక్యం అయిపోయినట్టు వాయిస్తున్నారు.

సంయుక్తకి చాలా ఆనందం వేసింది. తండ్రి అలా వాయిస్తుంటే కళ్ళలోకి నీళ్ళు వస్తున్నాయి. మెల్లగా అడుగుల శబ్దం కానీయకుండా వచ్చి తండ్రి పక్కనే సోఫాలో కూర్చుంది. సంయుక్త తండ్రిని చూసి ఆశ్చర్యపోతోంది. ఆయన మూసుకున్న కళ్ళనుంచి ధారలుగా నీళ్ళు బుగ్గలమీదకి జారిపోతున్నాయి. ఆయన ముఖంలో ఆనందం, విషాదం ఒకదాన్ని ఒకటి తరుముతున్నట్టుగా కనిపిస్తున్నాయి.

ఇంతలో గుమ్మం దగ్గర చప్పుడు అయింది.

"డాడీ!" సౌందర్య అరిచింది. గుమ్మంలో సౌందర్య వెంట సంగీత కూడా వుంది. ఆయన ఉలికిపాటుగా కళ్ళు తెరిచారు. ఆయన చేతిలో కమాను మెల్లగా ఆగిపోయింది. "మేం నిద్రపోనవసరం లేదా? ఇప్పుడు తీరుబడి అయిందా మీకు?" సౌందర్య అరిచింది.

సంగీత తండ్రి దగ్గరికి వచ్చి ఫిడేలు తీసేసుకుంది. "రవీంద్రభారతిలో నా ప్రోగ్రాం వుంది. దీనికేదయినా అయితే మీరు రిపేర్ చేయడానికి డబ్బులు లేవంటారు" సంగీత క్షమాపణగా చూసినా, స్థిరంగా తన ఫిడేలు ఆయన చేతులలో నుంచి తీసుకొని వెళ్ళిపోయింది. సౌందర్య తండ్రి దగ్గర కూర్చున్న సంయుక్తని చూస్తూ, "ఇప్పుడు సంగీత దర్బారు పెట్టించడానికి సిగ్గుండాలి" అనేసి వెళ్ళిపోయింది. భరద్వాజ సోఫాలో వెనక్కివాలి కళ్ళు మూసుకున్నారు. సంయుక్త ఆయన కళ్ళనీళ్ళను చేత్తో సుతారంగా తుడిచింది.

"అక్క ఎప్పుడూ అందరనీ అలా ఈసడించేస్తుంది ఎందుకు డాడీ?"

"నా పెంపకం తప్పు సంజూ!"

"మమ్మల్ని కూడా మీరే పెంచారు కదా!"

ఆయన సమధానం చెప్పలేదు.

"ప్రతి చిన్న విషయం-ఏది లోపం జరిగినా మీ మీద బాధ్యత వేసుకుంటారెందుకు?"

ఆయన కళ్ళు తెరిచారు. సంయుక్త తలమీద చేయివేసి నిమిరారు. "వెళ్ళి నిద్రపో సంజూ!"

"నా పేరు దగ్గరనుంచీ ఇంతే! మీరు సంజీవిని అని పేరు పెడితే అమ్మ సంయుక్త అని మార్చేసింది. అయినా, మీరు వ్యతిరేకించలేదు."

"మీ అమ్మని వ్యతిరేకించలేకపోవడం నా బలహీనత."

"మనిషికి బలహీనతలు వుండకూడదని మీరేగా చెప్పారు."

"అవును" ఆయన వెనక్కి తల ఆనించి కళ్ళు మూసుకున్నారు.

పది నిముషాలు అయింది. ఆయన పెదవులకి ఆయనకిష్టమైన సువాసనతో ఏదో తగిలిందింది. కళ్ళు తెరిచారు.

సంయుక్త ఆయన నోటిలో చుట్ట పెట్టి వెలిగిస్తోంది.

"చుట్ట వుందా?"

"నేను ఒకటి మీ పెట్టెలో నుంచే తీసి దాచాను. మీరు అయిపోయాయి అన్నప్పుడు ఇద్దామని."

ఆయన సంయుక్త భుజం తట్టారు. "గాడ్ బ్లెస్‌యూ! నేను ఆఖరి చుట్ట కాల్చేసాను అనుకున్నాను."

సంయుక్త ఆయన ఒడిలో తల పెట్టుకుని పడుకుంది. సంయుక్తకి అది చాలా ఇష్టం.

"భయమేస్తోంది డాడీ!" అంది.

"ఎందుకు సంజూ?"

"నాకు తెలియడంలేదు. భయం వేస్తోంది అని అర్థం అవుతోంది."

"భయం అనేది కేవలం మనకు వున్న భ్రమ. ఈ ప్రపంచంలో భయపడాల్సినది ఏదీ లేదు" ఆయన సంయుక్త తల నిమిరాడు. కొద్దిసేపయింది.

"నిద్ర వస్తోంది. వెళ్ళి పడుకో" అన్నారు తట్టిలేపుతూ. సంయుక్త లేచింది. వెళ్ళబోతూ ఆగింది. తండ్రి చెంపమీద పెదవులు ఆనించి "గుడ్‌నైట్ డాడీ!" అంది. ఆయన గుమ్మం వరకూ సంయుక్త భుజం చుట్టూ చెయ్యివేసి తీసుకువచ్చి పంపారు. కారిడార్‌లో వెళుతూ, నిద్రాభారంతోనే తిరిగి చూసింది. భరద్వాజ గుమ్మంలో నిలబడి ఇటే చూస్తున్నారు. సంయుక్త చేయి వూపి వీడ్కోలు చెప్పింది. సంయుక్త వెళ్ళగానే ఆయన గదిలోకి వెళ్ళి గది తలుపు మూసి గడియ పెట్టుకుని, తలుపులకి తల ఆనించుకుని కళ్ళు మూసుకుని, 'సర్వేశ్వరా!' అనుకున్నారు.

సంయుక్త నిద్రాభారంతో గదిలోకి వస్తూనే మంచంమీద బోర్లాపడి నిద్రపోయింది.

2

మర్నాడు 11 గంటల సమయంలో భరద్వాజ ఇంటికి జన సమూహం వరద ముంపులా వచ్చి నిండిపోయింది. భానుమతి గుండెలమీద చేతులతో చరుచుకుంటూ గొల్లున రోదిస్తోంది. ఇంటినిండా నిండిపోయిన జనం విస్తు

పోతున్నట్టు చూస్తున్నారు. భరద్వాజ శవం డ్రాయింగ్‌రూమ్‌లో కిందపెట్టి వుంది. కాళ్ళ దగ్గర, తల దగ్గర పూలగుచ్ఛాలు ఆయన్ని ముఖం తప్ప మిగతా శరీరం అంతా ఆసాంతం కప్పేసినాయి.

సౌందర్య "డాడీ" అంటూ ఏడుస్తోంది. స్నేహితురాళ్ళు యిద్దరు సౌందర్యని పట్టుకుని ఓదారుస్తున్నారు. శవానికి కాస్త దూరంలో కూర్చొనివున్న భానుమతిని బంధువులు, స్నేహితులు అనునయిస్తున్నారు. అందరి నోట ఒకటే మాట. "ఇంత సహృదయుడిని, పెద్ద మనిషిని ఇంతవరకు చూడలేదు. ఇక చూడం" సంగీతని చక్రపాణి ఓదారుస్తున్నాడు.

సంయుక్త మాత్రం ఏడవడం లేదు.

ఆ అమ్మాయి ముఖం పాలిపోయినట్లుంది. భయంకరమైన వార్తని విని షాక్‌లో మూగబోయిన మనిషిలా వుంది. తండ్రి తలవైపు దీపంపెట్టి ఆ పరంజ్యోతినే చూస్తోంది. అక్కడ ఇంటి బైట వరండాలో, లాన్‌లో, పూలచెట్ల నీడలో అంతమంది గుంపులు గుంపులుగా వున్నా అక్కడ శబ్దమే లేనట్లు నిశ్శబ్దంగా వుంది. అందరూ తగ్గు స్వరాల్లో రహస్యంలా మాట్లాడుకుంటున్నారు.

"ఏమిటీ హఠాత్తుగా పోయాడు. నిన్న మధ్యాహ్నం నేను ఫోన్‌లో మాట్లాడాను" అంటున్నారొకాయన.

"హార్ట్ ఎటాక్ అంటారా?" ఇంకో మనిషి అడిగాడు.

"కాదు. స్లీపింగ్ పిల్స్ మింగేశాడట" ఇంకో ఆయన కంఠం బాగా తగ్గించి అన్నాడు.

"స్లీపింగ్ పిల్సా! మైగాడ్ ! అంత ఖర్మ ఏమొచ్చిందండీ. అందమైన, సమర్థురాలైన భార్య, రత్నాల్లాంటి కూతుళ్ళు. ఆయనకేం లోటు?"

"మనకేం తెలుస్తుంది! ఏదో లోటు వుంది కాబట్టే ఈ పనిచేసి వుంటాడు. చూస్తూ, చూస్తూ ప్రాణం ఎవరు మాత్రం తీసుకుంటారు?"

"హుష్! భానుమతి విన్నదంటే మనల్ని చంపేస్తుంది."

"నిజమే! ఆవిడ డైరెక్ట్‌గా మనల్ని చంపదు. మన పెళ్ళాల చేత చంపిస్తుంది. అంత అసాధ్యురాలు."

"ముగ్గురు ఆడపిల్లలు! ఒక్కరికీ పెళ్ళి అవలేదు."

"పెళ్ళిళ్ళు - స్థిరపడడాలు-ఆ భయాలు అన్నీ మనలాంటి మధ్య తరగతి వాళ్ళకి. వాళ్ళకేమిటి? కోటీశ్వరులు, నిదానంగా ఆచితూచి వారికి తగ్గ సరియైన సంబంధం చేసుకుంటారు."

"అవునవును. మొన్న ఒకసారి మా మేనల్లుడు ఇంజనీర్ వుంటే వాళ్ళ పెద్దమ్మాయి సౌందర్యకి సంబంధం చెప్పాను. భానుమతిగారు లక్ష ప్రశ్నలు వేసింది. వాళ్ళు ఆ అబ్బాయి తల్లిదండ్రులతో కలిసి వుండకూడదట. 'అతనికి అక్క చెల్లెళ్ళు వున్నారా?' అంది. నాకు ఒళ్ళు మండిపోయింది. 'అతనికి లేరు. కానీ వాళ్ళ పినతల్లికి ఇద్దరు కూతుళ్ళున్నారు' అన్నాను. ఆ మాట అనగానే నన్ను జాడించింది. 'నా కూతుళ్ళకి సంబంధం చెప్పమని నేను మిమ్మల్ని అడగలేదు. మీ అంతట మీరు చెప్పినప్పుడు సరైన వివరాలు ఇవ్వాలి. వ్యంగాలు కాదు' అంది. సారీ చెప్పేవరకూ తిడుతూనే వుంది. నా తల వాచిపోయిందంటే నమ్ము."

"నువ్వు తెలివి తక్కువ వాడివి కాబట్టి సంబంధం చెప్పావు. ఆవిడ పొగరు బోతుతనం నాకు బాగా తెలుసు. అందుకే, మా ఆవిడ మా బావమరిది కొడుక్కి అడగమని నా ప్రాణం తీస్తుంటే నోరుమూసుకోమన్నాను."

"మంచి పని చేశారు. మీరు తెలివిగలవారు. ఆవిడకి మనం అసలు ఏ సాయమూ చేయకూడదు. అంతా మంచిగా వుంటే అది తన గొప్ప అని అందరి దగ్గరా కీర్తించుకుంటుంది. ఏదైనా అడ్డం తిరిగితే, మనల్ని చాకిరేవులో ఉతికినట్లు బాది నలుగురిలో ఎండేస్తుంది. చాలా డేంజరు. ఆవిడ నోరు అంటే నాకు భయం."

"ఏమో! మా తమ్ముడి కూతురికి ఆవిడ మూలంగా మంచి ఉద్యోగము దొరకడమే గాకుండా పెళ్ళి కూడా జరిగింది." ఇంకో అతను అన్నాడు.

"ఆఁఆఁ, ఆ గుణమూ వుంది ఆవిడలో. అంతా ఆవిడ నెత్తిమీద వేస్తే దేనికి లోపం లేకుండా బాధ్యత బాగానే నెరవేరుస్తుంది." ఇంకో ఆయన అన్నాడు.

"ఆ సౌందర్య అచ్చు తల్లి నోటిలో నుంచి ఊడిపడింది. అదే పొగరు!"

"ఇంకా రెండు ఆకులు ఎక్కువే. ఎవ్వరినీ లక్ష్య పెట్టదు.

"సహజమండీ! పిల్లల్లో అందం, తెలివి వున్నాయి. తల్లిదండ్రుల అండ వుంది.!"

"సంయుక్త అలా వుండదుగా మరి" మొదటి అతను అన్నాడు.

"అది స్వభావంలో వస్తుంది. అంతే-అదిగో, గవర్నరుగారి భార్య వస్తున్నారు. పక్కకి జరుగుదామా?" అన్నాడాయన.

అందరూ పక్కకి తొలగి గౌరవంగా నిలబడ్డారు.

భానుమతి గవర్నరుగారి సతీమణిని పట్టుకుని బావురుమని ఏడ్చేసింది. "రాత్రి బాగానే వున్నారు. తెల్లారేసరికి..." భానుమతికి ఇక ఆపైన మాట రావటంలేదు.

"ధైర్యం తెచ్చుకోవాలి భానుమతి! ఎంతమందికో నువ్వు ధైర్యం చెప్పే మనిషివి" ఆమెను అనునయించారు. ఇంతలో సినిమా స్టార్ నాగశ్రీ వస్తోందని అన్నారు. అందరూ భానుమతిని వదిలేసి ఆమెను చూడటానికి ఎగబడ్డారు.

సంయుక్త ఈ హడావుడి ఏమి పట్టించుకోవడంలేదు. తండ్రి తల దగ్గర నిలబడి తండ్రి ముఖమే చూస్తోంది. ఇంకా కొన్ని గంటల్లో ఈ అందమైన ముఖం రూపురేఖలే వుండవు. తాను చాలా పొరపాటు చేసింది. రాత్రి నిద్రపోయి వుండకూడదు. తనది చాలా పెద్ద పొరపాటు. తండ్రిది సహజ మరణం కాదు. ఆయన ఈ ఆర్థిక బాధలు పడలేక, భార్యని ఎదుర్కోలేక మృత్యువుని కౌగిలిం చేసుకున్నారు.

గవర్నరుగారి భార్య, నాగశ్రీ పుష్పగుచ్ఛాలు శవం మీద పెట్టి పది నిమిషాలు వుండి వెళ్ళిపోయారు.

శవాన్ని తీసుకువెళ్ళే సన్నాహాలు జరుగుతున్నాయి. సంయుక్త తండ్రి నుదిటిమీద చేయి వేసింది. "నో!నో! తీసుకువెళ్ళవద్దు! నా జీవితం అంతా ధారపోస్తాను. మా నాన్నకి ప్రాణం పొయ్యండి" అని అరవాలనిపిస్తోంది.

ఇంతలో విమలమ్మగారు వచ్చారు. ఆవిడ సరాసరి శవం దగ్గరికి వెళ్ళింది. "అన్నయ్యా!" అంటూ గొల్లున ఏడ్చేసింది.

"అమ్మా!" ఆవిడ వెంటే వచ్చిన వసంత్ భుజాలుపట్టి లేవదీశాడు. అక్కడ అంతా అతిమెల్లగా మాట్లాడుకుంటున్నారు.

"అన్నయ్యా! మమ్మల్ని ఒంటరి వాళ్ళని చేసేశావురా!" గుండెల్ని చీలుస్తున్న శోకంతో బిగ్గరగా అరుస్తోంది.

"అమ్మా!" వసంత్ వారించాడు. "హుష్! మెల్లగా."

ఆ నిశ్శబ్దంలో బిగ్గరగా అంటున్న మాటలకి అందరూ తిరిగి ఆమెని చూస్తున్నారు. వెలిసిన చీర, మళ్ళిన వయసు. భానుమతి గారింట్లో పనిమనిషి కూడా చాలా హుందాగా వుంటుంది. ఎవరీవిడ అన్నట్టు చూస్తున్నారంతా.

ఆవిడ అన్నగారి శవం వదిలి తలవైపున నిలబడి వున్న సంయుక్త దగ్గరికి వచ్చి గట్టిగా కౌగిలించుకుంటూ, "మనల్ని నాన్న దిక్కులేనివాళ్ళని చేసి వెళ్ళారే అమ్మా!" అంటూ ఏడ్చేసింది. సంయుక్త చిత్రంగా ఆవిడ ఏడుపుకి చిరాకు పడలేదు.

ఆవిడ అలా దగ్గరికి తీసుకుంటే హాయిగా వుంది. సంయుక్త కళ్ళల్లో మెల్లగా నీళ్ళు నిండివస్తున్నాయి. ఇప్పటికి మనస్సు స్పందిస్తోంది. నిజం జీర్ణం అవుతుంది.

సౌందర్య అక్కడికి చరచరా వచ్చింది. “ఇదుగో! మీరు కాస్త మెల్లగా మాట్లాడాలి” అంది.

సౌందర్య అన్న తీరుకి విమలమ్మ బిత్తరపోయింది. ఇంతలో ఎవరో ఫ్రెండ్ రావడంతో సౌందర్య అటు వెళ్ళింది.

“అమ్మా! ఇక ఇంటికి వెళదామా?” అన్నాడు వసంత్.

“ఉండరా! అత్తయ్యని పలకరించవద్దూ!” ఆవిడ ముక్కు చీర కొంగుతో చీదుతూ, “సంజూ! అమ్మ ఎక్కడుందమ్మా?” అని అడిగింది.

“అదిగో, అక్కడ వుంది” అంది సంయుక్త చూపిస్తూ.

“ఎక్కడ భాను” అంటూ ఆవిడ అటు వెళ్ళింది. సంయుక్త పొట్టిగా, లావుగా వున్న ఆమెనే చూస్తోంది. ఆమెలో ఏదో మానవత్వపు స్పర్శ. మిగతా అందరూ యాంత్రికంగా వున్నారు. సంయుక్త ఆమెనే తల తిప్పి చూస్తోంది.

“భానూ!” ఆవిడ భానుమతిని కౌగిలించుకుంది. భానుమతి కంపరంగా ఆవిడ చేతులు తోసేసింది. కానీ, విమలమ్మ అది పట్టించుకోలేదు. భరద్వాజ గురించి ఏదో మాట్లాడుతూ భానుమతి పక్కన కూర్చుంది. సంగీత తల్లికి విసురుతోంది. భానుమతి పక్కన కూర్చున్న అందరూ ఈ వెలిసిన చీర శాల్తీని చూస్తున్నారు. వసంత్ సంయుక్త పక్కన నిలబడ్డాడు. ఇద్దరూ విమలమ్మనే తలతిప్పి చూస్తూ నిలబడ్డారు. అతను ఏమీ మాట్లాడలేదు. అతను తల్లికి జరిగిన అవమానం గమనించాడని సంయుక్తకి అర్థం అయింది.

ఇంతలో బ్రాహ్మణుడు వచ్చాడు. “ఇలా శవం పట్టండి బాబూ!” వసంత్‌ని అడిగాడు. వసంత్ పడుతున్నాడు. సౌందర్య వెంట యిద్దరు యువకులు వున్నారు. సౌందర్య వసంత్ చేయి వదిలించి, విడివడి అవతలకి నెట్టింది. వసంత్ నాలుగు అడుగులు వెనక్కి వేసి దూరంగా నిలబడ్డాడు. అతని ముఖంలో దిగమింగుతున్న అవమానాన్ని, వెంటనే తెచ్చేసుకున్న అశాంతిని సంయుక్త చూసింది. శవాన్ని బయటికి తీసుకువచ్చి స్నానం చేయిస్తున్నారు. భానుమతి జరగాల్సిన పనులు ఎవరెవరికి పురమాయించాలో చెప్పేస్తోంది. సంయుక్త నిలబడి ఆ తతంగం గమనిస్తోంది. తండ్రి ముఖంలో చెక్కు చెదరని ప్రశాంతత! ఆయన ఎప్పుడూ అలాగే వుండేవారు. సౌందర్య కెమెరా తెచ్చి ఫోటోలు తీస్తోంది. సంగీత అడిగినవి అందిస్తోంది.

సంయుక్తకి మనుషులంతా ఎవరో కీ యిస్తే కదులుతున్న బొమ్మల్లా అని పిస్తున్నారు. సంయుక్త ముందు నిలబడిన యిద్దరూ తగ్గు స్వరంలో మాట్లాడు కుంటున్నారు.

"రేపు ఇల్లు వేలం వుందిట."

"అదే! బ్యాంక్ మేనేజర్ వచ్చాడుగా. అదే అంటున్నాడు."

"అంత డబ్బు కట్టలేని స్థితి అంటావా?"

"నాకూ అదే అనిపిస్తోంది."

"ఇల్లు వేలం వేస్తే, ఆవిడ, పిల్లలు ఎక్కడుంటారు?"

"వాళ్ళేవో ఏర్పాటు చేసుకునే వుంటారు. మనం ఇలాంటి వాటిల్లో తల దూర్చకూడదు."

"అదే-అదే! నేనూ అదే అనుకుంటున్నాను. మా ఇల్లు పెద్దదే. మా పిల్లలు చిన్నవాళ్ళే. నేను అయినవాడినే. కానీ, అమ్మో! ఆవిడగారితో మేం పడలేం."

"నేను అనుకునేది అదే! ఆడపిల్లలు అని ఏమీ జాలిపడక్కర్లేదు. వాళ్ళు తెలివిగలవాళ్ళే."

"మనకెందుకు? సుబ్బారావు కూడా ఇందాక అదే అన్నాడు. వయసులో వున్న ఆడపిల్లలు. ఒక్కరుకాదు-ముగ్గురు. భానుమతి అహంభావానికి ఎవరూ తట్టుకోలేరు. గప్‌చుప్‌గా ఊరుకోవడమే ఉత్తమం. ఆవిడకి వున్నారుగా బోలెడంతమంది ఫ్రెండ్స్."

"ఆс! ఆ స్నేహాలు నాకు తెలియకేం! పనికిమాలిన రొద. అదిగో శవాన్ని లేపుతున్నారు పద, వెంట శ్మశానానికి వెళదాం."

"పద! ఆయన మహాత్ముడు. అజాతశత్రువు. అందరికీ మేలుచేయాలని మహాతాపత్రయపడేవాడు."

"పద! నేను నాలుగు అడుగులే వేస్తాను. తర్వాత కారులో వెళ్ళిపోదాం."

"సరే, నేనూ ఈ ఎండలో నడవలేను."

"మనం నడిచామా లేదా అని ఆయన చూడవచ్చాడా ఏమిటి?"

సంయుక్తకి తండ్రి పోయిన దుఃఖంకంటే బంధువులు, స్నేహితుల ఈ గుసగుసలు చెవిన పడుతుంటే చాలా బాధగా వుంది. వాళ్ళు ఈ వ్యాఖ్యానాలు చేయడానికి భయపడటంలేదు.

శవం వెళ్ళిపోయింది.

"రండమ్మా! స్నానాలు చేద్దురుగాని" విమలమ్మ సంయుక్త చెయ్యి పట్టుకొని తీసుకువెళ్ళింది.

సంయుక్త స్నానానికి ఆవిడే బాత్‌రూమ్‌లో అన్నీ సిద్ధంచేసి, బీరువా తెరిచి బట్టలు తెచ్చి యిచ్చింది.

సంయుక్త స్నానం చేసి వచ్చింది.

ఆవిడ సంయుక్త తల తువ్వాలుతో తుడుస్తూ "మా అమ్మమ్మ దగ్గర మీ నాన్న, నేను కలిసి పెరిగాం సంజూ! అది నిన్నలా వుంది నాకు. మా అమ్మా నాన్న చచ్చిపోయారు. మీ నాన్న వాళ్ళ అమ్మా నాన్న దూరంగా ఉద్యోగపు వూరులో వుండేవాళ్ళు. ఆ రోజులు... అదే జీవితం అనిపిస్తుంది. ఇది వేరే బతుకు అనుకో. మన మనుషులు అందరికీ అంతే! ఒకే బతుకులో రకరకాలు చూస్తుంటాం. మీ మామయ్య బతికి వున్నప్పుడు నేనెలా వుండేదాన్ని. ఇప్పుడు చూడు–మీ అమ్మకీ దురదృష్టం. ఆడదానికి పసుపు, కుంకుమ, పువ్వులు పోగొట్టుకోవడంకంటే నికృష్టం యింకేం వుంటుంది."

సౌందర్య ఆ గదిలోకి వచ్చింది. "అమ్మ పిలుస్తోంది మిమ్మల్ని" అంది. విమలమ్మ వెళ్ళింది.

"వంటమనిషి రాలేదు. అందరికీ భోజనాలు చూడండి..." ఆజ్ఞాపించింది భానుమతి.

"అట్లాగే భానూ! నువ్వు చెప్పాలిటే అమ్మా...!" అంటూ ఆవిడ వంట ఇంట్లోకి వెళ్ళింది. వంటింట్లో 50 మందికి వంటచేసే సామానులేదు. విమలమ్మగారు బయటకు వచ్చింది. స్మశానం నుంచి అప్పుడే మనుషులు వచ్చారు. "వాసూ! ఇలా రా!" ఆవిడ పిలిచింది. వసంత్ రాగానే" ఇంట్లో యాభైమంది భోజనానికి సామాను లేదు. ఇప్పుడు అత్తయ్యని అడగటం ఏం బాగుంటుంది? లిస్ట్ రాశాను. ఇవి మన షావుకారు దగ్గరనుంచి పట్టించుకురా" అంది.

వసంత్ తల్లిని చూశాడు. ఏమనుకున్నాడో–మాట్లాడకుండా చీటీ జేబులో పెట్టుకుని వెళ్ళిపోయాడు. సంయుక్త ఇది వింటూనే వుంది.

3

భరద్వాజ పోయి సరిగ్గా ఇరవై రోజులు అయింది. బ్యాంక్ వాళ్ళు ఇల్లు వేలానికి 15 రోజులు గడువు ఇచ్చారు. బ్యాంక్‌లో అప్పుమాట వినగానే భానుమతి

గుండెలు బద్దలైనంత పని అయింది. లాయరుగారి ద్వారా ఇంటిని అమ్మకానికి పెట్టింది. అవసరానికి అమ్మడం అంటే అనుకున్నదానికంటే తక్కువ ధరే వచ్చింది. దాంతో బ్యాంక్ అప్పుకి జమ అవగా మిగతాది భరద్వాజ దినవారాలు వైభవంగా జరిపించడానికి సరిపోయింది. అందరికి భోజనాలు, భర్త పేరిట దానాలు, బ్రాహ్మణులకి ముట్టచెప్పిన పైకం అంతా బాగానే ఖర్చయింది. ఏది చేసినా, ఘనంగా ప్రత్యేకంగా చేయడం ఆ ఇంటిలో ఆనవాయితీగా భానుమతి అలవాటు చేసుకుంది. ఈసారీ అంతే అయింది. వచ్చిన బంధువులూ, స్నేహితులూ అంతా సానుభూతి బాగా చూపించారు. బ్యాంక్ అప్పు సంగతి అందరికీ తెలిసిపోయింది. "ఒక్క ఆరు నెలలు మాకు ఆసరా యివ్వండి" అని దగ్గర బంధువులని అడిగింది.

"మా ఇల్లు చిన్నది" అని పెద్దన్నగారూ, " మా పిల్లలు చుట్టాలు వస్తే ఒకటే ఏడుపు లంకించుకుంటున్నారీ మధ్య" అని ఇంకొందరు తప్పుకున్నారు.

"ఇది చిన్న విషయం కాదు భానుమతిగారూ! మీరు ఎప్పటికయినా వేరే ఏర్పాటు చేసుకోవాలి. అది ఇప్పుడే చేయటం మంచిదని నా సలహా. మాఇంటికి తీసుకెళ్ళటానికి నాకేం అభ్యంతరంలేదు. కానీ, ఈ వెధవ నీళ్ళు రావటంలేదు. అసలు మన ప్రభుత్వం ఈ డబ్బంతా ఏం చేస్తోందో తెలియదు" అంటూ భరద్వాజ ఆప్తమిత్రుడు గోవిందరావు పాలిటిక్స్‌ని దుమ్మెత్తడం ప్రారంభించాడు. భానుమతి పనుందని ఫోన్ పెట్టేసింది.

"భానూ! నేను అసలు నిన్నూ, పిల్లల్ని తీసుకువచ్చి శాశ్వతంగా మా ఇంటిలో వుంచేసుకుందామని అనుకున్నాను. మనసులో వున్న మాట చెప్పేస్తున్నాను. మా ఆయన సంగతి తెలుసుగా! డ్రింక్ మాస్టరు. తాగి ఏ రాత్రి అయినా నీ పిల్లల్లో ఎవరి చెయ్యి అయినా పట్టుకుంటే - మన స్నేహం బెడిసికొడుతుంది.

అందరికీ భానుమతిని రెండు చేతులతో సాదరంగా ఆహ్వానించి వాళ్ళ ఇంటికి తీసుకువెళ్ళాలనే వుంది. కానీ, ఒక్కొక్కరూ ఒక్కొక్క యిబ్బంది చెబుతున్నారు. భానుమతికి ఒళ్ళు మండిపోతోంది. "వీళ్ళందరూ తనద్వారా, తన భర్తద్వారా ఎన్నో పనులు చేయించుకున్నవారే." తనకీ, తన ఆడపిల్లలకీ ప్రస్తుతం నిలువ నీడ లేకుండా పోయిందనే కఠోరసత్యం భానుమతిని పిచ్చెక్కిస్తోంది. నిన్న మొన్నటివరకూ డబ్బు ధారాళంగా ఖర్చు చేసిన చేతులు, ఈ రోజు ఎండిన చెరువులో గ్లాసుడు నీళ్ళకోసం గీకుతున్నట్టు వుంది. ఇల్లు అద్దెకి తీసుకుని వుండాలంటే వెయ్యి రూపాయలయినా నెలనెలా చేతికి అందాలి. వేయి పైసలు

కూడా వచ్చే మార్గంలేదు. భానుమతి ప్రాణం సగం చచ్చి, స్నేహితురాలు మైత్రేయిని ఖాళీగా వున్న ఫ్లాట్ అద్దెకివ్వమని అడిగింది.

మైత్రేయి నిస్సంకోచంగా “మా వారు వేరే వాళ్ళకి మాట యిచ్చేశారు” అని చెప్పేసింది. ఎవరిని పలకరించినా తీయటి మాటలు చెబుతున్నారు. సాయానికి వచ్చేసరికి మొండిచెయ్యి చూపిస్తున్నారు.

“ఏమిటి మమ్మీ ఇది! డాడీ చావాలనుకుంటే మనకేదైనా ఏర్పాటు చేసి వెళ్ళాల్సింది. ఏమిటి ఆయన ఇలా చేసిపోయారు?” తండ్రిని చీదరించుకుంటూ అంది సౌందర్య. “కనీసం మా పెళ్ళిళ్ళయినా చేయాల్సింది” అంది సంగీత.

“ఇట్లా అర్థవంతంగా మన కొంప ముంచుతారని నాకేం తెలుసు?” అంది భానుమతి. ఆమెకు భర్తపోయిన దిగులుకంటే, డబ్బులేని వెలితే ఎక్కువ బాధిస్తోంది.

“మనం ఎక్కడ వుంటాం మమ్మీ! ఏం చేస్తాం? మన గతేమిటి?” సౌందర్య ఆవిడని ఊదరపెట్టేస్తోంది.

“సంజూ ఏదీ?” భానుమతి ఆదుర్దాగా అడిగింది.

“ఇంట్లో లేదు. అరగంట క్రితమే ఎక్కడికో వెళ్ళింది.”

“ఎక్కడికి వెళ్ళింది? నాకు చెప్పలేదు. మీకేమైనా చెప్పిందా?”

“సంజూ ఎప్పుడైనా మనకి చెబుతుందా! అచ్చు డాడీలాగానే! తన బుర్రలో ఏం ఆలోచనలు తిరుగుతుంటాయో ఆ దేవుడికే తెలియాలి.”

“ఈ ఇల్లు మనం సాయంత్రానికి ఖాళీ చేసెయ్యాలి. ఎలా మమ్మీ? ఈ సామానంతా ఏం చేస్తావు?” అంది సౌందర్య.

“అదే ఆలోచిస్తున్నాను. నా తల పగిలిపోతోంది.”

“ఇంతలో “భానూ!” అంటూ ముందు హాలులోనుంచి పిలుపు వినిపించింది.

“అదుగో! ఆ శాల్తీ వచ్చింది. గొంతు విప్పిందంటే మైలుదూరం మైక్ కూడా అవసరం లేకుండా వినిపిస్తుంది. మమ్మీ! నేను అవతల గదిలోకి పోతున్నాను. ఆ శాల్తీని చూస్తేనే నాకు పరమ చిరాకు...వెంటనే పంపించేయి” సౌందర్య విసవిసా వెళ్ళిపోతుంటే గుమ్మంలో విమలమ్మ ఎదురైంది.

“బాగున్నావుటే అమ్మాయి!” అందావిడ.

“ఆఁ చాలా బాగున్నాను” సౌందర్య విసురుగా చూస్తూ, “ఏమే, ఒసే అనకు నాకు చిరాకు” అనేసి వెళ్ళిపోయింది. సౌందర్య విసురుకి ఆవిడ ఒక్కక్షణం

విస్తుపోయినా, బుగ్గ నొక్కుకుని, "నిజమే! పెద్ద పిల్లలు అయ్యారు మీరు. నేనే పిలిచే పద్ధతి మార్చుకోవాలి. "భానూ!" అంటూ లోపలికి వచ్చింది.

భానుమతి చిరాకుగా ఆవిడని చూస్తోంది.

"ఏమిటే భానూ! ఇల్లు అమ్మేశారు అంటున్నారు. నిజమేనా?" వస్తూనే అడిగింది.

"అవును"

"అట్లా ఎందుకు అయింది?" విమలమ్మ ఆశ్చర్యంగా అడిగింది.

"భానుమతి పైకి వేలుపెట్టి చూపిస్తూ "మీ అన్నయ్య అక్కడున్నారుగా. వెళ్ళి అడగండి" అంది.

"వాడేం చేస్తాడే పాపం. కంఠంలో ప్రాణం వున్నంతవరకు మీకోసం కష్టపడ్డాడు. అన్నగారిని వెనకేసుకుని వస్తూ అంది.

"ఆఁ! బాగా కష్టపడ్డాడు! ఇదుగో !మాకు అంతా సుఖమే! మునిగి తేలుతున్నాం."

"సంజూ ఎక్కడ? కనిపించడంలేదు" ఆవిడకి మొదటినుంచీ సంయుక్త అంటే ఇష్టం. "ముఖంలో, స్వభావంలో ఇది అచ్చు మా అన్నయ్యే! మిగతా ఇద్దరి ఆడపిల్లల్లాకాదు" అందావిడ. అందుకే 'ఇది అంటే నాకు చాలా ఇష్టం' అని ఆవిడ సంయుక్తకి ఎనిమిది సంవత్సరాలప్పుడే చెప్పేసింది. ఆ ఇంటికి రాగానే అన్నగారి తర్వాత సంయుక్తనే అడుగుతుంది.

"ఎక్కడికో వెళ్ళింది" అంది భానుమతి.

"జాగ్రత్తమ్మా! ఆడపిల్లలు పెళ్ళీడుకి వచ్చినవాళ్ళు" అంది ఆవిడ.

"నా పిల్లల సంగతి నాకు తెలుసు. వాళ్ళు అందరిలాంటివాళ్ళు కాదు" విసురుగా అంది భానుమతి.

"ఇప్పుడు మనం ఎక్కడికి వెళ్ళాలి మమ్మీ?" సంగీత అడుగుతోంది.

"నాకేం దిక్కుతోచడం లేదు" అంది భానుమతి.

"నువ్వేనా మమ్మీ ఇంత చేతకానట్లు మాట్లాడేది?"

"ఏం చెయ్యను? బంధువులంతా ఏదో సాకు చెప్పి ముఖాలు దాటేశారు. ఫ్రెండ్స్ అనుకున్నవాళ్ళు ఆదుకోవడంలేదు."

"మనకిష్టం వున్నా లేకపోయినా, మనం ఇల్లు ఖాళీచేసి తీరాలి కదా" సంగీత అంది.

"ఏమిటర్రా? ఏమైందసలు?" విమలమ్మగారు అడిగింది.

4

హోటల్లో సంయుక్త, ప్రణయ్ టేబుల్ దగ్గర ఎదురెదురు కూర్చొని వున్నారు. సంయుక్త కాఫీ సగం తాగి వదిలేసింది. పరధ్యానంగా వుంది. "ఏమిటి సంజూ నువ్వనేది? మనం వెంటనే పెళ్ళి చేసుకుని మీ అమ్మవాళ్ళని మా ఇంటికి తీసుకు రావాలా! నీ ఒంటిమీద తెలివి వుండి మాట్లాడుతున్నావా? నేను నిన్ను పెళ్ళి చేసుకుని మీ ఇంటికి వద్దామని అనుకున్నాను."

"మా డాడీ వుంటే అలాగే జరిగేది. ఇప్పుడు లేరు."

"అవును ఇప్పుడు చాలా వేరు. అది నాకు బాగా అర్థం అవుతోంది. మా నాన్న సంగతి నీకు తెలియందేముంది? పీనాసి. నన్నూ, మా అమ్మనీ కడుపునిండా అన్నం కూడా తిననీయడు. నాకు మీ అమ్మా, నాన్న అంటే చాలా ఇష్టం. తల్లిదండ్రులు అంటే అలా వుండాలి. మీకెంత స్వతంత్రం ఇస్తారు వాళ్ళు. మా నాన్నకి నేను "ఎక్కడికి వెళ్ళినా" ఎవరితో మాట్లాడినా అంతా చెప్పాలి. నామీద సి.ఐ.డి పని చేస్తాడు. మా అమ్మకి నువ్వంటే ఇష్టమే అనుకో."

"ఒక పని చేద్దాం ప్రణయ్! మనిద్దరం పెళ్ళి చేసుకుని వేరే కాపురం వుందాం. మా అమ్మకి, అక్కయ్యలకి వేరే ఏర్పాటు అయ్యేవరకూ మన ఇంట్లో వుంటారు. నేను కూడా ఉద్యోగం చేస్తాను."

"ఉద్యోగమా! నువ్వా! ఏమంత పెద్ద జీతం వస్తుందనుకుంటావు?" "మీ డ్రైవర్‌కి మీరిచ్చే జీతం అంతకూడా రాదు."

"ఇప్పుడేం చేద్దాం అంటావు చెప్పు. నాకేదైనా మార్గం చెప్పు ప్రణయ్. మేం ఇల్లు ఖాళీచేయాలి. నాకు దిక్కుతోచటం లేదు" సంయుక్త నుదురు మునివేళ్ళతో పట్టుకుంటూ అంది.

ప్రణయ్ చూపుడు వేలు పైకి చూపిస్తూ "మీ సమస్యకి ఆ పై ఆయన తప్ప ఇంకెవ్వరూ దోవ చూపించలేరు."

బేరర్ బిల్లు తెచ్చాడు. సంయుక్త ఎప్పటిలా ఇస్తుందేమోనని చూశాడు. సంయుక్త తల దించుకుంది.

ప్రణయ్ ప్యాంట్ జేబులో మనీపర్స్ తీసి డబ్బు ఇస్తూ "ఈ వెధవ హోటల్స్‌లో ఈ టిప్స్ ఒకటి" అంటూ సణక్కుంటూ ఇచ్చాడు.

ఇద్దరూ హోటల్ బయటకి వచ్చారు.

రోడ్డుమీద అంత సమ్మర్థంగా జనం వున్నా సంయుక్తకి తన చుట్టు పక్కల ఎవ్వరూ లేనట్టు ఒంటరిగా అనిపిస్తోంది. మనసులో ఏదో అర్థం కాని భయం! చీకటిలో నడిచే వ్యక్తికి ముందున్న రోడ్డు గోతులమయం అని తెలిసినప్పటి భీతితో మనసు ముడుచుకుంటోంది. చిన్నప్పటినుంచి సంయుక్తకి తండ్రి వూరు వెళితే, తిరిగి వచ్చేవరకూ భయం భయంగా వుండేది. అంత పెద్ద ఇంట్లో అమ్మ, అక్కయ్యలు, నౌకర్లు, బంధువులు, ఫ్రెండ్స్ ఎప్పుడూ ఎంతోమంది కబుర్లతో, భోజనాలతో హడావిడిగా వున్నా, తండ్రి లేకపోతే ఇంట్లో సందడి లేనట్టు అనిపించేది. యింట్లో ఆయన వుంటే నిండుదనంగా వుండేది. "నువ్వెలా వెళతావు సంజూ! నాకు కాస్త పని వుంది. అర్జెంట్‌గా వెళ్ళాలి" అన్నాడు ప్రణయ్ మోటార్ సైకిల్ స్టార్ట్‌చేస్తూ.

"నేను వెళతాను. నువ్వు వెళ్ళు" అంది సంయుక్త.

"ఓ.కె! నేను వస్తాను. మన పెళ్ళి గురించి నేను ఆలోచించి చెబుతాన్లే" అన్నాడు. సంయుక్త తల ఊపింది. ప్రణయ్ వెళ్ళిపోయాడు.

సంయుక్తకి ఇంటికి వెళ్ళాలనిపించడంలేదు. పేవ్‌మెంట్ మీద భుజానికి బ్యాగ్ వేసుకుని నడుస్తోంది. ఇల్లు ఖాళీ చేసేయాలి. అది అమ్మేశారు. అప్పులకి అమ్మ నగలు కూడా అమ్మేశారని మొన్ననే తెలిసింది. అంత అప్పులు ఎందుకయ్యాయి? అని అందరూ నిలదీస్తారు. డాడీకి ఇంటి జమా ఖర్చులు రాయడంలో సాయం చేసే తనకి లెక్కల్లో ఈ ప్రమాద సూచిక ఎగరడం ఏడాది క్రితం నుండే తెలుస్తోంది. రాబడి తగ్గింది. నాన్నకొన్న షేర్స్ విలువలు పడిపోయాయి. ఆ కంపెనీలు మూతపడ్డాయి. ఖర్చులు ఎక్కువ. ముఖ్యంగా అమ్మ యిచ్చే పార్టీలు. ఎప్పుడూ ఎవరో ఒక ముఖ్యమైన వ్యక్తితో ఎవరికో పని వుంటుంది. అమ్మకి తెలిసినవాళ్ళు అమ్మని ఆశ్రయిస్తారు. అమ్మవారికి మార్గం సులభం చేయడానికి సహృదయమైన వాతావరణం ఏర్పరుస్తుంది. వాళ్ళ పనులు అవుతాయి. అమ్మ సామర్థ్యాన్ని అభినందిస్తారు. అమ్మ మాట అంటే ఎదురు వుండదు. అందరికీ అది గౌరవం. ఎన్నెన్నో పరిచయాలు, ఎన్నో పెళ్ళిళ్ళు. తమ ఇంట్లో తాంబూలాలు పుచ్చుకోవడం, పెళ్ళి అయిన తర్వాత వధూవరులు తమ ఇంట్లో ఒకరోజు గడపడం తనకి తెలుసు. ఇల్లు ఎప్పుడూ కళకళలాడుతూ అమ్మ చక్కగా తయారై, తమని మంచి దుస్తులు ధరించమని, ఎవరికోసమో ఎదురు చూడడం, ఎప్పుడూ జరిగేది. ఆవిడ దక్షత చూస్తే నిజంగా తనకి గర్వంగానే అనిపించేది. డాడీ అమ్మకి ఎదురుచెప్పడం అనేది తాను ఏనాడూ వినలేదు. మధ్య మధ్య హాలిడేస్‌కి వేరే ప్రదేశాలు చూడడానికి వెళ్ళేవాళ్ళు. వెంట ఒకరో, ఇద్దరో

అతిథులు వుండేవారు. సకల సౌకర్యాలతో ఆ యాత్రలు నయనానందంగా జరిగేవి.

సంయుక్త రోడ్డుమీద కనిపించిన రాయిని చెప్పుకాలితో విసురుగా తన్నింది. అది వెళ్ళి దూరంగా పడింది. ఏడాది నుంచీ డాడీ బాగా డల్ అయిపోయారు. అమ్మ ఏది చెప్పినా "ఇప్పుడు వద్దు భానూ" అనసాగారు. "డాడీ దగ్గర డబ్బులేదు మమ్మీ! ఈ లెక్కలు చూడు" అని తాను అంటే, "నోర్ముయ్" అని అమ్మ కసిరేది. ఆయన ఎంతో నమ్మకంతో వాటా కొన్న వ్యాపారం నష్టం వచ్చి మూతపడింది. అది అమ్మకి చెప్పలేదు ఆయన. డాడీ ఎందువల్ల అమ్మకి డబ్బు ఇబ్బందులు చెప్పేవారు కాదు! సంయుక్త ఆలోచిస్తోంది. ఆర్నెల్లనుంచి ఇంట్లో మార్పులు వచ్చేశాయి. మొట్టమొదటి మార్పు సౌందర్యకి కొన్న కారు అమ్మేశారు. సౌందర్య ఏడ్చి రాగాలు పెట్టి అన్నం తినడం మానేసి హఠం చేస్తే, తన కారు యిచ్చేశారు. ఇంట్లో నౌకర్లు-ముందు మాలి, తర్వాత గూర్ఖా, వంటమనిషి-ఒక్కొక్కరే మానేశారు. ఎన్నో ఏళ్ళ నుంచి పనిచేస్తున్న డ్రైవర్ సాంబయ్యని మాత్రం డాడీ తీసేయలేదు. అతని కూతురు పెళ్ళికి డాడీ పదివేల రూపాయలు ఇవ్వడానికి ఎంత కష్టపడ్డారో తనకి తెలుసు.

"నా దగ్గర లేదని చెప్పు డాడీ!" అని తాను అంటే "లేదు సంజూ! రేపు నాకు చాలా డబ్బు రావచ్చు. కానీ మనల్ని నమ్ముకున్న సాంబయ్య కూతురు పెళ్ళి అప్పుడు రాదు. మన కోసం మనం ఎన్నో ఖర్చులు చేసుకున్నాం. పేదవాడు, ఎప్పటినుంచో 'పిల్ల పెళ్ళి చెయ్యాలి అయ్యగారూ" అంటూ చెబుతున్నాడు. రెండేళ్ళనుంచి బోనసులు కూడా తీసుకోకుండా నా దగ్గరే దాచుకున్నాడు.

ఎక్కడో అప్పుతెచ్చి ఆ డబ్బు ఇచ్చారు. ఆ డబ్బు ఎలా తీర్చాలా అన్న బాధకంటే, సాంబయ్యకి అన్న మాట ప్రకారం డబ్బు ఇచ్చాను అనే ఆత్మ సంతృప్తి ఆయనలో ఎక్కువగా కనిపించింది. అవన్నీ డాడీ కష్టసుఖాలు, ఆయన బాధ్యత అని తాను ఎన్నడూ ఆయనని తర్కించలేదు.

మామయ్య ఇంట్లో పెళ్ళి వచ్చింది. "డబ్బు లేదని చెప్పు డాడీ!" అంది తాను. "చదివింపులు ఘనంగా తీసుకువెళ్ళాలి" అంది అమ్మ. "డబ్బు లేదంటే మీ అమ్మకి కోపం వస్తుంది. కోపం వస్తే నాకు పిచ్చెక్కుతుంది. ఈ ఇల్లు నరకంగా వుంటుంది. నేను పడలేను."

"ఇలా అప్పుచేసి ఎన్నాళ్ళు ఇస్తారు డాడీ?"

ఆయన మాట్లాడలేదు. అందరూ మామయ్యగారింటికి పెళ్ళికి వెళ్ళి ఘనంగా కట్నకానుకలు ఇచ్చి వచ్చారు. ఎక్కడికి వెళ్ళినా డాడీ ఒక మూల ఎక్కడో,

ఏ పేపరు చదువుతూనో, ఏ చుట్ట కాల్చుకుంటూనో, పడక కూర్చీలోనో ఒంటరిగా వుండేవారు. అమ్మ చుట్టూ జనబృందం మూగేది. అమ్మకి ఈ సందడిఇష్టం. నాన్నకి ఆ ఒంటరితనం ఇష్టం. తాను ఎప్పుడూ తండ్రి దగ్గరికి వెళ్ళి కూర్చునేది. సౌందర్యకి కూడా అమ్మపోలికే. ఎప్పుడూ చుట్టూ మనుషులు కావాలి. వాళ్ళు ఒంటరిగా వుండలేరు. సంగీతది అదో పద్ధతి. సంగీతంలో అభిరుచి వున్న వాళ్ళ దగ్గరే నోరు విప్పి మాట్లాడుగలుగుతుంది. మిగతా చోట్ల మౌనభూషణ అలంకారమే.

డాడీ ఈ మధ్య తరచుగా "నేను చాలా పొరపాటుచేశాను సంజూ! చాలా పొరపాటు చేశాను. నన్ను నేను క్షమించుకోలేకపోతున్నాను" అనేవారు.

"ఏమిటి డాడీ!" అంటే, నేను మిమ్మల్ని సరిగ్గా పెంచలేదు అన్నారు.

"అదేమిటి? ఇంతకంటే బాగా ఏ తల్లిదండ్రులు పెంచగలరు? మాకు పూర్తి స్వతంత్రం ఇచ్చారు. తల్లిదండ్రులుగా మీరేం మా మీద పెత్తనం చెలాయించలేదు. మాపట్ల మీధర్మం నెరవేర్చారుగానీ హక్కులు అధికారాలు మీరు శాసించలేదు. ఇంతకంటే మంచి పెంపకం ఈ ప్రపంచంలో ఇంకేం వుంటుంది?"

"లేదు, లేదు సంజూ! నేను చేసిన పొరపాటేమిటో ఇప్పుడు బాగా అర్థం అవుతోంది." సంయుక్త విచారంగా, బాధాతప్తంగా వున్న ఆయన ముఖం వంక చూసింది. ఆయన ఎందుకో చాలా విచారపడుతున్నారు. సంయుక్త ఇక తర్కించలేదు.

తండ్రిని గురించిన ఆలోచనలు కమ్ముకుంటుంటే సంయుక్తకి మనసంతా భరించలేని విచారంగా అనిపిస్తోంది. గొంతులో నుంచి దుఃఖం కెరటంలా పొంగి వస్తోంది. కళ్ళలోకి నీళ్ళు వచ్చేసినాయి. ప్రణయ్ ఈ సమస్యలో తనని ఆదుకుని ఓదారుస్తాడని గంపెడంత ఆశతో వచ్చింది.

ప్రణయ్ అసలు తన సమస్య గురించి చర్చింటానికి ఇష్టపడలేదు. తెలివిగా తర్కం తెచ్చి అసలు విషయం పక్కకి నెట్టేశాడు. అతను ఎప్పుడూ అంతే! తల్లి దండ్రులు ఒప్పుకోరన్నది ఒక సాకు మాత్రమే!

ప్రణయ్ తల్లికి తనని కోడలిగా ఇంటికి తీసుకువెళ్ళాలని ఎంత ఉబలాటంగా వుందో ఆవిడ మాటల ద్వారా చాలాసార్లు బయటపడింది. సంయుక్తకి ఇప్పుడే ఇంటికి వెళ్ళాలని అనిపించడంలేదు. ఎక్కడికి వెళ్ళి టైమ్ గడపాలో కూడా అర్థం కాలేదు. ఎదురుగా కనిపిస్తున్న బస్టాప్‌లో ఎక్కువ జనం లేరు. అక్కడ కూర్చుంది. వచ్చేపోయే జనాన్ని చూస్తోంది. సంయుక్తకి ఆ క్షణంలో తన జీవితనౌక లంగరు తెగిన నావలా అనిపించసాగింది. ఇది లంగరు తెంచుకుని బయలుదేరింది. కానీ

గమ్యం తెలియడం లేదు. ఏ రేవు ఎదురవుతుందో తెలియనట్లుగా, రేపు తనకి ఎలా గడుస్తుందో అర్థంగాకుండా పోయింది! అది ఎంత భయంకరమైన పరిస్థితి. తండ్రి ఆత్మహత్య ఎందుకు చేసుకున్నాడో సంయుక్తకి ఇప్పుడు అర్థం అవుతోంది. పరిస్థితులు మన చేతుల నుంచి కంట్రోలు తప్పిన వాహనంలా పరుగు తీస్తుంటే, ఎక్కడ దేనికి ఢీకొట్టుకుంటామో, ఏ దెబ్బలు రాసిపెట్టి వున్నాయో, దెబ్బలు తినడమే తప్ప, వాటిని తప్పించుకునే మార్గం ఇకలేదు అని శరీరం, మనసు బిగబట్టి ఎదురు చూస్తున్నట్లు వుంది. సంయుక్తకి కళ్ళు పెద్దవి అవుతున్నాయి.

ఇంతవరకూ ఇంట్లో వేల రూపాయలకి, లక్షల రూపాయలకి సర్దుబాటు చేయటానికి తండ్రి పడే ఇబ్బంది తెలుసు. కానీ, కానీ–చేతిలో రూపాయి లేకుండా రోజు గడపాల్సిన భయంకరమైన స్థితి ఏమిటో కలలో కూడా తెలియదు. తనకి, సౌందర్యకీ, అమ్మకీ, సంగీతకీ అన్ని తెలివితేటలూ వున్నాయి. ఒక్క డబ్బు సంపాదించే తెలివి మాత్రం లేదు.

సంయుక్తకి జీవితంలో మొదటిసారిగా రూపాయికున్న విలువ ఎంత అమూల్యమో అర్థం అవసాగింది. అందరూ డబ్బు గురించి మాట్లాడుతుంటే, "వీళ్ళు పిచ్చివాళ్ళు! జీవితంలో ఇంకా చాలా ఆనందాలు ఉన్నాయని తెలుసుకోలేని మూర్ఖులు" అనుకునేది.

ఇప్పుడు అర్థం అవుతోంది. మనిషికి సాటి మనుషులతో సకల మర్యాదలూ, విలువలూ తెచ్చి ఒళ్ళో పడేసే మూలసూత్రం డబ్బు ఒక్కటే. డబ్బు అనే దారంలోనే ఈ సంఘంలో జనాలు బంధింపబడి వున్నారు. సంయుక్త నిట్టూర్చింది.

డబ్బు విలువ తెలిసింది. అది తాను నేర్చుకున్న మొదటి పాఠం! డబ్బు సంపాదించడం తెలుసుకోవాలి. అది త్వరగా నేర్చుకోవాల్సిన పాఠం. లేకపోతే ఈ జీవితం మీద తన కంట్రోలు పోతుంది. ఎన్ని యాక్సిడెంట్‌లని ఎదురుచూడాలో!! సంయుక్త కళ్ళు మూసుకుంది. 'భగవంతుడా! ఈ విషమ పరిస్థితి దాటే శక్తి నాకు ఇవ్వు. ఒకరి ముందు చెయ్యి చాచడం కంటే మృత్యు కెరటం ఇంకొకటి ఏదీలేదు. నేను నా సాటి మనుషుల మధ్య నా మర్యాదనీ, ఆత్మగౌరవాన్నీ దక్కించుకునే అవకాశం ఇవ్వు. ఎంతైనా కష్టపడతాను. ఈ రోజు, ఈ క్షణం నుంచి నా దృష్టిలో అలసట అనే పదమే లేదు. శ్రమ అన్నదానికి మించిన ఇష్టం ఇంకదేనిమీదాలేదు. అమ్మా, నేనూ, సౌందర్య, సంగీత, మేమంతా ఐకమత్యంగా కష్టపడి పనిచేస్తే మా గౌవరవానికేం భంగం కాకుండా బతకగలం. అవునా డాడీ' అనుకుంది.

'అవును' సంయుక్త అంతరాంతరాళాల్లో విస్పష్టంగా జవాబు వచ్చింది.

కారు ఒకటి దగ్గరికి వచ్చి ఆగింది.

డాక్టర్ మాధవరావుగారు.

"సంజూ! ఇక్కడ ఉన్నావేమిటమ్మా?" అని అడిగారు.

"ఊరికే!" అంది. ఆయన కారులో నుంచి దిగి వచ్చారు. ఒక్కదానివీ ఇక్కడ కూర్చున్నావేమిటి! ఇంటి దగ్గర దింపుతాను రా!"

ఆయన సంయుక్తని భుజాల చుట్టూ చేయివేసి కారు దగ్గరికి తీసుకు వెళ్తున్నారు.

సంయుక్త ఇంతసేపూ తనకి తాను చెప్పుకున్న ధైర్యం వేడిముందు వెన్నలా ఇట్టే కరిగిపోయింది. దుఃఖం వచ్చేసింది. తమ పరిస్థితి ఎంత భయంకరంగా వుందో ఆయనకి చెప్పి ఏడ్చేయాలని బలంగా అనిపించింది. ఇందాక ప్రణయ్ కనిపించగానే కూడా ఇలాగే అనిపించింది.

సంయుక్త కారులో కూర్చుంది. ప్రవాహంలా మాటలు ఉరికి బయటకు రావడానికి, బాధని బయటకి వెళ్ళబోయటానికి తొందర పడిపోతున్నాయి. సంయుక్త నోటిమీద చెయ్యి వేసి బిగించి పట్టుకుంది. నిగ్రహం! నిగ్రహం తనకి వజ్ర కవచం కావాలి. ఏడ్పు, ఎదుటివారి దయాధర్మాలు యాచించే బిచ్చగత్తె కాకూడదు. ఆత్మగౌరవం అన్నింటికంటే ముఖ్యం. డాడీ ఎప్పుడూ అదే చెప్పేవారు. ఏడుపు ఉధృతంగా వస్తోంది. సంయుక్త చేత్తో నోరు కప్పుకొని, ఆయన చూడకుండా ముఖం పక్కకి తిప్పేసుకుని వీధిలో జనాన్ని తదేకంగా చూడసాగింది.

వీధిలో రెండు కాళ్ళూ లేని ముష్టి అతను నేలమట్టంగా వున్న చక్రాల బండిమీద హుషారుగా నవ్వుకుంటూ వెళుతున్నాడు. అతని కంటే నిస్సహాయురాలా తాను? కాదు! ముసలివగ్గు ఒకామె వంగిపోయిన నడుంతో అలాగే కష్టపడి, పూలబుట్ట తీసుకువెళుతోంది. ఆమెకంటే అశక్తురాలా తాను? కాదు.

"ఏమిటమ్మా అంత దీర్ఘంగా ఆలోచిస్తున్నావు?" మాధవరావుగారు అడిగారు.

"ఏం లేదు అంకుల్."

"అమ్మా, సౌందర్య ఎలా వున్నారు?"

"ఫరవాలేదు."

ఇంతలో ఇల్లు రానేవచ్చింది. ఆయన వీధి చివర ఆపేస్తూ "ఒక పేషెంట్‌ని చూడటానికి వెళుతున్నాను. మళ్ళీ వస్తానని మమ్మీకి చెప్పు" అన్నారాయన.

సంయుక్త తల వూపింది. కారు వెళ్ళిపోయింది. సంయుక్త మెయిన్ రోడ్డు దగ్గర నుంచి ఇంటివరకూ నడుస్తోంది. సాధారణంగా రోడ్డు మీద ఇలా నడవటం డాడీకి, మమ్మీకి ఇష్టం వుండదు.

"ఎంతమంది ఆడపిల్లలు వెళుతుంటారు – తప్పేమిటి?" అని తాను అంటే, "వాళ్ళంతా వేరు. నువ్వు వేరు" అని మమ్మీ కసిరేది. ఏదైనా గట్టిగా తర్కంలోకి దిగితే, ఆవిడ దగ్గర వున్న పాశుపతాస్త్రం "నోర్ముయ్!" అని విసురుతుంది. ఆవిడ అనే ఆ విసురుకి మళ్ళీ ఎవరూ నోరు ఎత్తరు.

సంయుక్తకి దూరం నుంచి తమది – పెద్ద ఇల్లు కనిపిస్తోంది... హుందాగా, రాజఠీవితో వున్న ఆ భవంతిని చూడగానే సంయుక్తకి మనసంతా సంతోషం వెల్లువలా వచ్చేసింది. ఆ ఇంటికీ, తనకీ విడదీయరాని సంబంధం. సౌందర్య, తాను, సంగీత ఆ ఇంట్లోనే పుట్టారు. ఆ ఇంట్లోనే తప్పటడుగులు నేర్చుకున్నారు. తల్లికి గార్డెనింగ్ అంటే మహా ఇష్టం. ఆవిడ పెంచుకున్న తోటని అందరూ మెచ్చుకుంటుంటే గర్వంగా ఉండేది. ఆ ఇల్లు, తాము ముగ్గురు ఆడపిల్లలు, ఆవిడ–సామ్రాజ్యం!

సంయుక్త మెల్లగా గేటు తెరుచుకుని వచ్చింది. గేటు లోపల పోర్టికో దగ్గర లారీ వుంది. దానిలోకి కూలివాళ్ళు సామాన్లు ఎత్తుతున్నారు. సంయుక్త నడక పరుగులా మారింది. గబగబా యింట్లోకి వచ్చింది. ఇంట్లో హాలులో సామాన్ల పెట్టెలు వున్నాయి.

భానుమతి కుర్చీలో ఎప్పటిలా కాలుమీద కాలు వేసుకుని కూర్చుని సామాన్ల పెట్టెల లిస్ట్ చెబుతోంది. వసంత్ నిలబడి ఆవిడ చెప్పినవి శ్రద్ధగా లిస్ట్ రాస్తున్నాడు. విమలమ్మగారు దిళ్ళు లాంటి చిన్న చిన్న సామాన్లు తెచ్చి అక్కడ పెడుతోంది.

సంయుక్త తల్లి దగ్గరికి ఆదుర్దాగా వచ్చింది. "అమ్మా! ఏమిటి? ఎక్కడికి పంపుతున్నావు ఇవన్నీ?" అడిగింది.

"విమలమ్మత్తయ్య యింటికి వెళుతున్నాం మనం. ముఖ్యమైన సామానులు తీసుకువెళుతున్నాం" అంది.

"ఒరేయ్ వాసూ! ముందు టాక్సీ ఒకటి చూడు. నేను, అత్తయ్యా, పిల్లలు యింటికి వెళతాం. నువ్వు లారీలో వద్దువుగాని" అంటూ పురమాయించింది.

వాసు తల్లివైపు చూశాడు. చిరాకుని అణుచుకుంటున్నట్లు అతని దవడ ఎముక బిగిసింది.

"సంజూ! నువ్వు రాయి లిస్ట్" తల్లి ఆదేశించింది. వసంత్ సంయుక్తకి తాను రాస్తున్న కాగితం, పెన్ యిచ్చాడు. "థ్యాంక్ యూ వాసూ!" అప్రయత్నంగా అనేసింది సంయుక్త.

"ప్రస్తుతం వుండటానికి ఎక్కడో అక్కడచోటు దొరికింది. థ్యాంక్ గాడ్" మనసులోనే దేవుడికి కృతజ్ఞతలు అర్పించుకుంటుంటే కళ్ళలోకి సన్నటి కన్నీటి పొర వచ్చేసింది.

❄ ❄ ❄

బాగా తెల్లవారింది. ముఖాన ఏదో వెచ్చగా తగులుతుంటే, సంయుక్త కళ్ళు తెరిచింది. సూర్య కిరణాలు ముఖాన వచ్చి పడుతున్నాయి. ఒక్కక్షణం తెరవలేనట్లు కళ్ళు చిట్లించి ముఖం పక్కకి తిప్పుకుంది. చెంప వేడెక్కుతోంది. చుట్టూరా సందడి. మనుషులు పెద్ద గొంతులతో అరుస్తున్నారు. ఎక్కడో పైపులో నీళ్ళు బకెట్‌లో నిండిపోయి కిందపోతున్న శబ్దం. "కూరలవమ్మో" ఎవరో కీచుగొంతుతో అరుస్తున్నారు.

నిద్రభారంతో కళ్ళు తెరచిన సంయుక్తకి బాగా మెలకువ వచ్చింది. మెలకువ వచ్చినకొద్దీ కళ్ళు పెద్దవి అయి క్రమంగా ఆల్చిప్పల్లా విచ్చుకున్నాయి. చిత్రంగా చూస్తోంది. అంతా విచిత్రంగావుంది. చుట్టూ సామాన్లు, పెట్టెల దొంతర్లు, తాను సోఫాలో పడుకొని వుంది. కిటికీలో నుంచి ఎండ పడుతోంది. కిటికీలోనుంచి బయటి ప్రపంచం సందడి వినవస్తోంది. లారీ ఒకటి పెద్ద శబ్దంతో వెళుతోంది. తాను పడుకొన్న సోఫానిండా కూడా సామాన్లు వున్నాయి. సంయుక్తకి ఒక్కక్షణం ఇది కలో, నిజమో అర్థం కాలేదు.

"గుడ్ మార్నింగ్!" అప్పుడే స్నానం చేసి తల గబగబ తుడుచుకుంటూ లోపలికి వస్తున్న వసంత్ అన్నాడు. సంయుక్త గభాల్న లేచి కూర్చుంది.

విమలమ్మ ఆ గదిలోకి వచ్చింది. కిందకి వంగి మంచం కింద నుంచి ఒక పాత డబ్బా లాగి, మూత తీయడానికి చేత్తో కొట్టసాగింది. అది రావటంలేదు.

"వాసూ! ఈ పంచదార డబ్బా మూత కాస్తతియ్యి" అంది. వసంత్ తల తుడుచుకోవడం ఆపి వచ్చి డబ్బాని కింద కాళ్ళమధ్య పెట్టి రెండు దెబ్బలువేసి లాగాడు. అది వచ్చింది.

"సంజూ! లేచావుటే అమ్మా! మొహం కడుక్కునిరా కాఫీ ఇస్తాను" విమలమ్మ అంటూ లోపలికి వెళ్ళింది. లోపలినుంచి కాఫీ డికాషన్ సువాసన గుమగుమ లాడుతోంది.

సంయుక్త సోఫాలో నుంచి మెల్లగా క్రింద క్రిక్కిరిసి వున్న సామాను మధ్యలో కాస్త నేలని వెతికి ఒక పాదం అక్కడ ఆనించింది. రెండో పాదం కొంచెం దూరంగా మూడు సామాన్ల అవతలగాని ఆనించడానికి వీలులేకపోయింది.

"అమ్మా! నాకు ముందు కాఫీ ఇవ్వు. నేను త్వరగా వెళ్ళిపోవాలి" వసంత్ గోడవైపు తిరిగి ఫ్యాంట్, షర్ట్ వేసుకుంటూ అన్నాడు.

"ఇక్కడ గ్లాసులోపోసి పెట్టానురా" అంది విమలమ్మగారు.

సంయుక్తకి ఆ సామానులు చూస్తుంటే కంగారుగా అనిపిస్తోంది. సంయుక్త పాదాలు సామానుల మూటలు, బుట్టలు, బ్యాగ్‌ల మధ్యనుంచి ఎత్తెత్తివేస్తూ, గోడమీద ఆసరాగా చెయ్యి ఆనించి ఎదురుగా కనిపిస్తున్న గదిలోకి వెళ్ళింది. అక్కడ పెద్ద మంచంమీద తల్లి, ఆమెకి చెరోపక్క సౌందర్య, సంగీత పడుకొని వున్నారు. వాళ్ళు ఒళ్ళు తెలియని గాఢ నిద్రలో వున్నారు. ఆగది నిండా కూడా పెట్టెలు, బల్లలు, కుర్చీలు, సామాను కిక్కిరిసి వున్నాయి. సంయుక్త మంచం అంచున కూర్చుంది.

రాత్రి చాలా పొద్దుపోయిన తర్వాత అందరూ టాక్సీలో విమలత్తఇల్లు అయిన ఈ ఇంటికి వచ్చారు. సామానంతా చాలావరకు ముఖ్యమైనవి తెచ్చారు. ఇక్కడికి రాగానే అత్తయ్య అప్పటికప్పుడు అన్నం, వంకాయ కూర, చారు, వడియాలు, నీళ్ళ మజ్జిగతో అన్నం పెట్టింది. ఇక్కడే ఈ సోఫామీద కూర్చొని తిన్నారు. అమ్మ ఏడుస్తుంటే విమలత్తయ్య దగ్గరికి తీసుకుని ఓదార్చింది.

"ఏం చేస్తాం భానూ! ఒక్కోసారి ఇలాగే ఓడలు బళ్ళు అవుతుంటాయి. అనుకోనివి ప్రాప్తిస్తుంటాయి. మన చేతుల్లో ఏముంది చెప్పు. ఆ భగవంతుడిమీద భారం వేసి బతకాలి. ఈ ఆడపిల్లల బాధ్యత నీమీద వుంది" ఆవిడ ధైర్యం చెబుతూ, బలవంతంగా అన్నం తినిపించింది.

సౌందర్యా వాళ్ళకి ఈ ఇల్లు పరమ చిరాకుగా వున్నా విమలమ్మ చేతివంట అద్భుతంగా వుండటంతో గబగబా తినేశారు. తల్లి ఏడుస్తూవుంది. సంయుక్త అలా సోఫాలో వాలిందో లేదో కంటినిండా నిద్ర పట్టేసింది.

సంయుక్త ఇప్పుడు మంచం మీద కూర్చొని ఇంటిని చూస్తోంది. చాలా చిన్న యిల్లు. ఒకే ఒకటి కాస్త పెద్ద బెడ్‌రూమ్ వుంది. ముందు గది ఓ మాదిరి రూమ్. కుర్చీలు, కేన్‌సోఫా వేసి వున్నాయి. ఓ మూల టీవీ వుంది. వంట ఇల్లు కాస్త

పెద్దది. పెరట్లోకి జాగా చాలా వుంది. బెడ్‌రూమ్ కిటికీ ఒకటి, ముందు గది కిటికీ ఒకటి వీధి మీదకి వుండటంతో వీధిలో అరుపుల గోల కాకుండా, కార్లు వెళ్ళినప్పుడల్లా దుమ్ము పొగలాలేచి వచ్చి యింట్లో నిండుతుంది. సంయుక్త ఆ దుమ్ము పీల్చగానే దగ్గసాగింది.

సంయుక్త దగ్గుకి సౌందర్యలేచి కూర్చుంది. సౌందర్య కూడా సంయుక్త లాగానే లేవగానే కళ్ళు పెద్దవిచేసి నమ్మలేనట్లు చుట్టూ చూసింది. "మమ్మీ! మమ్మీ!" అంటూ నిద్రపోతున్న తల్లిని లేపేసింది. భానుమతి లేచి కూర్చుంది.

విమలమ్మ గదిలోకి ఏదో సామానుకోసం వచ్చింది. "వాసు ఫైలు ఇక్కడ వుండాలి" అని వెతికి ఆ సామానులో కనిపించక-" కన్పించలేదురా వాసూ!" అప్పటికి వెతికిపెడతాలే అంది.

"నేను వెళ్తున్నానమ్మా. భోజనానికి రాను" అని వసంత్ వెళ్ళిపోయాడు. అతను మోటర్ సైకిల్‌మీద వెళ్ళడం కిటికీలోనుంచి సంయుక్తకి కనిపిస్తోంది. "అబ్బా! ఏమిటి మమ్మీ ఇది? ఈ నరకంలో నుంచి ఎప్పుడు బయటపడతాం మమ్మీ?" సౌందర్య తల పట్టుకుంటూ ఏడుపు ముఖంతో అంది.

"తొందరలోనే భగవంతుడు మనకేదో దారి చూపిస్తాడులే" అంది భానుమతి.

సౌందర్య బాత్‌రూమ్‌కి వెళ్ళి ముఖం కడుక్కుని ముక్కు కర్చీఫ్‌తో గట్టిగా అదిమిపట్టి వస్తూ, "మైగాడ్! అది బాత్‌రూమ్‌లాలేదు, నరకం. ఛీ-ఛీ వాష్ బేసన్‌లేదు. మనుషులా, పశువులా ఈ ఇంట్లోవాళ్ళు....?" అంది అసహ్యించు కుంటూ.

సంయుక్త చప్పున గుమ్మం బైటకి చూసింది. వసంత్ ఇంట్లోలేదు. విమల త్తయ్య అందరికీ కాఫీ గ్లాసులో పోస్తోంది. ఆవిడకి ఈ మాటలు వినిపించలేదు. అందరూ ముఖాలు కడుక్కుని రాగానే ఆవిడ కాఫీ తెచ్చి ఇచ్చింది. స్టీలు గ్లాసుల్లో కాఫీని కంపరంగా చూసినా, రుచి బాగుంది అని మెచ్చుకుంటూ తాగేశారు.

భానుమతి మంచంమీద పైకి కూర్చుని గోడకి ఆనుకుని మోకాలి మీద తల దించుకుని వెక్కి వెక్కి ఏడవసాగింది. ఆవిడ ఏడుపు డొక్కలు కదులుతూ హృదయవిదారకంగా వుంది. సంగీత కూడా తల్లి దగ్గరే కూర్చుని వుంది. మధ్య మధ్యలో కళ్ళజోడు తీసి, కళ్ళు గట్టిగా తుడుచుకుంటోంది. అయినా, ఏడుపు ఆగడంలేదు.

"మమ్మీ! నువ్వు ఏడుస్తూ కూర్చుంటే ఏం లాభంలేదు. మమ్మల్ని ఈ భూలోక నరకం నుంచి తప్పించే మార్గం చూడు" అంది కోపంగా సౌందర్య.

"నేనేం చేయను? మీ నాన్న మనందరినీ నట్టేట్లో ముంచి వెళ్ళిపోయాడు."

"ఇంక డాడీని అని ప్రయోజనంలేదు. ఆయనకి మనం తిట్టింది వినిపించదు కదా. టైమ్‌వేస్ట్. మీ ఫ్రెండ్స్‌ని ఎవరినైనా కొద్ది నెలలు ఏ గెస్ట్‌హౌస్ అయినా మనకి వుండటానికి ఇవ్వమని అడుగు మమ్మీ!"

"ఎవరిస్తారు సొ?"

"ఆ ప్రమీలమ్మగారుందిగా. వాళ్ళది పెద్ద గెస్ట్‌హౌస్ వుందిగా మమ్మీ! మనం ఎన్నిసార్లు అక్కడికి వనభోజనాలకి వెళ్ళలేదు. అది మనకి విశాలంగా బాగానే వుంటుంది."

"అయ్యోరామా! నేను అప్పుడే అడిగాను. కానీ, వాళ్ళిస్తారా? సినిమావాళ్ళకి రోజుకి వేయిరూపాయల అద్దెకి షూటింగ్‌కి ఇస్తున్నారుట. బుక్ అయిపోయిందని అంది."

"మనం ఈ ఎలుక కలుగులో వుండాల్సిందేనా మమ్మీ!" సౌందర్య చిరాగ్గా, అసహ్యంగా ఆ ఇంటిని చూస్తూ అంది.

"మీ నాన్న మనల్ని ఈ జైలులో పడేశాడు" భానుమతి ఏడుపు ఉధృతం అయింది.

"అమ్మా! అలా బాధపడేకంటే, ముందు మనం నిలవడానికి జాగా దొరికింది. అది అదృష్టం అనుకుందాం" అంది సంయుక్త.

"నీకు ప్రతిదీ అదృష్టమే" సౌందర్య ఈసడిస్తూ..." సంజూ! నువ్వు ఈ నరకంలో వుండగలిగితే వుండు. నేను మాత్రం వుండలేను" అంది.

"ఎక్కడికైనా వెళదాం మమ్మీ!" అంది సంగీత ఏడుపు గొంతుతో.

"ఎక్కడికి వెళతాం? నాకు దిక్కు తోచడంలేదు" అంది భానుమతి ఏడుస్తూ.

"ఇదుగో అమ్మాయ్! ఎవరైనా కాస్త ఈ పెట్టె అటు పడ్తారుటే నాకు! దీనికింద బియ్యం డబ్బా వుంది." విమలమ్మ ముందు గదిలోనుంచి కేకపెట్టింది.

సౌందర్య విసురుగా, "ఆ ముసలావిడ ఏమనుకుంటోంది? మన మేమన్నా పనివాళ్ళమా?" అంది.

"బరువులు ఎత్తితే చేతులు వాచిపోతాయి..." అంది సంగీత భయంగా.

భానుమతి అసలు ఇదేం పట్టనట్టు చీర కొంగుతో ముఖం దాచుకుని కుమిలి కుమిలి ఏడుస్తోంది. సంయుక్త తాను లేచి వెళ్ళింది. "ఏమిటత్తయ్యా" అని అడిగింది.

అప్పటికే విమలమ్మ పెద్ద సూట్‌కేస్ తీయడానికి ప్రయత్నిస్తోంది. చేతకాక నడుం నొప్పి పుట్టినట్టు లేచి నిలబడి నడుముని సరిచేసుకుంటోంది.

సంయుక్త వచ్చింది. సంయుక్త సూట్‌కేసు లాగడానికి చూసింది. కానీ, రాలేదు. "నేను పడతాను వుండమ్మా" అంటూ ఆవిడ సాయం వచ్చింది. ఇద్దరూ ఎలాగయితేనేం దింపారు. ఆవిడ బియ్యం గిన్నెలోకి కొలుచుకుంటూ, "అన్నం మెత్తగా తింటారా, బిరుసుగా తింటారా?" అని అడిగింది.

"నాకు తెలియదు" అంది సంయుక్త

"మా వాసుకి మెతుకు మెతుకు అంటకూడదు. సణిగి చంపేస్తాడు. కాస్త ఆ బుట్టకింద షర్ట్ తీయమ్మా. అది వాడు ఆఫీసుకి వేసుకువెళ్ళేది" అంది ఆవిడ.

సంయుక్త పళ్ళు బిగించి, శరీరంలో వున్న శక్తి అంతా కేంద్రీకరించి ఆ బ్యాగ్‌ని లాగి, దాని కిందనుంచి బ్లూకలర్ షర్ట్ తీసి విమలమ్మకి అందించింది. ఇంతలో వీధిలో "కూరలమ్మా!" అంటూ పెద్దగా అరుపు వినిపించింది.

" ఓ అమ్మి ఇలా రా!" విమలమ్మ బియ్యం కడుగుతూ బదులు అరిచింది. కూరలమ్మాయి విన్నట్టులేదు, వెళుతోంది.

"సంజూ! కాస్త కూరలమ్మాయిని పిలువమ్మా!" విమలమ్మ చెప్పింది. సంయుక్త వీధిలోకి వెళ్ళింది. కూరలమ్మాయిని ఏమని పిలవాలో తెలియలేదు. అలాగే నిలబడింది. తర్వాత చప్పట్లు చరిచింది. కూరలమ్మాయి తిరిగిచూసింది. సంయుక్త రమ్మని సైగ చేసింది.

కూరలమ్మాయి వచ్చింది. విమలమ్మ కూరలు ఎక్కువ ఎక్కువ కొనేస్తోంది. "ఏంటి విమలమ్మగారూ! నా బండి అంతా కొనేసుకుంటున్నారు. అన్ని కూరలు ఎందుకు?" కూరలామె అడిగింది.

"ఇంట్లో బంధువులున్నారు అమ్మా."

"నన్ను పిల్చిన అమ్మాయి మీ బంధువులా?"

"అవును. మా అన్నకూతురు" సగర్వంగా అంది విమలమ్మ.

"ఆ అమ్మాయి మూగదా! మాట రాదా? సైగ చేసింది."

"ఇంకా నయం, బంగారంలాంటి పిల్ల. అలా తెలియకుండా అనవచ్చునా? తప్పుకదూ!" విమలమ్మ కూరలమ్మిని గట్టిగా కసిరింది.

వెనక నుంచి సంయుక్త సంభాషణ వింటోంది. సంయుక్తకి ఈ మాట వినగానే కోపం రాలేదు. ఫక్కున నవ్వు వచ్చింది. సంయుక్తకి జీవితం కొత్తగా

అనిపిస్తోంది. ఇక్కడ పాటించాల్సిన మర్యాదలులేవు. ఎవరి పని వారు చేసుకుంటారు. వంట మనిషి వస్తుందనీ, పనివాళ్ళు వస్తారని పడిగాపులు పడనవసరంలేదు. జీవితానికీ, మనిషికీ యిక్కడ నేరుగా సంబంధ బాంధవ్యం కనిపిస్తోంది. విమలమ్మగారు కూరలుబుట్ట మోయలేకపోతూ తెస్తుంటే, సంయుక్త "నేను తెస్తాను" అంటూ అందుకొని లోపలకి వచ్చింది.

"సంజూ! ఇలారా! మమ్మీ పిలుస్తోంది" సౌందర్య గుమ్మం దగ్గరకి వచ్చి పిలిచింది.

"ఏమిటి మమ్మీ?" సంయుక్త లోపలికి వచ్చింది. సౌందర్య చురచురా చూస్తోంది. భానుమతి కఠినంగా "పిచ్చివేషాలు వేయవద్దు. పనివాళ్ళలాగా ప్రతిదాంట్లో చేయి పెట్టద్దు. నువ్వెవరో మర్చిపోకు" అని హుకుం జారీ చేసింది.

సంయుక్త వెంటనే సమాధానం చెప్పబోయి తమాయించుకుంది. ఏడుపుతో వాచిన తల్లి ముఖం చూసి, ఆమెని ఇంకా బాధపెట్టడం ఇష్టం లేకపోయింది.

5

రెండు నెలలు ఇట్టే గడిచిపోయాయి. భానుమతికి భర్తపోయిన దుఃఖంకంటే, చేతిలో రూపాయి లేని ఘోరమైన పరిస్థితి ఎక్కువగా కుంగదీసింది. అన్నగార్లు చూపిన నిర్లక్ష్యాన్ని ఆమె క్షణం క్షణం తలుచుకొని కుమిలి కుమిలి ఏడుస్తోంది. ఒకరోజు పెద్దన్నగారు నారాయణరావు వచ్చి భానుమతిని, సంయుక్తని తన దగ్గర, సౌందర్యని, సంగీతని తమ్ముడు హరికృష్ణ దగ్గర అట్టేపెడతానని అన్నాడు. "ఈ కష్టంలో నన్నూ, పిల్లల్ని అలా విడదీసి వారాలవాళ్ళులాగా ఇళ్ళు అప్పచెబుతావా" అంటూ ఆయనని దులిపేసింది.

నారాయణరావు ఎర్రబడిన ముఖంతో, "భానూ! నువ్వు అలా అంటే నేనేం చెప్పలేను, నలుగురూ ఒకచోట వుంటే ఎన్నో రకాలుగా భారం అవుతుంది. అందులో మీ వదిన సంగతి నీకు తెలుసు" అన్నాడు.

"నాకు అందరి సంగతీ తెలుసు! నువ్వు నాకేం బిచ్చం వేయనవసరం లేదు, మేం ఎవ్వరికీ భారం అవం! మరీ అంత బతకలేకపోతే, ఇంత విషం తాగి ఈ భూమి భారమే తగ్గిస్తాం. పెళ్ళాం చేతిలో కీలుబొమ్మవి, నువ్వు ఇంతకంటే ఆదుకుంటావని నేను అనుకోలేదులే. మేం నీ ఇంటికి వచ్చినా, నీ భార్య చేతుల్లో మా పాట్లేమిటో నాకు బాగా తెలుసు" అంటూ జాడించేసింది.

"భానూ! రోజులు ఇదివరకులా కాదు. మారాయి. నీ నోరు కూడా తగ్గాలి."

"ఏమిటీ! నీకెంత ధైర్యం ఆ మాట అనడానికి. నీ కూతురు పెళ్ళికి అయిదు లక్షలు డబ్బు ఇచ్చి బ్యాంకుకి వడ్డీ మేం కట్టాం. ఆ రోజు ఏమన్నావు? భానూ! చర్మం ఒలిచి నీకు ఇచ్చినా నీ రుణం తీరదే అన్నావుగా చివరి మాటలు వెక్కిరిస్తూ, ఆయన గొంతు అనుకరిస్తూ అంది.

"డాడీ బతికి వుండగా ఒక్కరోజు మనల్ని తీసుకువెళ్ళలేదు. నేను చచ్చినా వాళ్ళింటికి రాను. వాళ్ళ దివ్య అంటే నాకు మంట. పుస్తకాలు బట్టిపట్టి ఫస్ట్ క్లాసులు తెచ్చుకోవడం పెద్ద గొప్ప అనుకుంటుంది." అంది సౌందర్య.

నారాయణరావు తల వాచిపోతున్నట్లు బాధగా చూశాడు. వాళ్ళని ఆదుకోవాలని, చేతనైతే సాయం చేయాలని అతను మనఃస్ఫూర్తిగా, భార్య తిరస్కారం కూడా లక్ష్య పెట్టకుండా వచ్చాడు. భానుమతి ఏం మారలేదు. సౌందర్యతో రెండు నిమిషాలు మాట్లాడితే తనకి వెర్రెక్కిపోతోంది. వచ్చినప్పటి నుంచీ ఇద్దరూ తన భార్యని, పిల్లల్ని విమర్శిస్తూనే వున్నారు. వాళ్ళని తీసుకు వెళ్ళేట్టయితే, సవాలక్ష షరతులకి లోబడి వాగ్దానం నిలుపుకోవాలిట.

"నేను వస్తాను మరి" నారాయణరావు వెళ్ళడానికి లేచాడు.

"నాకు గంపెడంతమంది వున్నారనుకున్నాను. మీరేది అడిగినా ఆయన ప్రాణం తీయించి నాకు కావాల్సిన పనులు చేయించాను. అప్పుడు మీరంతా నాకొంగు పట్టుకుతిరిగారు. ఇప్పుడు వంగి, వాలి మా ముఖాలు చూడటంలేదు. ఛీ... వెధవ చుట్టాలు" అంది భానుమతి.

"భానూ! ఆవేశం తగ్గించుకో! ముగ్గురు ఆడపిల్లలు పెళ్ళిళ్ళకి వున్నారు. కాస్త అందరినీ కలుపుకొనిపోవాలి నువ్వు" అన్నాడు నారాయణరావు.

"నా కంఠంలో ప్రాణం వుండగా అది జరగదు. నా పిల్లలకి పెళ్ళి చేయలేనని నేనేం భయపడడంలేదు. నువ్వు నాకేం నీతులు చెప్పనవసరంలేదు."

"సరే వస్తాను" అన్నాడు నారాయణరావు.

"అందరూ గోతి దగ్గర నక్కల్లా నేనేం నవ్వులపాలు అవుతానా అని చూస్తున్నారు. ఒక్కడూ నా మంచి కోరేవాడు లేడు. అందరికీ పిల్లలని చూస్తే ఏడుపే" అంది భానుమతి కసిగా. నారాయణరావు వెళుతున్న వాడల్లా వెనక్కి తిరిగాడు. ఏదో అనబోయాడు. తమాయించుకున్నాడు. 'ఇక నేనేం చేయలేను' అన్నట్టు మౌనంగా చేయి గాలిలోకి తిప్పి వెళ్ళిపోయాడు.

"అసలు ఈయన మనల్ని తీసుకువెళ్ళడానికి వచ్చాడా? లేక మనం ఈ మురికికూపంలో ఎలా బతుకుతున్నామో చూడటానికి వచ్చాడా?" సౌందర్య ఈసడిస్తూ అంది.

"అమ్మా! పోనీ మనం మామయ్య చెప్పినట్లు వింటే పోయేదేమో" అంది సంయుక్త. "మామయ్య చెప్పిన మాట సబబుగానే ఉంది. నలుగురినీ తీసుకెళ్ళి ఒక్కరూ భరించేకంటే, ఇద్దరు, ఇద్దరు వుంటే భారం కాస్త తగ్గుతుంది."

"అవును! ఈ కూపంలో నుంచి తప్పించుకున్నట్టయినా వుండేది" అంది సంగీత.

"ఎందుకు పదిసార్లు అలా అంటారు? మనం, మన సామాను వచ్చి అత్తయ్య మీద పడ్డాం. ఇంట్లో కాలు కదపడానికి జాగా లేకుండా ఆక్రమించు కున్నాం. అత్తయ్య మనల్ని దయతలచినందుకా."

సంయుక్త మాట పూర్తికాలేదు. సౌందర్య చేయిచాచి సంయుక్త చెంపని ఛెళ్ళుమనిపించింది.

"నోర్ముయ్! నేను ఇక్కడికి వచ్చినప్పటినుంచీ చూస్తున్నాను. నువ్వు ఆ ముసలావిడతో దూరి, మమ్మల్ని పరాయివాళ్ళుగా మాట్లాడుతున్నావు."

అరుస్తోంది సౌందర్య. సంయుక్త సౌందర్యని తిరిగి కొట్టడానికి చేయి ఎత్తింది. భానుమతి వచ్చి ఆ చేయి పట్టుకుని, విరిచేస్తున్నట్టు కిందికి దించింది. మీకు బుద్ధుందా! అసలే నేను మతిపోయి ఏడుస్తుంటే మీ గొడవ ఏమిటి? నోరు మూసుకోండి. నేను బెంగుళూరులో వున్న నా ఫ్రెండ్ కార్యాలయానికి రాశాను. మనం ఈ ఊళ్ళో బతకలేం. కాత్యాయని దగ్గరకి వెళ్ళిపోదాం. అంతవరకూ నోరెత్తకండి. సంజూ! నేను చూస్తున్నాను. ఈ మధ్య నీకు బాగా నోరు పెరిగింది. ఒళ్ళు దగ్గర వుంచుకో! జాగ్రత్త! అట్లా ఆవిడతో కలిసి పనిచేయవద్దని ఎన్నిసార్లు చెప్పాను? నువ్వేమన్నా ఈ ఇంట్లో పనిదానివా? ఏనాడయినా ఆ పనులు మనకి అలవాటున్నాయా? ఇదిగో! మీ ముగ్గురికీ చెబుతున్నాను. మీ నాన్న మన బతుకులను సర్వనాశనం చేసి వెళ్ళాడు. మనం ఏదైనా మార్గం చూసుకునేవరకూ మీరు ఓపికపట్టాలి. లేదంటే ఇంత విషం తెచ్చి ఇస్తాను. మింగి మీ నాయనలా చావండి. నా మాట అయినా వినాలి. లేకపోతే చావనయినా చావాలి మీరు. నా మీద మిమ్మల్ని పారేసి ఆయన దోవ ఆయన చూసుకున్నాడు. చేతిలో రూపాయి లేదు. ఉండటానికి ఇల్లులేదు. మీ ముగ్గురితో నేను నడిరోడ్డుమీద వున్నాను. నన్ను విసిగించకండి. కోపం తెప్పించకండి. నాకు ఇప్పుడు ఎవరిమీదా ప్రేమలేదు. జాలి అంతకంటే లేదు" అంది భానుమతి. ముగ్గురు ఆడపిల్లలూ ఈ మాట వినగానే ఖిన్నులయిపోయారు. మాటరానట్టు మూగబొమ్మలుగా మారారు. ఇంతలో వీధి తలుపుచప్పుడు అయింది. గదిలో వున్న ఎవ్వరూ కదలలేదు. ఎవరికి వారే తమని కాదన్నట్టు ఊరుకున్నారు.

"సంజూ! అమ్మా సంజూ!" విమలమ్మ పిలుస్తోంది. సంయుక్త తేరుకున్న దానిలా చూసింది. వెళ్ళి తలుపు తీసింది. ఎదురుగా విమలమ్మ మూడు పెద్ద డబ్బాలు బ్యాలన్స్ చేయలేక ఎలాగో పట్టుకుని నిలబడింది. కింద ఇంకో డబ్బా పెట్టి వుంది.

"ఏమ్మా ! మర దగ్గర నన్ను వదిలి మళ్ళీ వస్తా అత్తయ్యా అన్నావుగా, మర్చిపోయావా" ఆవిడ డబ్బాలు తెస్తుంటే సంయుక్త కిందపెట్టిన పెద్ద డబ్బా మోయలేక మోస్తూ పొట్టకి ఆనించుకొని ఆవిడ వెనుక తీసుకుని వెళ్ళి వంట ఇంట్లో పెట్టింది.

వయసులో వున్న తానే ఆ బరువు మోయలేక నాలుగు అడుగులు వేసేసరికి ఆయాసపడింది. ఈ పెద్దామె వీధి చివర వున్న మరనుంచి ఎలా తెచ్చిందో! ఆమె ఆయాసంతో, ఊపిరి అందనట్టు పీలుస్తోంది. ఒంటినిండా చెమట కారుతోంది.

వంటింట్లో కింద చతికిలబడి, కొంగుని విసురుకుంటూ, "కాసిని మంచి నీళ్ళు ఇవ్వు తల్లీ" అంది విమలమ్మ. సంయుక్త వెంటనే వెళ్ళి కుండలో వున్న నీళ్ళు గ్లాసుతో ముంచి తెచ్చి ఇచ్చింది. ఆవిడ తాగుతూంటే ఆవిడ చెయ్యి వణకు తోంది. గబగబా తాగుతోంది.

సంయుక్త ఆవిడ దగ్గర మోకాలి మీద కూర్చుంది. ఆవిడ చేయిమీద చేయి ఆనించి క్షమాపణగా చూస్తూ, "సారీ అత్తయ్యా! మామయ్య వచ్చాడు. ఆ గొడవలో మర దగ్గరకి మళ్ళీ వస్తానన్న మాట మర్చిపోయాను. క్షమించు" అంది. విమలమ్మ గ్లాసు కిందపెట్టి సంయుక్త తలమీద చేయి వేసింది. "పిచ్చి పిల్లా! ఈ కాస్తదానికే అంత పెద్ద మాటా? ఏదో వస్తానని అన్నావు కదా అని అడిగాను."

"లేదత్తయ్యా! నేను వస్తానన్నాననే కదా ఇంత బరువు తీసుకువెళ్ళావు. మేం నిన్ను చాలా శ్రమపెడుతున్నాం అత్తయ్యా" అంది సంయుక్త. ఆ క్షణంలో సంయుక్త ఆవిడని దగ్గరకి తీసుకుందో లేక సంయుక్త తానే ఆవిడ గుండెలకి దగ్గరకి జరిగిందో - సంయుక్త తల ఆమె గుండెలో ఒదిగిపోయింది.

"నువ్వు వట్టి పిచ్చిపిల్లవి. శ్రమ ఏమిటే అమ్మా! మీరు నాకు పరాయివాళ్ళా! నేను నీకు చెప్పానుగా. వాసుకి చదువుకునేటప్పుడు పరీక్ష ఫీజు మీ నాన్న కట్టాడని, తరువాత నాకు డబ్బు సమకూరడంతో తీసుకువెళ్ళి ఇస్తే కూడా మీ నాన్న తీసుకోలేదు. ఆ రోజు ఆ ఫీజు కట్టకపోతే వాసు పాసయ్యేవాడూ కాదు, వాడికింత మంచి ఉద్యోగం వచ్చేదీకాదు. ఒకళ్ళకి ఒకళ్ళు కష్టకాలంలో ఆదుకోకపోతే ఎలా?" అందామె.

సంయుక్తకి ఆవిడ మాటలు చాలా హాయిగా వున్నాయి. ఆవిడ గొంతులో లీలగా తండ్రి కంఠం పోలిక. ఆ మాటలు విరిచే తీరు అచ్చు అదే!

గుమ్మంలో అలికిడి అయింది. సంయుక్త తలెత్తి భయంగా చూసింది. తల్లి ఇది చూస్తే ఎంత తిట్టేస్తుందో!

కానీ గుమ్మంలో ఎదురుగా వసంత్ కనిపించాడు. తల్లి గుండెలమీద చిన్నపిల్లలా తలదాచుకుని ఉన్న సంయుక్తని, సంయుక్త తల నిమురుతున్న తల్లిని అతను అర్థంకానట్టు మార్చి మార్చి చూశాడు. సంయుక్త కళ్ళు తుడుచుకుంటూ వెంటనే లేచింది.

"అబ్బాయి వచ్చాడు అన్నానికి, పెట్టాలి" ఆవిడ లేవబోయింది. కానీ నడుం కదలనివ్వలేదు. నొప్పిని భరిస్తూ ఆగిపోయింది.

"నేను పెట్టుకుంటానమ్మా" అన్నాడు వసంత్.

"నేను పెడతానత్తయ్యా!" సంయుక్త చనువు తీసుకుని వెళ్ళి పీట వాల్చింది. కంచంలో వడ్డించటానికి మూతలు తీసింది. పొద్దుట తామంతా చిక్కుడు కాయ కూర బ్రహ్మాండగా వుందని, 'నాకు కావాలి, నాకు కావాలి అని అడిగి వేయించుకుని తిన్నారు. ఇప్పుడు వసంత్‌కి అది అడుగున ఎక్కడో కాస్త వుంది. "అత్తయ్యా! కూర –" అంది సంయుక్త.

"అయిపోయిందిలే. ఆ పక్క గాజుగిన్నెలో ఆవకాయ వుంది వెయ్యి" అంది ఆవిడ.

సంయుక్త వడ్డించి ప్లేటు తెస్తుంటే, "నేను పెట్టుకుంటాను" అన్నాడు వసంత్ మొహమాటంగా. సంయుక్త ఇవతలికి వచ్చింది. గదిలో నుంచి తల్లి, సౌందర్య ఏదో ఘర్షణ పడుతున్నట్టు మాటలు వినిపిస్తున్నాయి.

సంయుక్త పెరట్లోకి వచ్చింది. పెరటివైపు పెద్ద కొండ వుంది. తమ సామాను వచ్చిన తర్వాత వసంత్ ఆ కొండ అంచుకి, ఇంటిప్రహరీ గోడకి కలిపి రేకులతో షెడ్ వేశాడు. మంచాలు, సోఫాలు వీలయినన్ని అందులో కుక్కినట్టు పెట్టారు. అవి కనిపించకుండా చుట్టూ తడికలు బిగించాడు. వసంత్ పడక రాత్రి అక్కడే. అక్కడే చిన్న టేబుల్, కుర్చీ, టేబుల్ ల్యాంప్ వున్నాయి. వసంత్ రాత్రి పొద్దుపోయేవరకూ అక్కడ పనిచేసుకుని, అక్కడే వున్న తమ డైనింగ్ టేబుల్‌మీద నిద్రపోతాడు. అతను ఈస్ట్రన్ స్టార్ పేపర్‌కి పనిచేస్తున్నాడు. ఎక్కువగా సాహిత్యపరమయిన ఇంటర్వ్యూలు, సాంస్కృతిక వ్యాఖ్యానాలు వుంటాయి. ఆదివారం అతను ఇచ్చే లిటరేచర్ స్పెషల్ పేజీగా వుంటుంది.

సంయుక్త మధ్యాహ్నం వేళ అప్పుడప్పుడు వచ్చి ఇక్కడ కూర్చుంటుంది. ఇప్పుడూ అలాగే కూర్చుంది. చెవుల్లో ఇంకా తల్లి అన్న మాటలే 'ఇంత విషం తెచ్చి ఇస్తాను, మింగి మీ నాయనలా చావండి. నా మాట అయినా వినాలి. లేకపోతే చావనయినా చావాలి మీరు. నాకు ఇప్పుడు ఎవరిమీదా ప్రేమలేదు' సంయుక్తకి కళ్ళలో నుంచి జలపాతాలు ఉరికి వచ్చేస్తున్నాయి.

చచ్చిపోయిన తండ్రిని ప్రతి నిమిషం తిడుతూనే వుంటుంది అమ్మ. ఆయనేం చేస్తాడు! బ్రతికినన్నాళ్ళూ రాత్రింబవళ్ళు కష్టపడ్డాడు. డబ్బు సంపాదించటానికి పడే శ్రమలోనే ఆయన జీవితం గడిచిపోయింది. అమ్మకి డబ్బు ఖర్చు పెట్టడంలో, సంతోషం పొందడంలో సంవత్సరాలు దొర్లాయి. లెక్కల్లో ఎప్పుడూ తనకి అప్పులు రాబడికి మించి రెడ్ సిగ్నల్ చూపిస్తున్నాయని తెలుస్తుంటే, అమ్మ దగ్గర సణిగితే ఆవిడ పట్టించుకోలేదు. ఏదైనా ఖర్చు వారించబోతే, "చిన్నా పెద్ద లేకుండా మాట్లాడకు. నాకే చెప్పేంత పెద్దదానివి అయ్యావా? అని కళ్ళెర్రచేసేది. అమ్మ ఎప్పుడూ అంతే! ఎదుటివారిని విపరీతంగా విమర్శిస్తుంది. తప్పులెన్ని తూర్పారపడుతుంది. తనలో లోపం చూపిస్తే అగ్గిమీద గుగ్గిలం అవుతుంది. తాను అంత ఖచ్చితంగా ప్రవర్తిస్తానని ఆవిడ అతిశయం. తాను, తన పిల్లలు ఈ ప్రపంచంలో అందరికంటే వేరు అని ఆవిడ అహంభావం. దాంతోనే తమని ఎవరితోనూ కలవనిచ్చేదికాదు, "ఈ ప్రపంచంతో మనం సర్దుకుపోవాలి" అన్నది నాన్న నమ్మిన వేదం. 'ఈ ప్రపంచాన్ని తృణప్రాయంగా చూడాలి' అన్నది అమ్మ ప్రగాఢ నమ్మకం. సౌందర్య సహజంగా అమ్మ మాటలు నమ్మింది. తనకేమో నాన్న చెప్పిన మాటలే సబబుగా వుండేవి.

అమ్మ అహంభావం నాన్న పోయిన తర్వాత రవ్వంత కూడా తగ్గలేదు. ముఖ్యంగా విమలత్తయ్య, వసంత్‌ల విషయంలో మరీ దారుణం. వాళ్ళు మనకి ఆశ్రయం యిచ్చారు అన్న గౌరవంగానీ, కృతజ్ఞతగానీ లేనేలేవు. 'నా పాత చీరెలు మొహాన పడేస్తే ప్రసాదంలా తీసుకునే మనిషి ఇంటికి నేను వచ్చి వుండాల్సి వచ్చింది' అని ఒకటే బాధపడుతోంది.

ఈ ఇంటికి వచ్చిన మొదటి వారం రోజులూ ఏడుస్తూనే గడిచిపోయాయి. ఎవరో ఒకరు వచ్చి తమని ఈ మురికి గుంటలో నుంచి ఎత్తుతారని గంపెడంత ఆశతో వున్నారు. రానురానూ-రోజులు గడుస్తున్న కొద్దీ అది ఎండమావి అని తేలిపోయింది. ఈ బీద ఆడబడుచు ఇంట్లో తాను, కూతుళ్ళు తలదాచుకున్నట్టు గడుపుతూ, సిగ్గుతో చితికిపోతుంటే ప్రతి ఒక్కరూ అడ్రస్ తెలుసుకుని మరీవచ్చి పలకరించి, "అయ్యో! ఇక్కడున్నారా?" అని సానుభూతి చూపించి వెళుతున్నారు.

తల్లి ఒక్కొక్కరు వచ్చి వెళ్ళిన రోజున ఒక్కో రకమయిన హిస్టీరియా వచ్చినట్టు చేస్తోంది. బయట మనుషులుకాదు. ఆవిడ అహం ఆవిడని కాటేస్తోంది. 'నేనా! ఈ కొంపలో వుండాల్సి రావటమా' అని ఆవిడ జుగుప్సతో క్షణ క్షణం అసహ్యించుకుంటూ తనకి తానే నరకం పెట్టుకుంటోంది.

అన్నింటికంటే విమలత్తని ఈసడింపుగా మాటలు అనటం. మాటి మాటికి అమ్మ ఆవిడని 'ఆ పక్షి' అనటం, సౌందర్య "ఆ ముసల్ది" అనటం తాను వినలేకపోతుంది. వచ్చి రెండు నెలలు దాటిపోతోంది. ఇంట్లో చాలా ఖర్చు అవుతోంది. మామూలుగా జమాఖర్చు రాసే తనకి డబ్బు ఎంత ఖర్చు అవుతుందో బాగానే అంచనా తెలుస్తోంది. నెల రోజుల క్రితం ఇక ఉండబట్టలేక, సౌందర్య కావాలన్న సోప్స్, క్రీమ్స్ వసంత్ తెస్తే బిల్స్ అడిగి తీసుకుని లెక్క రాయడం ప్రారంభించింది.

"ఈరోజు వాసు మనకోసం నాలుగు వందల రూపాయలు ఖర్చు పెట్టాడు తెలుసా?" అంది సంయుక్త.

"నాలుగువందలా! ఎందుకు?" అంది భానుమతి. సంయుక్త బిల్స్ చూపించింది. నూటయాభైరూపాయల డ్రైక్లీనింగ్ బిల్స్ వున్నాయి. భానుమతి ఫ్రెండ్స్ సీతాలక్ష్మి వాళ్ళు వచ్చినప్పుడు స్నాక్స్, కూల్‌డ్రింక్స్ 120 రూపాయలు వున్నాయి. మిగతావి కూరలు, ఇంట్లోకి మిగతాసామాను.

"సరేలే! ఎప్పుడో ఒకసారి నా దగ్గరకి వచ్చినప్పుడు అతని ముఖాన పడేస్తాను" అంది భానుమతి.

"అవునవును! వసంత్ ఇప్పుడు వస్తువులు తెచ్చి మన ముఖాన పడేశాడు కదా! మనం డబ్బు పడేద్దాం" అంది సంయుక్త.

"ఏమిటి వాగావు?" భానుమతి వచ్చి జుట్టుపట్టి లాగి ముఖం ఎత్తింది. చిత్రంగా సంయుక్తకి భయం వేయలేదు. "జుట్టు వదులు అమ్మా" అంది.

భానుమతి ఏమనుకుందో వదిలేసింది.

అమ్మ, సౌందర్య, సంగీత – ముగ్గురూ ఇంట్లో విమలత్త అంత పనీ చేస్తుంటే ఒక్కదానికి సాయంరారు. తాను ఆవిడ కష్టం చూడలేక ఏదయినా చేయబోతే, తల్లి వెంటనే "సం...జూ!" ఇలారా" అని పిలుస్తుంది.

ఒకసారి తాను కావాలనే వెళ్ళలేదు. ఆవిడే చరచరా గదిలో నుంచి వచ్చేసింది. విమలత్తయ్యతో, "ఇదుగో! మా ఖర్మకాలి, నాలుగురోజులు మీ ఇంట్లో

ఉండటానికి వచ్చాం. ఏనాడయినా మీ గడప తొక్కానా నేను? నా పిల్లలని పనిమనిషిగా చేసి, నా మీద కసితీర్చుకోకండి మీరు"అనేసింది.

విమలత్తయ్య విస్తుపోయింది. "అదేం మాట భానూ! నేను పిల్లల మీద కసి తీర్చుకుంటానా? అయ్యో! ఇంతమాట అనేశావేమిటి? సంజూ! నువ్వు ఏ పని చేయవద్దని నేను చెబుతున్నానా, లేదా" అంది నొచ్చుకుంటూ. వసంత్ అక్కడే వున్నాడు. స్టవ్ రిపేరు చేస్తున్న అతను దాన్ని పక్కన పెట్టేసి, చేతులు కడుక్కుని వెళ్ళిపోయాడు.

రాత్రి పొద్దుపోయింది. సంయుక్తకి నిద్ర రాలేదు. పడక గదిని అమ్మావాళ్ళు పూర్తిగా సొంతం చేసుకున్నారు. వసంత్ ఆ ఛాయలకి కూడా రావడానికి వీలులేదు. అతను తాము వచ్చినప్పటినుండి డ్యూటీ నుంచి రాత్రి పొద్దుపోయి ఇంటికి వచ్చిన తర్వాత అందరూ పడుకున్నారని తెలిసి స్నానం చేస్తాడు. అతను స్నానం చేయగానే అత్తయ్య బాత్‌రూమ్‌లో సర్ఫ్ నీళ్ళువేసి ఒకటికి రెండుసార్లు కడుగుతుంది. సంయుక్తకు ఇది చాలా అన్యాయం అనిపిస్తోంది. అత్తయ్య మీద అంత భారం వేసి అధికారం చలాయించడానికి అమ్మకి ఏం అధికారం వుంది? వసంత్‌కి అతని ఇల్లును అతనికే పరాయి ఇల్లులా చేశారు. అయినా, వాళ్ళు సహజంగానే వున్నారు.

వసంత్ రాత్రి భోజనానికి రాలేదు, పొద్దుపోయి వచ్చాడు. అత్తయ్య "అన్నానికి రా" అంది. "ఆకలిగాలేదు" అని వెళ్ళిపోయాడు. అత్తయ్య లేచి వెళ్ళింది. సంయుక్తకి మధ్యాహ్నం నుంచీ వసంత్‌కి 'సారీ' చెప్పాలని ప్రాణం కొట్టుకుంటోంది. అమ్మ, సౌందర్య, సంగీత భోజనాలు చేసేశారు. అత్తయ్య వసంత్ అలిగి వెళ్ళాడని తాను భోజనం చేయకుండా కూర్చుంది. తానూ కూర్చుంది. తినాలపించలేదు. అమ్మా వాళ్ళకి అసలు అలా అవమానం చేశామని గుర్తులేదు.

సంయుక్త లేచి దొడ్లో షెడ్ దగ్గరికి వచ్చింది.

అత్తయ్య బతిమలాడుతోంది. "నువ్వు బుద్ధి తెలిసిన వాడివి. ఏమిటీ కోపం? వాళ్ళేదో కష్టంలో వుండి అన్నారు. ఒక్కమాట ఓర్చుకుంటే మన సొమ్మేం పోతుంది."

"అమ్మా! నేనేం అనలేదు. నాతో ఎందుకు చెబుతావు?" వసంత్ తీవ్రంగా అన్నాడు.

"మధ్యాహ్నం ముఖం మాడ్చుకుని వెళ్ళావుగా-ఏదో నాలుగు రోజులు! ఆడపిల్లలు వయసులో వున్నారు. కష్టం తెలియకుండా పెంచాడు మామయ్య. అత్తయ్య బాధలో ఏదో అంటే నువ్వు పట్టించుకోవాలా?"

"నేనేమన్నానమ్మా! నీ మాట నేనేమన్నా కాదన్నానా" అన్నాడు వసంత్.

"అనలేదులే! నువ్వు బంగారు తండ్రివి, రా భోజనానికి."

"నాకు ఆకలి లేదు"

"మళ్ళీ అదే మాట."

సంయుక్త ప్లేట్‌లో అన్నం పెట్టి తెచ్చి గుమ్మంలో నిలబడింది. "వాసూ" అని పిలిచింది. గుమ్మంలో సంయుక్తని చూడగానే అతను అలవాటుగా, గౌరవంగా కుర్చీలో నుంచి లేవబోయాడు.

"కూర్చో వాసూ! అలా లేవద్దని చెప్పానా" అంటూ సంయుక్త లోపలికి వచ్చింది.

"సారీ వాసూ! మేము మీ యింటికి వచ్చి మీ మీద పెత్తనం చెలా యిస్తున్నాం. మేము చదువుకున్న మూర్ఖులం. మా మతులు సరిగ్గా వున్నా కూడా మేము ఇంతే. నువ్వు మామీద కోపం తెచ్చుకుని, మా అందరినీ మీ ఇంట్లోంచి పంపించే మార్గం చూడు. అంతేగానీ, అత్తయ్యమీద, ఇలా అన్నం మీద కోపం తెచ్చుకోకు. డాడీ ఎప్పుడూ చెబుతుండేవాడు. అన్నం మీద ఎప్పుడూ ఆగ్రహం తెచ్చుకోకూడదట."

సంయుక్త టేబుల్ దగ్గరకి వచ్చి అతని ఎదురుగా కంచం పెట్టింది.

"చూడరా వాసూ! సంజూ ఎలా అంటోందో! దాని మనసుకి కూడా బాధగానే వుంది" అంది

"నిజంగా సారీ చెబుతున్నాను వాసూ" అంది సంయుక్త.

వసంత్ తల దించుకున్నాడు. "నేనెవరిని క్షమాపణలు కోరటం లేదు" అన్నాడు.

"నువ్వు అడగకపోయినా చెప్పాలి నేను. అమ్మకి నాన్న సంపాదించిన డబ్బు నీళ్ళలా ఖర్చుపెట్టడమే తప్ప, ఒక్క రూపాయి సంపాదించే మార్గం ఏమిటో తెలియదు. డాడీ మా భవిష్యత్తుని యింకా బంగారు కోట చేయాలని షేర్స్ కొని, దివాలా తీసి అప్పులపాలు అయ్యారు. ఈ రోజు మేం ఇల్లు, అమ్మ నగలు అమ్మగా, ఇంకా తీర్చాల్సిన అప్పులే నాలుగు లక్షలున్నాయి. అమ్మకి పిచ్చి ఎక్కిపోతోంది. అమ్మ ప్రాణ స్నేహితులు అనుకున్న వాళ్ళంతా ఆదుకోకుండా ముఖాలు చాటేశారు. అమ్మ" సంయుక్త ఇంకా చెప్పబోతుంటే, వసంత్ చెయ్యి ఎత్తి సున్నితంగా వారించాడు.

"నాకు తెలుసు ఆ బాధ" అన్నాడు.

"మరి ఎందుకురా ఆ మాటలు పట్టించుకుంటావు?" అంది విమలమ్మ.

వసంత్ భోజనం చేయసాగాడు.

"వాసూ! ఇంట్లోకి సామాను తీసుకురావాలి నాయనా" అంది విమలమ్మ.

"చెప్పు. లిస్ట్ రాస్తాను."

"ఊహూఁ! ఆ పని సాయంత్రం సంయుక్త చేత చేయించానులే. సంజూ! ఎక్కడమ్మా ఆ కాగితం?" అడిగింది విమలమ్మ.

"ఇక్కడే పెట్టానత్తయ్యా" సంయుక్త వసంత్ భోజనం చేస్తున్న టేబుల్ సొరుగు లాగుతుంటే, భోజనం చేస్తున్న అతను కుర్చీని కాస్త పక్కకి జరుపుకున్నాడు. సంయుక్త లిస్ట్ ఇచ్చింది.

వసంత్ భోజనం అయింది. చేయి కడుక్కొని వచ్చి టేబుల్ తెరిచి, లిస్ట్ అందులో పెడుతున్న వాడల్లా ఆగిపోయాడు. అక్కడ కాగితాలు టైప్ చేసిన దొంతర ఫైల్‌చేసి నీట్‌గా వుంది.

"ఇదేమిటి? ఇదెవరు టైప్ చేశారు?" నమ్మలేనట్టు పేజీలు చూస్తూ అడిగాడు.

"నేనే!" అంది సంయుక్త.

"మీరా?"

"అవును!"

"మీకు టైప్ వచ్చా?"

"డాడీ డ్రాఫ్ట్స్ నేనే చేసేదాన్ని. జమాఖర్చులు, డాడీ ఉత్తరాలు అన్నీ చేసేదాన్ని. నేను ఎప్పుడు నేర్చుకున్నానో తెలియదు. డాడీ టైప్ చేస్తుంటే నా ఆరవ ఏటనుంచి ఒళ్ళో కూర్చొని చూసేదాన్ని. ఆరో తరగతిలోకి వచ్చేసరికి చిన్న చిన్నవి టైప్ చేయడం డాడీ నేర్పారు..." సంయుక్తకి కళ్ళలో నీటి తెర వచ్చేసింది. ఏ ప్రసక్తి వచ్చినా డాడీ గురించిన జ్ఞాపకాలకి మనసు వెళుతోంది. వసంత్ అంతగా అడగకపోయినా వివరాలు చెబుతోంది. వాళ్ళు సానుభూతిగా వింటారుతప్ప విసుక్కోరు. సంయుక్త తాను అనవసర వివరాలు చెబుతున్నానని గుర్తుకువచ్చి మానేసింది.

"అబ్బా! చాలా వున్నాయి కదా. ఓ-అన్నీ చేసేశారన్న మాట' అన్నాడు వసంత్ కాగితాలు చూస్తూ.

"నువ్వెళ్ళిన తర్వాత ఇక్కడే వచ్చి కూర్చుంటుందిరా. అన్నానికి పిలిస్తే రాలేదేమిటి అని వచ్చి చూస్తే టైప్ చేస్తోంది. సాయంత్రం నాలుగు గంటలకి తింది అన్నం" అంది విమలమ్మ.

వసంత్ సంయుక్త వైపు పూర్తిగా కళ్ళెత్తి చూడకుండానే "మీరు ఇవాళ నాకు చాలా శ్రమ తప్పించారు. చాలా థ్యాంక్స్" అన్నాడు సంతోషంగా.

అతను గబగబా పేజీలు తిప్పుకుంటూ చూస్తున్నాడు. "అరే! ఇదేమిటి? ఈ చివర పేరా నేను రాయలేదే" ఒరిజనల్‌లో వెతుక్కుంటూ అన్నాడు.

"నేనే చేర్చాను. మీరు రాసిన ఆర్టికల్ అంతా బాగుంది. మధ్యలో ఒకచోట ఒక పేరాకి, ఇంకో పేరాకి లింక్ సరైన వాక్యాలు రాలేదు. నేను అది సరిచేశాను. చివర మీరు సడన్‌గా ఎండ్ చేశారు. నేను ఈ పేరా చేర్చాను. బాగుందనిపిస్తే వుండనీయండి. లేకపోతే తీసేయండి" అంది సంయుక్త.

"చాలా బాగుంది" వసంత్ సంతోషంగా అన్నాడు.

"సంజూ! నీకు ఎన్నిసార్లు 'వాసుని మీరు' అనవద్దని, 'నువ్వు' అని పిలవమని చెప్పాను" అంది విమలమ్మ.

"అవును! నువ్వు అంటున్నాను కానీ, మధ్యలో మర్చిపోయి గౌరవించేస్తున్నాను. నాకు చెప్పినమాట నీ కొడుక్కి ఎందుకు చెప్పవు అత్తయ్యా?" అంది సంయుక్త.

"వాడికీ చెప్పాను-వాసూ! 'సంజూ!' అని పిలవకుండా మీరు-మీరు అంటావేరా? పరాయివాడిలాగా" మందలించింది ఆవిడ.

"సంయుక్తా! ఇటీజ్ రియల్లీ వండర్‌ఫుల్" అన్నాడు వసంత్.

"థ్యాంక్‌యూ!" అంది.

విమలమ్మ వసంత్ తిన్న కంచం తీసుకుని వెళ్ళిపోయింది.

"నిజంగా అది మీకు నచ్చిందా?" అడిగింది సంయుక్త.

"చాలా!" అన్నాడు వసంత్.

"ఆ కాగితాలు ఎన్ని వున్నాయి?" అడిగింది.

"నలభై ఆరు."

"పై పేజీ కలిపి నలభై ఏడు. వాటిని బయట టైప్ చేయిస్తే ఎంత అవుతుంది ఖర్చు?" సంయుక్త సీరియస్‌గా అడిగింది.

వసంత్ లెక్కవేసి చెప్పాడు.

"ఆ మొత్తం డబ్బు నాకివ్వాలి" అంది సంయుక్త.

వసంత్ తెల్లబోయినట్టు చూశాడు.

"ఆ కాగితాలు నేను కాలక్షేపం కోసంగానీ, సరదాకిగానీ టైప్ చేయలేదు. డబ్బుకోసం చేశాను.

అతను ఇంకా దిమ్మెరపోయినట్టు సంయుక్తని చూస్తున్నాడు.

"పై పేజీ కలిపి 47 పేజీలు. మీ లెక్క కరెక్ట్‌గానే వుంది" అంది.

వసంత్ గబగబా ప్యాంట్ జేబులోనుంచి పర్స్‌తీసి టేబుల్ మీద పెట్టి, అందులో నుంచి డబ్బుతీసి, గబగబా లెక్కపెట్టి సంయుక్త ముందు పెట్టాడు.

సంయుక్త తీసుకొని సరిచూసింది.

"థ్యాంక్స్! డబ్బు ఇచ్చినందుకు కాదు. నేను ఇంట్లోనే వుండి ఈ డబ్బు సంపాదించగల పని ఇచ్చినందుకు." సంయుక్త డబ్బు జాగ్రత్తగా బొత్తిపెట్టి మళ్ళీ వసంత్ ముందు పెట్టింది. "ఈ డబ్బు మేము మీకు బాకీ వున్న మొత్తంలో చెల్లువేయండి" అంది.

"బాకీయా, నాకా?". వసంత్ అయోమయంగా చూశాడు.

"అవును. మేం ఈ ఇంట్లో అడుగుపెట్టినప్పటి నుంచి మీరు మాకు చేసిన ఖర్చు ప్రతి పైసా గుర్తుతెచ్చుకుని నేను రాశాను. నెలరోజుల నుంచే రోజూ ఖచ్చితంగా రాస్తున్నాను. ఆ పుస్తకం ఇక్కడే వుంది" అంటూ సంయుక్త టేబుల్ అడుగు సొరుగులాగి, నోట్‌బుక్ తీసి చూపించింది. అందులో తారీఖువారీగా వసంత్ ఇంట్లోకి తెచ్చిన ప్రతి సామాను ఖర్చు రాసి వుంది.

వసంత్ భుజాలు కుదించాడు. "సిల్లీ! మన డబ్బు మనం ఖర్చు పెట్టుకున్నాం. దానికి లెక్కలెందుకు? డబ్బు సంపాదించేది ఖర్చు పెట్టుకోవడానికేగా" అన్నాడు.

"ఇది మన డబ్బు కాదు. మీ డబ్బు మా కోసం ఖర్చు పెట్టారు. ఇందులో ప్రతి రూపాయి మేం తిరిగి ఇవ్వాలి" అంది సంయుక్త.

"నేను అడగడంలేదు" అన్నాడు వసంత్.

"అడగకపోయినా ఇవ్వాల్సిన బాధ్యత మాకుంది. మా దగ్గర లేనప్పుడు మీరు బాధ పెట్టడంలేదు. వచ్చినప్పుడు ఇస్తే కాదనకుండా తీసుకోండి." అంది.

వసంత్ సంయుక్తని కొత్తమనిషిని చూసినట్లు చూస్తున్నాడు.

ఇంతలో "సంజూ" భానుమతి కేక వినిపించింది.

సంయుక్త వెళ్ళబోతూ ఆగి వెనక్కి తిరిగి, "మీరెప్పుడూ మా ఇంటికి రాలేదు. ఈ ఆపదలో మీరు మాకు గొడుగు పట్టినట్టు నీడ ఇచ్చారు. మీ మేలు జన్మలో మర్చిపోలేను. థ్యాంక్ యూ వాసూ!" చివరిమాట నిండైన చిరునవ్వుతో అంది.

సంయుక్త వెళ్ళిపోయింది. ఆమె చిరునవ్వుతో స్నేహ పరిమళం ఆ గదంతా నిండినట్టు అనిపించింది వసంత్‌కి.

"ఏమిటి ఈ రాచకార్యాలు అర్ధరాత్రి? బుద్ధి వుందా? ఒంటిమీద తెలివి వుందా నీకు?" భానుమతి అరిచింది.

"నిద్రపో మమ్మీ! ఎందుకు అరుస్తావు...?" అంది సంయుక్త ఓర్పుగా.

భానుమతి ఒక్క అడుగు సంయుక్తవైపు వేయబోయి తమాయించుకుని ఆగింది. ఆవిడ కళ్ళు నిప్పులు కక్కుతున్నాయి.

సంయుక్త దిండు తీసుకువెళ్ళి ముందు గదిలో సోఫామీద వేసుకొని పడుకుంది.

వంట ఇంట్లో చాపమీద అత్తయ్య దిండు లేకుండా మోచెయ్యి మీద తల పెట్టుకుని పడుకుంది. సంయుక్త వెళ్ళి ఆవిడ తల మెల్లగా ఎత్తిపట్టుకుని తన దిండు ఆవిడ తలకింద పెట్టింది. పగలంతా చాకిరితో అలసిపోయిన ఆవిడ కళ్ళు తెరవలేదు. నోరు తెరిచి పెదవులు విడివడిపోయి ఒళ్ళు ఎరగనట్టు నిద్రపోతోంది. ఆవిడ తమ కుటుంబం వచ్చిన తర్వాత గడియారం వెంటే చాకిరీ చేస్తూ పరుగులు తీస్తోంది. ఒక్కసారి కూడా విసుక్కోదు. సంయుక్త తన చేతిలోని దుప్పటి ఆవిడకి కప్పింది.

ఆ క్షణంలో ఆవిడని చూస్తుంటే సంయుక్తకి ఎంతో గౌరవాభిమానాలు కలుగుతున్నాయి. సంపాదించి ఇల్లు నడిపే కొడుకున్నాడు. ఆవిడ చిన్న ప్రపంచంలో ఆవిడ చాలా గర్వంగా వుండవచ్చు. కానీ, ఆవిడకి ఆ ధ్యాసే లేదు. కష్టపడడానికే ఈ జీవితం అన్నట్టు, శ్రమించడానికే ఈ జీవితం అన్నట్టు శ్రమపడుతూ వుంటుంది. ఎంత సహనం! ఇల్లంతా వేరేవాళ్ళు ఆక్రమించుకొని ఇబ్బంది పెడుతుంటే ఆ బాధేలేదు. 'పాపం! కష్టంలో వుండి వచ్చారు. వాళ్ళకి అన్ని వసతులూ మనకి చేతనయినవి చేయాలి' అని తాపత్రయపడుతుంది. తల్లీ కొడుకుల మధ్య ఎనలేని ఆపేక్ష. పరస్పర గౌరవం. ఒకరి నీడలో ఒకరు బతుకు తున్నట్టు నిశ్చింతగా వున్నారు. సంయుక్తకి వారి బాంధవ్యం చూడముచ్చటగా అపురూపంగా అనిపిస్తోంది.

సంయుక్త వచ్చి సోఫా మీద పడుకుంది. అవతల బెడ్‌రూమ్‌లో భానుమతి ఏడుస్తోంది.

అలా ఎన్నాళ్ళు ఏడుస్తుంది?

ఆవిడ బాధ సంయుక్తకి బాగా అర్థం అవుతోంది. ఆవిడ ఇంట్లో ఆవిడ ఒక మహారాణి. ఆవిడ కుటుంబానికి ఆవిడ ఒక నియంత. భర్త, పిల్లలు ఆవిడ కనుసన్నల్లో బతికారు. ఆవిడ మాటని తు.చ. తప్పలేదు. ఇన్నాళ్ళూ అది బాగానే వుంది. కానీ, ఇప్పుడు రథచోదకుడు కూలిపోవడంతో రథం కూలిపోయింది. దాన్ని బయటకితీస్తే సమర్థంగా దాన్ని నడపటం ఆవిడకి రాదు. ఎంతసేపూ ఎదుటివారికి పనులు పురమాయించడమే తెలుసు ఆవిడకి. ఎదుటివారిలో తప్పులు వెతికి, వెతికి వారి ప్రవర్తనని చీల్చి చెండాడడమే ఆవిడ ప్రతిభ. డాడీని ఆవిడ మాటలతో తరిమి తరిమి డబ్బు సంపాదించేటట్టు చేసేది. ఆయన ఆలసటని ఆవిడ అసమర్థత అని వెక్కిరించేది.

డాడీ ఎప్పుడూ అనేవారు. "మీ అమ్మ దృష్టిలో నేనెప్పుడూ ఒక పందెపు గుర్రాన్ని. ఎప్పుడూ గెలుస్తూ వుండాలి. అది ఆవిడకి తీరని దాహం!"

"ఎందుకు ఎదురు తిరగవు డాడీ!" అంటే – "అది నా బలహీనత. బలహీనతలు వుంటే మనిషి జీవితాన్ని ఫణంగా పెట్టాల్సి వస్తుంది. నేనూ అంతే చేస్తున్నాను" అనేవారు. ఆయన హఠాన్మరణంతో అమ్మ అందాల స్వర్గసౌధం నిలువునా కూలిపోయింది. డబ్బు పోవడంతో ఆవిడ పాదాల కింద నేల జరిగిపోయింది. ఆవిడ ఇప్పుడు మామూలు వాళ్ళలా బతకాలి. అది ఆవిడ తట్టుకోలేకపోతోంది. ఆ నిజాన్ని ముఖాముఖీ ఎదుర్కోలేక వెన్ను చూపించి, డాడీమీద ద్వేషం అనే ముసుగులో దూరిపోతోంది. ఆయన్ని తిడుతుంది, ఏడుస్తుంది.

సంయుక్త కళ్ళు మూసుకుంది. తండ్రి గుర్తుకువచ్చాడు. కళ్ళు నీటి చెలమలుగా మారుతున్నాయి.

అమ్మ, సౌందర్య డాడీని ఎంతసేపూ నిందిస్తారే తప్ప, ఆయన ఇంకా 15 ఏళ్ళు బతకాల్సిన ఆయుష్ను అంతం చేసుకున్నారే అని బాధపడరు. ఇంతకంటే ఏం చేస్తారు? సంయుక్త చెంపల పక్కకి నీళ్ళు కారుతున్నాయి.

"డాడీ! నీ మూలంగా మేం ఇన్నేళ్ళయినా సుఖంగా వున్నాం. ఆ తీపిగుర్తు చాలదా మాకు, మేం నీపట్ల కృతజ్ఞతగా వుండడానికి. మమ్మల్ని క్షమించు డాడీ!" చేతులు జోడిస్తూ మనసులోనే అనుకుంది.

మర్నాడు ఉదయం సంయుక్త లేచేసరికి పనిమనిషి వచ్చి గిన్నెలు కడుగుతోంది. "ఇన్ని గిన్నెలు వేస్తే జీతం పెంచాలి అమ్మగారూ! మీ తల్లీ కొడుకే అనుకున్నాను. ఇంట్లో చాలామంది వున్నారు..." కంచుగంట మోగించినట్టు చెప్పేస్తోంది పనిమనిషి.

ఈ మనిషి ఎందుకు వచ్చింది అత్తయ్యా?" అడిగింది సంయుక్త.

"వాసు పనిమనిషిని పెట్టమన్నాడమ్మా."

"ఇవేం పెట్టెలు? ఇదేం సామాను? కాలు కదిపే సందులేదు. అసలు ఈ ఇల్లు వూడ్చి ఎన్నాళ్ళయింది అమ్మగారూ? ఈ బూజు ఏమిటండీ! ఈ ఇంట్లో వున్నది మనుషులా? దెయ్యాలా?" బూజుకర్రతో దులుపుతూ అంది పనిమనిషి.

సంయుక్త వచ్చి పనిమనిషి చేతిలో బూజుకర్ర తీసుకుంది. "నువ్వు వెళ్ళు" అంది.

"ఏంటి నువ్వు చెప్పేది"

"వెళ్ళమంటున్నాను."

"నాకు వాసుబాబు చెప్పారు. వాసుబాబు వెళ్ళమంటే వెళతాను. నువ్వెవరు నాకు చెప్పటానికి. ఈ అమ్మా కొడుకూ నాకు పదేళ్ళ నుంచీ తెలుసు."

సంయుక్త పనిమనిషి చేయి పట్టి బయటకి లాక్కెళ్ళి తలుపు వేసింది.

"ఓయమ్మో! ఏం పొగరు, ఏం పొగరు?" పనిమనిషి అరుస్తూ వెళ్ళిపోయింది.

"ఎందుకు సంజూ దాన్ని పంపేశావు?" అంది విమలమ్మ కాఫీ తెచ్చిఇస్తూ.

"పనిమనిషి వద్దు అత్తయ్యా!"

"వేళకి పని అవడం లేదమ్మా. పొద్దుట లేవలేకపోతున్నాను. వాసుకి టిఫిన్ డబ్బా ఇవ్వడంలేదు."

"మీ వాసు పని నువ్వు చూసుకో అత్తయ్యా! మిగతావి నేను చూస్తాను" అంది.

సంయుక్త ఆ క్షణం నుంచే ఇంటి పనిలో ఏదేది తాను చేస్తుందో, ఏది విమలమ్మ చేయాలో చెప్పేసింది.

సౌందర్యని కూడా వచ్చి సాయం చేయమంది.

"నేనా! నీకు కాస్త పిచ్చిపట్టినట్టుంది" కళ్ళెర్రచేసింది సౌందర్య.

సంగీత వచ్చింది కానీ, 'నా చేతులు కొట్టుకుపోతున్నాయి' అని వెళ్ళిపోయింది. సంయుక్త విమలమ్మ మీద భారం లేకుండా వీలైనంత పని చేయసాగింది. కాలేజీ తరఫున సోషల్‌వర్క్‌గా వీధులు వూడవడం, చెట్లు నాటడం, పల్లెటూళ్ళకి వెళ్ళి పని పాటల జనానికి శుభ్రత నేర్పడం మొదలైన 'శ్రమదానం'

పనులలో సంయుక్త ఉత్సాహంగా ముందుండేది. ఆ అనుభవం వల్ల సంయుక్తకి ఇంట్లో పని పెద్ద శ్రమ అనిపించడం లేదు. కానీ ఒక్కటే బాగా శ్రమగా వుంది-అది తల్లి సణుగుడు తట్టుకోవడం. ఆవిడ తనని అసహ్యించుకుంటోందని అర్థమై చాలా బాధగా అనిపిస్తోంది. ఈ ఇంట్లోనుంచి విముక్తి కోసం ఆవిడ పంజరంలో బందీ అయిన పిట్టలా గిలగిలా కొట్టుకుంటోంది.

సౌందర్య ఈ సంవత్సరం బ్యూటీ కాంటెస్ట్‌లో పాల్గొనలేదని ఒకటే బాధపడిపోతోంది. సంగీత తన సోలో ప్రోగ్రామ్ రవీంద్రభారతిలో ఇవ్వలేకపోయానని బాగా దిగులుపడిపోయింది.

వీళ్ళకి ఎప్పుడూ ఎవరో ఒకరు వీరికిష్టమైన పనులు సవ్యంగా జరిగిపోయేలా ఏర్పాటు చేస్తుండాలి. తల్లికి పెద్ద ఇల్లు, నౌకర్లు, చేతినిండా డబ్బు వుండాలి. అప్పుడు ఆవిడ అందరినీ ఇంటికి పిలుస్తూ, ఫోన్లలో కబుర్లు చెబుతూ సంతోషంగా వుంటుంది. సౌందర్యా అంతే. ఎంతసేపూ తన అందం మెరుగుదలతో ఎలా ప్రకాశంవంతం చేయాలా అని తాపత్రయం. సంగీతకి ఎప్పుడూ సంగీత ప్రపంచం. వీళ్ళందరి ఆశలనూ ఒంటెద్దు బండిని మోసుకువెళ్ళినట్టు తండ్రి మోశారు. ఇప్పుడు ఆ వాహనం లేదు. వాళ్ళు వాళ్ళ కాళ్ళతో నడిస్తే తప్ప జీవితంలో అడుగు ముందుకు వేయలేరు. ప్రాథమిక అవసరాలు కూడా తీరవు. అది చేతకాదు. అందుకే నడిరోడ్డుమీద గమ్యం తెలియనట్టు, దిక్కు తోచనట్టు బిత్తర చూపులు చూస్తున్నారు.

"మనమంతా కష్టపడాలి" అని తాను అంటే, తల్లి 'నీతులు చాలించు' అంది. ఆవిడ ఏ బంధువులనో, ఏ ఫ్రెండ్స్‌నో పట్టుకుని, వాళ్ళ దగ్గర డబ్బు అప్పు తీసుకొని వాళ్ళ చేతనే ఏ వ్యాపారమో చేయించాలని ఆలోచనలు చేస్తోంది. మళ్ళీ తండ్రిలాంటి నోరులేని వ్యక్తిని గుప్పిట్లో ఇరికించు కోవడానికి మార్గాలు వెతుకుతోంది.

సౌందర్య ఆలోచనలు వేరుగా వున్నాయి. తన అందం తనకి ఒక బంగారుగని అని బాగా తెలుసు. దాని ద్వారా ఈ ప్రపంచాన్ని జయించాలని ప్రణాళికలు సిద్ధం చేస్తోంది.

సంగీత తన సంగీతాన్ని ఆధారం చేసుకుని స్థిరపడాలని కలలు కంటోంది.

వాళ్ళు ముగ్గురూ కలసి తనని వేరుగా, పరాయిగా, తండ్రి వున్నప్పుడు ఎలా చూసేవారో ఇప్పుడు అలాగే ప్రవర్తిస్తున్నారు. అది తనకి చాలా బాధగా వుంది. చాలా ఒంటరిగా అనిపిస్తోంది.

పనిమనిషిని వాసు పెడితే, తాను మాన్పించానని అమ్మకి కోపం. "నువ్వు నా కూతురివే కాదు" అన్నట్టు పెడముఖం పెడుతోంది. సంగీత, సౌందర్య మాట్లాడడం మానేశారు. తాను మాత్రం తనకు తోచిన విధంగా ఇటు ఇంట్లో విమలత్తయ్య భారం, అటు వసంత్ జేబులోనుంచి ఖర్చువుతున్న ఆర్థిక భారం పంచుకోవాలనే చూస్తోంది. అందులో కూడా స్వార్థం వుంది. అమ్మ ప్రవర్తనకి వాళ్ళు విసిగి వేరే వెళ్ళమంటే, అప్పుడు తమ బతుకులు నిజంగా బజారున పడతాయి. ఇదొక రెడ్ సిగ్నల్ అనీ, దీన్ని దాటి హద్దు మీరితే బతుకులు ఇంకా కష్టాల వరదలో చిక్కుకుంటాయనీ అమ్మకి బొత్తిగా తెలియడం లేదు.

సంయుక్త చాలా సేపటి నుంచి షెడ్‌లో కూర్చొని ఆలోచిస్తోంది.

ఇంతలో "విమలమ్మగారూ" అని కేక వినిపించింది. వంట ఇంట్లోవున్న అత్తయ్య పని వదిలి చేయి కడుక్కొని వచ్చినట్టు కొంగుతో తుడుచుకుంటూ వచ్చింది.

"వాసు ఎక్కడ?" వచ్చిన ఆయన బొంగురు గొంతుతో అడిగాడు.

"పని నుంచి ఇంకా రాలేదు జోగయ్యా."

"ఏం పనండి-ఎప్పుడు వచ్చినా కనిపించడు. నేను రావడం ఇది నాలుగోసారి. డబ్బు తీసుకున్నాడు. అసలు ఇవ్వలేదు సరికదా, వడ్డీ కూడా ఈ నెల ఇవ్వలేదు."

"ఇస్తాంలే జోగయ్యా! కొంచెం ఖర్చులో వున్నాం."

"నాకు ఖర్చులులేవా? పదివేల రూపాయలు తీసుకున్నాడు. వడ్డీ, రెండు నెలలనుంచీ అద్దె ఇవ్వలేదు.

"ఇస్తాం జోగయ్యా! వాసు డబ్బుకి ప్రయత్నం చేస్తున్నాడు. మేం ఈ ఇంట్లోకి వచ్చి ఆరేళ్ళు అయింది. ఎప్పుడైనా అద్దె బాకీ పెట్టామా నీకు?"

"అందుకేగా ఇన్నాళ్ళూ ఊరుకున్నాను. అయినా ఇంట్లో మనుషులు కూడా ఎక్కువ అయ్యారు. ఈ నెల నుంచి రెండువందలు పెంచుతున్నాను. నీళ్ళ బిల్లు, కరెంటుబిల్లు మీరిద్దరేగా అని తీసుకోవటంలేదు. ఇప్పుడు ఫ్యాన్లు, ఇస్త్రీ పెట్టెలు చాలా వున్నాయి. అదో వందరూపాయలు కలుపుకోండి."

"అబ్బాయికి చెబుతాను మరి."

"అంతేనండి మరి. ఇష్టం లేదంటే వేరే ఇల్లు చూసుకోండి. ఇంతమంది జనానికి వేయి రూపాయలు పెట్టినా ఇంత ఖాళీ జాగా వున్న యిల్లు దొరకదు.

మీరు అసలు ఇక్కడ ఈ షెడ్ కూడా వేశారు. ఈ జాగాకూడా ఇల్లు చేసేశారు. కాస్తో కూస్తో దీనికి కూడా యివ్వాలి."

"ఇది చాలా అన్యాయం జోగయ్యా!"

"ఇంట్లో ఇంతమంది వుండి, నాలుగు వందల అద్దె ఇవ్వడం న్యాయమా విమలమ్మాగారూ! అదీ రెండు నెలలనుంచి బాకీ. నేనూ పిల్లలు గలవాడిని కదా! అర్జెంటుగా కావాలంటే వాసుబాబుకి నా బావమరిది దగ్గర పదివేలు ఇప్పించాను. ఆ డబ్బు పైసా ఇవ్వలేదు. వాడు నా(ప్రాణంతినేస్తున్నాడు. రేపు వస్తాను డబ్బు రెడీ చేయమని చెప్పండి. లేకపోతే యిక్కడ వున్న ఈ సామాను పట్టుకుపోతాను" అని హెచ్చరించి వెళ్ళిపోయాడు జోగయ్య.

సంయుక్త ఇవతలకి వచ్చింది.

"అతనికి డబ్బు ఇవ్వాలా అత్తయ్యా?" అడిగింది.

"అవునమ్మా."

"వాసు ఎప్పుడు తీసుకున్నాడు?" అడిగింది సంయుక్త. ఆవిడ చెప్పింది. సంయుక్త వెళ్ళి తన జమా ఖర్చుల పుస్తకం చెక్ చేసింది. సందేహంలేదు. వసంత్ ఆ అప్పు చేసిన డబ్బు తమ కోసమే ఖర్చు పెట్టాడు. ఇదుగో, లారీలు తీసుకురావటానికి అయిన డబ్బు, ఇది ఈ షెడ్ వేయటానికి. ఇంకా వాసు చేతినుంచి దాదాపు పదివేల రూపాయలు అయింది.

సంయుక్త గాఢంగా నిట్టూర్చింది. రేపు జోగయ్య వచ్చి డబ్బుకి యాగీ చేస్తే నిజంగా ఇక్కడున్న ఏ సోఫానో ఎత్తి తీసుకుపోతానంటే అమ్మ చేసే గొడవకి, జన్మకి అత్తయ్య, వసంత్ ఈ వీధిలో తలయెత్తుకోలేరు.

"డబ్బుకి ప్రయత్నం చేస్తున్నాడమ్మా! ఎక్కడా దొరకలేదు. ఆఫీసులో అడ్వాన్స్ తీసుకున్నాడు. యిక ఇవ్వమన్నారుట" అంది విమలమ్మ వెళుతూ.

సంయుక్త అక్కడే ఆలోచనగా నిలబడింది. వసంత్ అంత డబ్బు ఎక్కడినుంచి తెస్తాడు? అతనిమీద అంత భారం వేసి పట్టనట్టు కూర్చోవటం అదేం న్యాయం?

సంయుక్తకి చాలా దిగులుగా అనిపిస్తోంది. మనసు ఆకాశంలో పిట్టలా ఎగురుతోంది. అనేక ఆలోచనా దీవుల్ని వెతుకుతోంది. చాలా సేపటి తర్వాత సంయుక్తకి ఆలోచన ఒకటి తట్టింది. అది రాగానే కళ్ళు భయంతో వెడల్పు అయినాయి. క్రమంగా భయం తగ్గింది. సలహాలకి, సంప్రదింపులకి తోడు ఎవ్వరూ లేరు. మంచి అయినా, చెడు అయినా, తానే ధైర్యం చేయాలి. ఇక్కడ అమ్మవాళ్ళ బాధకంటే, అత్తయ్య, వసంత్‌ల పరువు నిలపడం చాలా ముఖ్యం. అది తన తక్షణ కర్తవ్యం. సంయుక్త గాఢంగా నిట్టూర్పు విడిచింది.

6

"ఏం చేశావు నువ్వు? నీకెంతధైర్యమే! ఇంత పని చేస్తావా? నిన్ను చంపి పాతేస్తాను. నా చీరలు తీసుకెళ్ళి అమ్ముతావా? జన్మలో నేను మళ్ళీ అంత మంచివి కొనుక్కోగలనా? ఎవరు పుట్టించారు నీకీ పాడుబుద్ధి? పాపిష్టిదానా-నా కడుపున చెడబుట్టావు కదే! నీ కాళ్ళూ కీళ్ళూ విరిచేస్తాను" భానుమతి సంయుక్త జుట్టు దొరకపుచ్చుకొని, గుంజుతూ ఎడాపెడా కొడుతోంది. ఆవిడ ఆ క్షణంలో దెబ్బతిన్న పెద్దపులిలా వుంది.

సంయుక్త కిమ్మనడంలేదు. ఎదురు తిరగడంలేదు. శరీరాన్ని తల్లిచేతులకి అప్పచెప్పినట్లు వూరుకుంది.

"చెప్పు! ఎవరు నేర్పారు ఈ పాడుబుద్ధి? పాతిక పట్టుచీరెలు 15 వేలకి అమ్మేశావా?" భానుమతి చీరలు గుర్తుకు వచ్చినకొద్దీ ఆవేశంతో తలని గోడకేసి కొట్టసాగింది.

అక్కడే నిలబడ్డ సౌందర్య "అమ్మ అడుగుతుంటే మూగమొద్దులా మాట్లాడవేం? నా పుట్టినరోజుకి డాడీ మద్రాసు నుంచి తెచ్చిన కంచి పట్టుచీర కూడా ఇచ్చేశావు. ఇంకా రెండు తగిలించు మమ్మీ! మాట అప్పుడు వస్తుంది" అంది రౌద్రంగా.

సంగీత గదిలో జరుగుతున్న ఈ భయంకర దృశ్యం చూడలేనట్లుగా ఏడుస్తూ చెయ్యి నోట్లో పెట్టుకుని గోళ్ళు గబగబా కొరుకుతోంది. "అమ్మ చీరలు ఎందుకు అమ్మేశావు సంజూ! అమ్మకి మిగిలినవి అవేగా!" కీచుగొంతుతో అంది.

గది మధ్య ఖాళీ సూట్‌కేస్ బోర్లించి వుంది. 'చెప్పవే! చెప్పు. ఏం చేశావు ఆ డబ్బు?" భానుమతి బెబ్బులిలా గాండ్రించింది.

"జోగయ్య కిచ్చాను" సంయుక్త పై పెదవి నుంచి రక్తం కారుతుండగా అంది.

"జోగయ్యా! వాడెవడు?" అంది భానుమతి.

"మనం ఇక్కడికి మారటానికి లారీలకి వాటికి అయ్యే ఖర్చులకు అప్పు ఇచ్చిన మనిషి" సంయుక్త చెప్పింది.

"ఇదో కట్టుకథ మమ్మీ!" సౌందర్య నడుంమీద చేతులు ఆనించుకొని అంది.

"ఎవడికిచ్చాడు అప్పు?"

"వాసుకి."

"అదీ సంగతి!" సౌందర్య ఇప్పుడు అర్థం అయిందన్నట్లు తల వూపింది. "తెలిసిందిగా మమ్మీ! ఈ వెర్రిబాగులదాన్ని ఆ వాసు బాగా ఉపయోగించు కుంటున్నాడని నేను అప్పుడే చెప్పానా లేదా?" అంది.

"వాసు నిన్ను అడిగాడా?" భానుమతి సంయుక్త జుట్టుపట్టుకుని దగ్గరకు లాక్కుంటూ అంది.

"అడగలేదు."

"మరి ఎందుకు ఇచ్చావు?"

"జోగయ్య నిన్న వచ్చి యాగీ చేశాడు. ఈరోజు ఇవ్వకపోతే మన సోఫాలు పట్టుకుపోతానన్నాడు.

"పోతే పోయాయి వెధవ సోఫాలు. చీరలకంటే అవి ఎక్కువా?" అంది సౌందర్య.

"సోఫాలతో ఊరుకోడు, ఇంకా డబ్బు ఇవ్వమంటాడు."

"అందుకని...ఇంట్లో మమ్మీవి, నావి మాకు తెలియకుండా దొంగతనంగా తీసుకువెళ్ళి తెగనమ్మేశావన్నమాట. ఆ షాపువాడు ఎవడో చెప్పు. వెళ్ళి అడుగుదాం" అంది సౌందర్య.

"చెప్పు. ఎక్కడ అమ్మావు?" భానుమతి నిగ్గదీసింది. సంయుక్త మాట్లాడలేదు.

భానుమతికి ఖాళీ పెట్టె బోసిగా వెక్కిరిస్తున్నట్టు కనిపిస్తుంటే కోపంతో పిచ్చి ఎక్కిపోతోంది. సంయుక్తని కిందపడేసి కాలితో తన్నుతూ జుట్టు పీకుతూ, చెంపలు వాయిస్తోంది.

విమలమ్మ అప్పుడే సామాను సంచీ చేతపట్టుకొని లోపలికి వచ్చింది.

సంయుక్తని నేలకేసి తల బాదుతున్న భానుమతిని చూడగానే చేతిలో సంచి కిందపడేసి, "అమ్మో! అమ్మో! ఏమిటీ పిల్లని అలా బాదుతున్నావు? అది చచ్చిపోతుందే భానూ" అంటూ పరిగెత్తుకు వచ్చి, సంయుక్తని బలవంతంగా భానుమతి చేతులనుంచి లాగి ' మా అమ్మే, మా నాయినే!' అంటూ గుండెలకు హత్తుకుంది.

"మీరవతలికి వెళ్ళండి. ఇది నా కూతురు నా ఇష్టం. ఇది మా సంగతి" భానుమతి అరిచింది.

"ఏమిటే భానూ! ఎందుకంత కోపం నీకు? నీ కూతురయితే మాత్రం అట్లా గొడ్డుని బాదినట్టు బాదుతావా? రక్తం చూడు ఎలా వచ్చిందో! మా అన్నయ్య వుంటే ఊరుకునేవాడా?"

"ఊరుకోవమ్మా ముసలమ్మా! మా మధ్యరాకు, నువ్వు వెళ్ళు" సౌందర్య అరిచింది.

విమలమ్మ అదేం పట్టించుకోలేదు. సంయుక్తని లేవదీసి, భుజాల చుట్టూ చేయివేసి లోపలకు తీసుకువెళ్ళిపోతూ, "పిచ్చి సన్యాసి! వద్దన్నా వినకుండా పొద్దున లేచినప్పటినుంచి నాతో పనిచేస్తూనే వుంటుంది. దీన్నెందుకు ఇలా దెబ్బలు కొడుతున్నారు? పెళ్ళికి ఎదిగిన పిల్ల. ఒంటిమీద అలా చేయివేస్తావా? నువ్వు తల్లివేనా భానూ?" అంది.

అలా సణుక్కుంటూ ఆవిడ సంయుక్తని ఇవతలికి తీసుకువచ్చేసి, మంచినీళ్ళు తెచ్చి తాగిస్తూ-

"నువ్వయినా కాస్త ఎదురుతిరగవచ్చుగా సంజూ! ఎందుకిలా ఊరుకున్నావు?" అంది. సంయుక్త బావురుమంది.

"ఊరుకో! ఊరుకో!" విమలమ్మ సంయుక్త తలని గుండెలకి హత్తుకుంది.

"ఒట్టి పిచ్చి పిల్లవి! ఆ జోగయ్య ఏదో అంటే నీకు భయం వేసిందా? ఆయన అరుపులు నా దగ్గరే. వాసు దగ్గర నోరెత్తడు. వాసు ఇదివరకు ఆయనకు మీ మామయ్యకు పెన్షన్‌గా వచ్చిన డబ్బు ఇరవైవేల రూపాయలు అవసరం అంటే ఇచ్చాడు. తర్వాత కాస్త కాస్త ఇచ్చాడనుకో. నేను బజారునుంచి వస్తుంటే జోగయ్య 'డబ్బు అందింది అమ్మగారూ" అని దణ్ణం పెడితే ఆశ్చర్యపోయాను. నువ్వు తెచ్చావని చెప్పాడు. చూస్తే నువ్వు మా అన్నయ్య నోట్లోంచి ఊడిపడ్డట్టు ఉన్నావు. అన్నయ్య కూడా ఇంతే. మాట అంటే తల తాకట్టుపెట్టి అయినానరే చెల్లించుకునేవాడు" అంది విమలమ్మ.

లోపల సౌందర్య, భానుమతి దేనికో అరుచుకుంటున్నారు. సంగీత వాళ్ళ గదిలోకి, బయటికీ తచ్చాడుతున్నట్టు తిరుగుతూ గోళ్ళు కొరుకుతోంది..

చాలాసేపయింది. వసంత్ ఇంటికి వచ్చి కాళ్ళూ చేతులూ కడుక్కుని, షెడ్‌లో తన టేబుల్ దగ్గరికి వచ్చాడు. అక్కడ సంయుక్త కుర్చీలో ముడుచుకుపోయినట్టు కూర్చొని, మోకాళ్ళ మధ్య తల ఆనించుకుని ఏడుస్తోంది.

"సంయుక్తా!" అని వసంత్ పిలిచాడు.

సంయుక్త ఉలిక్కిపడినట్టు తల ఎత్తి చూసింది. కళ్ళు వానలో తడిసిన మందారాల్లా వున్నాయి.

వసంత్ సంయుక్తనే కన్నార్పకుండా చూస్తున్నాడు.

సంయుక్త ముఖాన పెద్ద బొప్పికట్టి వుంది. గాయం కూడా వుంది. చెంపలు ఎర్రగా కందిపోయి, వేళ్ళ చారికలు కనిపిస్తూ వాచి వున్నాయి. పై పెదవి రక్తం చెమ్మతో వాచి ఉబ్బి వుంది. ముఖం కమిలిపోయి వడలిన సరోజంలా వుంది.

వసంత్ మాట్లాడలేకపోయాడు. వెంటనే పక్కకు తిరిగి డ్రాయరు సొరుగు తీసి దూది, అయోడిన్ తీసుకుని వచ్చాడు. సంయుక్త నుదుటిమీద గాయం తుడిచి ప్లాస్టరు వేశాడు. దూది అయోడిన్‌లో ముంచి పెదవిమీద అద్దాడు.

సంయుక్త ఏదో చెప్పబోయింది. కళ్ళలో నీళ్ళు ఉబికివచ్చి గొంతులో మాట రాలేదు. అతను సున్నితంగా వారించాడు.

"అమ్మ నాకు అంతా చెప్పింది. ఎందుకంత తొందరపడ్డారు మీరు? నేనున్నాను కదా! నేను సర్దుబాటు చేసేవాడ్ని. నేను అన్నీ చూసుకుంటాను కదా!" అతని కంఠం నచ్చ చెబుతున్నట్టుగా, సగం నిష్ఠూరంగా వుంది.

"ఎక్కడ అమ్మారు ఆ చీరెలు? నాకు చెప్పండి, నేను వెళ్ళి తీసుకువస్తాను" అన్నాడు వాసు.

సంయుక్త తల అడ్డంగా వూపింది.

"చెప్పకపోతే ఈ బాధ్యత నాది అవుతుంది."

సంయుక్త మాట్లాడలేదు.

"మనిద్దరం వెళదాం" అన్నాడు,

సంయుక్త అడ్డంగా తల వూపింది. ఇంతలో విమలమ్మ కంచంలో రెండు కాఫీ గ్లాసులు పెట్టి తెచ్చింది, "కాస్త కాఫీ తాగమని నువ్వయినా చెప్పరా వాసూ! పొద్దుటనుంచీ ఈ గదిలో కూర్చుంది. బయటకు రాలేదు. పచ్చి మంచినీళ్ళు ముట్టుకోలేదు. పిచ్చి సన్యాసి" అంటూ వెళ్ళింది.

వసంత్ కాఫీ గ్లాసు సంయుక్తకి ఇచ్చాడు. ఈ క్షణంలో సంయుక్త అంటే గౌరవాభిమానాలు రెట్టింపు అయినట్లుగా వున్నాయి. ఆమెలోని ఆత్మాభిమానానికి అతను ముగ్ధుడవుతున్నాడు.

సంయుక్త కాఫీ వద్దన్నట్లు తల తిప్పింది. "ప్లీజ్!" అన్నాడు.

సంయుక్త తల తిప్పి అతనివైపు చూసింది.

వసంత్ మొట్టమొదటిసారిగా సంయుక్త కళ్ళలోకి సూటిగా చూశాడు. ఒక్కక్షణం అతను ఆ అమ్మాయి కళ్ళనుంచి చూపులు విడదీసుకోలేకపోయాడు. ఆ కళ్ళలోని భావం అతనికి చిరపరిచితమే. ఈ ప్రపంచంలో ఒంటరితనం గుప్పిట్లో చిక్కి విలవిలలాడుతున్న మనిషి నిస్సహాయతని తెలిపే చూపులవి. ఒకప్పుడు అతను అనుభవించిన స్థితి ఇదే.

అతను అప్రయత్నంగా ఒక అడుగు ముందుకు వేసి తగ్గు స్వరంలో-"సంయుక్తా! ఐ వాంట్ టు హెల్ప్ యూ! అయామ్ యువర్ ఫ్రెండ్" అన్నాడు.

సంయుక్త కళ్ళలో మెల్లగా మార్పు వచ్చింది. బాధ తొలగి అక్కడ మొదలయిన చిరునవ్వు పెదవులమీద ప్రతింబించింది.

"నిజంగానా?" అంది.

"నిజంగా!"

"థాంక్‌యూ వాసూ!" ఆ కళ్ళనిండా సంతోషం – కృతజ్ఞత.

వసంత్ కాఫీకప్పు అందించాడు. సంయుక్త యింకో కాఫీ కప్పు తీసుకుని అతనికి యిచ్చింది. ఇద్దరూ ఒకరు అందించింది ఒకరు తీసుకున్నారు.

వసంత్ కాఫీ తాగుతూ టేబుల్ అంచున ఆనుకుని నిలబడుతూ, "ఈ రోజు నేను చాలా సంతోషంగా వచ్చాను. మీరు టైప్ చేయాల్సిన వర్క్ తెచ్చాను. మీకు రెండు వందల రూపాయలు వస్తుంది" అన్నాడు.

" నిజంగానా? అంది సంయుక్త.

"అవును, మా ఫ్రెండ్ నాన్నగారికి టైప్ ఇన్‌స్టిట్యూట్ వుంది. జాబ్‌వర్క్ ఏదైనా వుంటే ఇవ్వమని, ఇంటిదగ్గర చేసి తెస్తానని అన్నాను. వాళ్ళు కబురుచేస్తే వెళ్ళి తెచ్చాను. ఇకనుంచీ మీకు క్షణం తీరికలేకుండా నేను వర్క్ తెస్తాను. కాస్త కష్టపడగలిగితే, నెలకి వేయిరూపాయలు ఈజీగా సంపాదించగలరు" అన్నాడు.

"థ్యాంక్ యూ వాసూ!" సంయుక్త లేచి వచ్చి అతని చెయ్యిపట్టి ఊపుతూ అంది. సంయుక్త కళ్ళనుంచి ఆనందభాష్పాలు జలజలా రాలుతున్నాయి. అవి తడిసిన మందారాలు విదిలించిన నీటి చినుకుల్లా వున్నాయి.

సంయుక్త తన చెయ్యి పట్టి అలా వూపేసరికి వసంత్ చకితుడయినట్టు చూశాడు.

"ఓ! అయామ్ సారీ! డాడీతో సంతోషం రాగానే ఇలాగే చెయ్యి కలిపి ఊపేదాన్ని" అంది మెల్లగా చెయ్యి వదిలేస్తూ.

వసంత్ సంయుక్త చేతిని మెల్లగా వదిలివేశాడు. అతని శరీరం అంతా విద్యుత్తరంగాలు పరుగులు తీశాయి. అవి స్తబ్ధుగా వున్న అతని మెదడుని చార్జి చేసినట్టు అమితమయిన ఉత్సాహానందాల ప్రకంపనలని తెచ్చాయి. వసంత్‌కి తాను ఆ క్షణంలో శక్తిమంతుడు అయినట్టు భావన కలుగుతోంది.

వసంత్ బ్యాగ్‌లోనుంచి కాగితాలు తీసి సంయుక్తకి చూపించాడు.

సంయుక్త మేటర్ చదివి తెలియనిచోట వసంత్‌ని అడిగి తెలుసుకుని కరెక్ట్ చేసుకుంది. వసంత్ సంయుక్తనే చూస్తున్నాడు. సంయుక్త ముఖం అరగంటక్రితం తాను ఈ గదిలోకి వచ్చినప్పుడు సర్వం పోగొట్టుకున్నదానిలా నిరాశగా, నిర్లిప్తంగా లేదు. ఇప్పుడు ఉత్సాహంగా, ఆనందంగా వుంది.

వసంత్‌కి ఆ క్షణంలో సంయుక్త ముఖం చూడముచ్చటగా వుంది. ఆమె ముఖం ఆకర్షణీయంగా, చూపులు తిప్పుకోలేనట్టు అనిపిస్తున్నా, మొహమాటంగా ఫైలులోకి కళ్ళు మరల్చుకున్నాడు. అరగంట తర్వాత విమలమ్మ భోజనానికి పిలవటానికి వచ్చేసరికి వసంత్ సీరియస్‌గా రాస్తున్నాడు.

సంయుక్త అంతకంటే ఏకాగ్రతతో చకచకా టైప్ చేస్తోంది.

7

ఒక నెల గడిచింది. వసంత్ ఏ రోజుకారోజు ఇస్తానంటే వద్దని అతని దగ్గరే వుంచమని, ఒకేసారి తీసుకుంటానని అంది. వసంత్ మొదటి తారీఖున లెక్కచూసి రూ. 1,150 ఇచ్చాడు.

సంయుక్త ముఖంలో వేయి సూర్యుళ్ళ కాంతి వెలిగింది. "థ్యాంక్‌యూ వాసూ" అంది.

"నాకెందుకు! నేనేమాన్నా వూరికే ఇచ్చానా!" అన్నాడు.

"కాదు. నేను ఇంట్లోనుంచి పాదం బయటపెట్టకుండా ఇంట్లోనే వుండి సంపాదించే అవకాశం కల్పించావు" అంది.

సంయుక్త సాయంత్రానికి బజారు వెళ్ళి వచ్చేసింది. స్వీట్లు తెచ్చి తల్లికి, సౌందర్యకి, సంగీతకి ఇచ్చింది.

"ఏమిటివి?" అంది భానుమతి.

"నాకు డబ్బు వచ్చిందమ్మా" అంది.

"వాసుకి టైప్‌చేసి ఇచ్చాను."

"ఎంత?" భానుమతి వెంటనే అడిగింది.

"ఎంతయితేనేం అమ్మా! అదంతా అత్తయ్యకి ముట్టచెప్పేశాను. మీకు స్వీట్లు, ఇదుగో డాడీ ఫోటోకి ఈ దండ తెచ్చాను" అంటూ వెళ్ళి చేతిలో పొట్లం విప్పి దండ తండ్రి ఫోటోకి వేసింది.

ఫోటోలో తండ్రిని చూస్తుంటే సంయుక్తకి కళ్ళలో నీళ్ళు తిరిగాయి...

"నా సంపాదన డాడీ" అంది.

"డబ్బు తీసుకువెళ్ళి ఆవిడ చేతిలో పెట్టావా! నేను చచ్చిపోయానని అనుకున్నావా?" భానుమతి గఁయ్‌మంది.

సంయుక్త నిదానంగా తల్లివైపు తిరిగింది. "ఎందుకమ్మా అంత పరుషంగా మాట్లాడతావు? ఈ ఇల్లు నడిపేది అత్తయ్యేకదా! మనం వచ్చి నలుగురం ఉంటూ అప్పుడే నాలుగు నెలలు దాటిపోతోంది. వాళ్ళు మామూలువాళ్ళు. మనల్ని ఎలా పోషించగలరు?"

"నాకు డబ్బు వస్తే వాళ్ళ మొహాన కొడ్తానని చెప్పానా? లేదా!" భానుమతి గట్టిగా అరిచింది.

"అవును! అత్తయ్య యిప్పుడు మన మొహాన అన్నం కొడ్తోంది కదూ!"

"నోర్మూయ్! మాటకి మాట"

"నువ్వెప్పుడు మారతావమ్మా! మనకి స్వర్గ సుఖాలు యిచ్చే డాడీ పోయారు. ఆయనతోపాటే డబ్బు కూడా పోయింది. అంత డబ్బు మనం సంపాదించలేం. మనకి గతం ఒక స్మృతిమాత్రమే. ఈ రోజు అత్తయ్యకంటే అధ్వాన్న పరిస్థితిలో వున్నాం. వాళ్ళు దయతలచి మనకి ఎక్కడో ఒకచోటనుంచి అప్పో సొప్పో చేసి అన్నం పెడుతున్నారు. అయినా, మనకి కృతజ్ఞత లేదు. వాళ్ళు మనకంటే బీదవాళ్ళని ఇప్పటికీ ఈసడిస్తూ వుంటాం. బీదరికం అంటే ఏమిటో యిప్పుడు మనకి తెలిసిందిగా. ఇక ఎవ్వరినీ ఏమీ అనకుండా వుంటే మంచిది" అంది సంయుక్త.

భానుమతి చేతిలోని స్వీట్ ప్యాకెట్‌ని విసురుగా కిందకి గిరాటు కొట్టింది. "నీ లెక్చర్లు వినలేక నేను చస్తున్నాను. మీ నాన్న తర్వాత నా ప్రాణానికి నువ్వు తయారయ్యావు."

"నాన్న మాట నువ్వు విని వుంటే మనకీ గతి పట్టేదే కాదు. నా మాట వినవని నాకు తెలుసు. కానీ, అమ్మా! నువ్వు కాస్త మారి, మన పరిస్థితిని అర్థం చేసుకుంటే మాకు కాదు - ముందు నువ్వు పడే నరకం నీకు తప్పుతుంది." అంది సంయుక్త.

"మన ఇంటికి పెద్దదాన్ని నేను. ఆ డబ్బు ఎంతో మర్యాదగా అడిగి తీసుకువచ్చి ఇవ్వు" భానుమతి శాసించింది.

"ఈ ఇంట్లో మనం ఉన్నంతకాలం ఈ యిరటికి పెద్ద అత్తయ్య. ఆవిడకి మనం తల వంచాల్సిందే. ఎవరం సంపాదించినా అత్తయ్య చేతికి ఇవ్వాల్సిందే."

"నువ్వు అవతలకి నడు. అమ్మకి కోపం తెప్పించకు. నీకు సిగ్గులేదూ? డాడీ పోయిన బాధలో మమ్మీ వుంటే యింకా విసిగించి వేధిస్తావేమిటి? ఈ గదిలోకి మళ్ళీ అడుగుపెట్టకు. అవతలకి పో. పెద్ద సంపాదించావని విర్రవీగుతున్నావు" సంయుక్తని సౌందర్య భుజాలు పట్టి గదిగుమ్మంలో నుంచి బయటకు తోసింది.

సంయుక్తకి ఆవేశం వచ్చింది. వెనక్కి తిరిగి సౌందర్యకి తీవ్రంగా జవాబు చెప్పబోయింది.

"నీ ముఖం నాకు చూపించకు. అవతలకి పో...నాకు యిద్దరే కూతుళ్ళు" భానుమతి అరిచింది.

సంయుక్త అవతలకి వెళ్ళిపోయింది.

"ఏమిటే సంజూ! అమ్మ కేకలేస్తోంది" వంట ఇంట్లో పంపులో నుంచి మంచినీళ్ళు పట్టి బిందెలో నింపుతున్న విమలమ్మ అడిగింది.

"అత్తయ్యా! ఒక్కసారి యిలా వచ్చి కూర్చో."

"ఎందుకే అమ్మా!"

"నీళ్ళు నేను పడతాను. ఆ బిందెలు అలా ఎత్తవద్దు అని చెప్పానా! ఇలారా" సంయుక్త విమలమ్మని బలవంతంగా చెయ్యిపట్టి తీసుకువచ్చి పీటవేసి కూర్చోబెట్టింది.

విమలమ్మ ముఖాన చెమట తుడుచుకుంటూ కూర్చుంది.

"అత్తయ్యా! ఇది నీకు తెచ్చాను." అంటూ సంయుక్త ప్యాకెట్‌లో నుంచి వెంకటగిరి జరీచీర తీసి ఆవిడ చేతుల్లో పెట్టింది.

"ఏమిటే ఇది? ఎందుకు!" అంది ఆవిడ ఆశ్చర్యంగా.

"నాకు డబ్బు వచ్చింది అత్తయ్యా! మొదటి సంపాదన, అందులో నీకు చీర తెచ్చాను. ఈ పసుపు, నీలం కలనేత నీకు చాలా బాగుంటుంది. అంచు బాగుంది కదూ!"

"అయ్యో రామా! ఇంత ఖరీదు నాకెందుకూ! డబ్బు వస్తే దాచుకుంటారు కానీ, ఇట్లా పిచ్చి ఖర్చులు పెడతారా..." అని విమలమ్మ అంది.

"నా సంతోషం అత్తయ్యా! కట్టుకుని చూపించవూ..." అంది సంయుక్త.

"ఇంత ఆపేక్షతో నువ్వు తెస్తే నేను కట్టుకోకుండా వుంటానా! అయినా, వాసు ఏమంటాడో" అంది ఆవిడ భయంగా.

"వాసు ఏమీ అనడు అత్తయ్యా" అంది సంయుక్త.

విమలమ్మ సంయుక్త భుజం నొక్కుతూ గడ్డం చిదిపి, "నీకింత పిచ్చి ఆపేక్ష ఎందుకే అమ్మా నా మీద" అంటూ దగ్గరకు తీసుకుంది.

"చీర నచ్చిందా లేదా చెప్పు?" చూపిస్తూ అంది.

"నచ్చకపోవడమా! బ్రహ్మాండంగా వుంది. అసలు యింత మంచి చీర నా జన్మలో కట్టుకోలేదంటే నమ్ముతావా!" ఆవిడ నవ్వుతూ అంది.

సంయుక్త నిష్కల్మషంగా వున్న ఆవిడ నవ్వు, ఆవిడ ముఖంలో ఉన్న మంచితనం చూస్తోంది. ఆవిడ తాము వచ్చిన ఈ కొద్ది నెలల్లో బాగా చిక్కిపోయింది. నడుం యింకా వంగినట్టుంది. లేచినప్పటి నుంచి ఒకటే చాకిరీ. ఏ ఒక్క రోజునా విసుక్కోలేదు. ఇంకా బాగా చేసి పెట్టలేకపోతున్నానని బాధపడుతుంది. చీరని చూసి ఆవిడ సంబరపడుతూ సంయుక్త తలమీద చెయ్యివేసింది. సంయుక్త ఆవిడ భుజాల్లో తలదాచుకుంది. తల్లి స్వీటు గిరాటు వేయడం, నాకిద్దరే కూతుళ్ళు అనడం గుర్తుకువచ్చి ఏడుపు వచ్చేసింది?

"ఎందుకే ఏడుపు? నాన్న గుర్తుకు వచ్చారా?" విమలమ్మ సంయుక్త వీపు నిమురుతూ అంది.

"ఒక్క పిల్ల పెళ్ళి కళ్ళారా చూడలేదు. ఏమిటో? మీరంటే ఎంత ప్రాణం. ఆ జీవి ఎట్లాపోయిందా అని నేను ఆశ్చర్యపోతున్నాను" అంది. ఆవిడకీ దుఃఖం వచ్చింది.

రాత్రి అయింది. సంయుక్త వసంత్ వున్న షెడ్‌లోకి వచ్చింది. అతను టేబుల్ లైట్ దగ్గర తల దించేసి సీరియస్‌గా, ఏకాగ్రతతో రాసుకుంటున్నాడు.

సంయుక్త టేబుల్ దగ్గరకి వచ్చి నిలబడింది.

"వాసూ!" పిలిచింది.

అతను ఉలికిపాటుగా తలెత్తి చూశాడు.

"ఈ రోజు నేను టైప్ చేయాల్సినవి ఎన్ని పేజీలు?" అడిగింది.

"పది. అక్కడ పెట్టాను."

"అంతేనా!" నిరుత్సాహంగా చూసింది.

"నిరుత్సాహపడనవసరంలేదు. అంతకంటే ఇంకా ఎక్కువ వచ్చేది ఇక్కడ వుంది."

"ఏమిటది?"

"ఈ పేజిల్లోని ఆర్టికల్‌ను ఇంగ్లీషులోకి అనువాదం చేయాలి."

"ఓ! నాకు చాలా ఇష్టం" అంది సంయుక్త.

"ఇలాంటి వర్క్ యింకా చాలా తీసుకురాగలను. నీకు ఇంట్రెస్ట్ వుంటే..."

"నాకు చాలా పని కావాలి వాసూ! పనిచేస్తే డబ్బు వస్తుంది కదా" అంది.

వసంత్ నవ్వాడు. అతను నవ్వితే ముఖం అంత బాగుంటుందని సంయుక్త మొదటిసారిగా గమనించింది. తీరైన ముక్కు, చక్కటి పలువరుస.

"చాలా డబ్బు రాదు సంజూ. మన కెపాసిటీ కొంతే వుంటుంది. లాటరీలు, పేకాటలు, ఎక్కడో వ్యాపారాల్లో తప్ప ధనలక్ష్మి అందరికీ ప్రత్యక్షం అవదు. మనలాంటి వాళ్ళు బండెడు కష్టపడితే గుప్పెడు సంపాదన వస్తుంది. మనిషికి మామూలు జీవితం జీవించడానికి ఆ మాత్రం సంపాదన చాలు" అన్నాడు వసంత్.

"బాగా చెప్పావు వాసూ. సంయుక్త అతని దగ్గరకు వచ్చింది. డ్రాయర్ సొరుగులో నుంచి ఒక ప్యాకెట్ తీసి, అందులో నుంచి పెన్ తీసి అతనికి ఇచ్చింది.

"ఏమిటీ పెన్!" అర్థం కానట్లు అడిగాడు.

"నా మొదటి సంపాదనతో నీకోసం కొన్నాను."

"నా కోసమా? సిల్లీ! నేనేమన్నా చిన్న పిల్లాడినా బహుమతులు అందు కోవడానికి?"

"అలా అనకు వాసూ, నాకిష్టం. అందుకే కొన్నాను, తీసుకో. ఈ పెన్‌తో మంచి మంచి ఆర్టికల్స్ రాసి పేరు, డబ్బు తెచ్చుకోవాలి.

"థ్యాంక్ యూ" వసంత్ పెన్ను తీసుకుని రాసి చూశాడు.

"గుడ్! బాగుంది" అన్నాడు.

సంయుక్త డబ్బు తీసి అతని ముందు పెట్టింది. "ఇది మా ఖర్చుకి జమవేయి" అంది నోట్ పుస్తకం తీసి చూపిస్తూ.

"ఎందుకని సంజూ? అసలు వచ్చిందే కొంచెం డబ్బు. అందులో అమ్మకి చీర, నాకు పెన్ను, మీ అమ్మకి తీసుకువెళ్ళి ఇవ్వు" డబ్బు తన ముందు నుంచి తీసేస్తూ అన్నాడు.

"అమ్మకి నేను చెప్పలేదు."

"చెప్పలేదా!" ఆశ్చర్యంగా చూశాడు. "డబ్బు వచ్చిందని చెప్పాను, ఎంత వచ్చిందో చెప్పలేదు. చెప్పను. దయవుంచి నువ్వు కూడా ఎప్పుడూ చెప్పవద్దు" అంది.

వసంత్ తన ముందు వుంచిన డబ్బువైపు, సంయుక్త ముఖంవైపు మార్చి మార్చి చూశాడు. అతని ముఖం గంభీరంగా అయింది. "సంజూ! నువ్వు చాలా పెద్ద తప్పు చేస్తున్నావు. ఇలాంటి దాపరికాలు నాకు నచ్చవు."

సంయుక్త క్లుప్తంగా జరిగింది చెప్పింది.

వసంత్ సంయుక్త చెప్పినదంతా ఏకాగ్రతతో, సీరియస్‌గా విన్నాడు. "సంజూ! నేను నీదే పొరపాటు అంటున్నాను. నువ్వు అమ్మ పరిస్థితిని అర్థం చేసుకోవడంలేదు. ఆవిడ ఇప్పుడు చాలా షాక్‌లో వుంది. డబ్బులేనిదే ఈ సంఘంలో మనిషికి జీవితం క్షణం గడవదు. మీ డాడీ ఇన్నాళ్ళూ ఆవిడకి ప్రవాహంలా డబ్బు అందించారు. ఆయన పోవడంతో ఆవిడ లోకం కూడా మరణించింది. చేతిలో డబ్బు లేకుండా ఆవిడకి ఈ ప్రపంచంలో, వయసులో వున్న ముగ్గురు కూతుళ్ళతో ఎలా నెట్టుకురావాలో తెలియక అయోమయం అయిపోతోంది. అన్నింటికంటే భయంకరమైన స్థితి...మీ కుటుంబం దర్జాకి, కాలిగోరుకి కూడా పోలని మా ఇంట్లో వచ్చి మీరు వుండాల్సిరావడం, ఇది తప్పించుకోలేదు. ఇంకో మార్గంలేదు. జీవితం మీద ఆవిడ ఇన్నాళ్ళూ చలాయించిన పెత్తనం ఊడబెరికి వేసినట్టుపోయింది. మిమ్మల్ని శాసించే ఆవిడ, మీరు చెప్పే మాట వినే స్థితికి దిగజారానని కుమిలిపోతుంది. కలలో కూడా ఊహించని భయంకరమైన పల్లానికి జీవితంలో జారిపోయానని ఆవిడ అనుకుంటోంది. ఆవిడని ఇప్పుడు మీరు విమర్శిస్తే ఇంకా కుంగిపోతుంది. ఆమె మారడానికి మీరు టైమ్ ఇవ్వాలి సంజూ. మీరే అర్థం చేసుకోవాలి.

"అమ్మ మారదు వాసూ!. ఎంతసేపూ ఎదుటివారు తన ట్యూన్‌కి డాన్స్ చేయాలనే తత్త్వం" అంది సంయుక్త. వసంత్ చెప్పినదంతా నిజమే. తనకీ తెలుసు. కానీ, అమ్మని సంతోషపెట్టాలంటే ఈ పరిస్థితుల్లో తన వల్ల కాదు. ఎన్నాళ్ళు ఇలా వసంత్ మీద ఆధారపడి బతకడం?

"సంజూ! ఈ రోజు నీకో మంచి వార్త చెప్పాలని త్వరగా ఇంటికి వచ్చేశాను."

"ఏమిటది వాసూ?"

"మా ఈస్టర్న్ స్టార్ పేపరు ప్రొప్రయిటర్ అన్నగార్కి 'వెస్టర్న్ స్టార్' అనే ఫైవ్‌స్టార్ హోటల్ వుంది. అందులో రిసెప్షనిస్ట్ పోస్ట్ ఖాళీ వచ్చింది. ఇంగ్లీషు, హిందీ, తెలుగు ధారాళంగా మాట్లాడగలిగి, మర్యాదగా ప్రవర్తించే అమ్మాయికోసం చూస్తున్నారు. అఫ్‌కోర్స్! పేపర్లో వేశారనుకో! ఆ ఉద్యోగానికి బాగానే కాంపిటీషన్ వుంటుంది. మా ప్రొప్రయిటర్‌ని ఆ ఉద్యోగం నాకు తెలిసిన అమ్మాయికి ఇప్పించమని అడిగాను. నిన్ను దృష్టిలో పెట్టుకుని అడిగాను. నీకు అభ్యంతరం వుంటే, మా ఫ్రెండ్ అనూఫ్ చెల్లెలు జ్యోత్న వుంది. తనకి చెబుతాను."

"జీతం ఎంత యిస్తారు?"

"మొదట్లో రెండువేల అయిదు వందల రూపాయలు యిస్తారు. బోనస్‌లు వుంటాయి. సంవత్సరం తర్వాత పర్మనెంట్‌చేసి, జీతం పెంచవచ్చు. వాళ్ళకి బాగా నచ్చితే, సంవత్సరం తర్వాత వుండటానికి టు బెడ్ రూమ్ ఫ్లాట్ యిస్తారు"

"ఓ" అంది సంయుక్త

వసంత్ మౌనంగా సమాధానానికి వేచి చూస్తున్నాడు.

"నేను చేయగలనా?" అడిగింది.

"ఎందుకు చేయలేవు? భాషలువచ్చు. నలుగురితో మాట్లాడే చొరవ, ధైర్యం వున్నాయి. ఆ హోటల్‌కు డిసిప్లిన్‌లో చాలా పేరుంది..."

"నేను చేరుతాను వాసూ" సంయుక్త అంది.

"రేపు నా వెంట తీసుకువెళ్ళి మా ప్రొప్రయిటర్ గారికి పరిచయం చేస్తాను."

"ఎన్నింటికి బయలుదేరాలి?"

"ఉదయం ఎనిమిదిన్నర గంటలకు."

"నేను రెడీగా వుంటాను" సంయుక్త నిట్టూర్చింది. తగ్గు స్వరంలో "థ్యాంక్‌యూ వాసూ! డాడీ లక్షలు తెచ్చి ఖర్చుచేసే రోజున మాకు డబ్బు విలువే తెలియలేదు. ఆయన బాధ రవంత కూడా చెవిన పెట్టలేదు. పడవ మునిగిపోయిన తర్వాత ప్రవాహంలో ఎంత హాయిగా ప్రయాణించే అదృష్టం పోగొట్టుకున్నామో తెలిసివచ్చింది. డాడీని కాపాడుకోలేకపోయాం" అంది.

"మీ అమ్మగారికి చెప్పి అభిప్రాయం తెలుసుకో సంజూ!"

"ఉఁహూఁ! అడగను. అమ్మ వెంటనే అనే మాటేమిటో నాకు తెలుసు. వద్దు అంటుంది. తన కూతురు ఒక హోటల్ రిసెప్షనిస్ట్ అనే మాట ఆవిడ ఊహించలేదు. ఆవిడకి ఆర్థిక బాధకన్నా గౌరవం, ప్రతిష్ఠ ప్రాణం."

8

ఆ రోజు సంయుక్త విమలమ్మతోపాటు ఉదయమే లేచేసింది. వసంత్‌తో పాటు వెళ్ళడానికి రెడీ అయింది. విమలమ్మ వసంత్‌తోపాటు సంయుక్తకి కూడా టిఫిన్ డబ్బా కట్టి యిచ్చింది. సంయుక్త తల్లి దగ్గరికి వచ్చింది. భానుమతి అప్పుడే లేచి కాఫీ తాగి, పేపరు చూస్తోంది.

"నేను వెళ్తున్నాను మమ్మీ!"

"ఎక్కడికి?" భానుమతి సాదాసీదాగా తయారైన కూతురుని చూసి నొసలు చిట్లిస్తూ అంది.

"రాత్రి చెప్పానుగా. 'వెస్టన్ స్టార్' హోటల్లో రిసెప్షనిస్ట్‌గా సెలక్ట్ అయ్యానని.'

"రాత్రి నేనూ నీకు చెప్పాను. అలాంటి దరిద్రపు ఆలోచన నీకెలా వచ్చింది? ఎవరు నీకు ఈ పాడు బుద్ధులు పుట్టిస్తున్నారూ, అని."

"మాటి మాటికి ఎవరినో తిట్టకు మమ్మీ!"

"హోటల్లో రిసెప్షనిస్ట్‌గా వెళ్తావా? అంతకంటే నీచమైనపని ఇంకేమైనా వుందా!"

"ఉంది మమ్మీ! అత్తయ్య ఇంటిమీద పడి నెలల తరబడి రూపాయి ఇవ్వకుండా బతకడం! అది ఇంకా నీచమైనది! సంవత్సరం కష్టపడితే హోటలు వాళ్ళు వుండడానికి క్వార్టర్స్ కూడా యిస్తారుట!"

ఈ మాట వినగానే భానుమతి కళ్ళల్లో కాఠిన్యం కాస్త కరిగింది.

"ఆ మాట రాత్రి చెప్పలేదేం నువ్వు?"

"ఎప్పుడో ఏడాది మాట ఇప్పుడెందుకు?"

"సరే వెళ్ళు మరి" అంది. చేతిలో కానీ లేక అందరూ మలమల మాడుతున్నారు. నిన్న సౌందర్యకి తలనొప్పి వస్తే శారిడాన్ తెమ్మని వసంత్‌ని దేబిరించాల్సి వచ్చింది.

జీతం ఫర్వాలేదు. అసలు లేనిదానికంటే నయం. డబ్బులకి బాధపడీ పడీ ఇప్పుడు ఆ జీతమే ఎంతో డబ్బు అనిపిస్తోంది. భానుమతి కాలుమీద కాలేసుకుని చదువుతున్న పేపర్ తిప్పుతూ, "జాగ్రత్త! మనకి తెలిసిన వాళ్ళెవరయినా కనిపిస్తారు, డాడీ దుఃఖం మర్చిపోవడానికి, కాలక్షేపానికి చేరానని చెప్పు. డబ్బు కోసం ఉద్యోగం చేస్తున్నానని అనకు" అంటూ హెచ్చరించింది.

సంయుక్త పెదవుల మీద విరక్తి నిండిన చిరునవ్వు కదిలింది. దాదాపు అమ్మ ఫ్రెండ్స్ అందరూ ఇంటికి వచ్చి, తాము ఎక్కడ వుంటున్నారో చూసి వెళ్ళారు. అయినా మమ్మీ ఇంకా తన దర్పం వదలదు. దర్పం, అహం పాము కుబుసాల్లా మనిషిని చుట్టుకుంటాయి. అవి వదిలించుకుంటేగాని అసలు జీవితం ఏమిటో అర్థంకాదు.

సంయుక్త బయలుదేరింది. రోడ్డుమీద యింటికి ఇరవై గజాల్లో బస్టాప్ వుంది. సంయుక్త టిఫిన్ డబ్బా తీసుకుని బస్టాప్‌లో బస్సుకోసం వేచి చూస్తూ నిలబడింది.

భానుమతి కిటికీలోనుంచి దూరంగా కనిపిస్తున్న కూతురునే చూస్తోంది. ఆవిడకి వెంటనే ఏదైనా పదునైనది తీసుకుని, పొడుచుకుని ఆ క్షణంలో చచ్చిపోవాలన్నంత బాధ కలిగింది. తన గారాల కూతురు, ఎండ కన్నెరగనట్టు పెంచిన సంయుక్త మామూలు జనంతో కలిసి బస్టాప్‌లో నిలబడింది.

బస్సులు వచ్చి వెళ్తున్నాయి. సంయుక్త జనాన్ని తోసుకుని బస్సులో ఎక్కలేక వెనక్కి మిగిలిపోతోంది. మూడో బస్సు వచ్చింది. సంయుక్త ఈసారి చొరవగా జనాన్ని తోసుకుంటూ బస్సులో ఎక్కేసింది.

9

సంయుక్త ధైర్యం చేసి, చొరవతో ఇంట్లోనుంచి బయటకు వచ్చి జన జీవన ప్రవాహంలో తానూ ఒక మామూలు మనిషిలా కలసిపోవడంతో అది మంచి మార్గమై సౌందర్య, సంగీత ఇంట్లోనుంచి బయటకు రావడానికి అవకాశం కలిగింది. హోటల్లో ఎప్పుడూ ఏదో ఒక సాంస్కృతిక కార్యక్రమం జరుగుతూనే వుంటుంది. ఒకసారి మ్యూజికల్ ఎంటర్‌టైన్‌మెంట్‌కి ఆలోచిస్తుంటే, సంయుక్త మేనేజర్‌కి సంగీత గురించి చెప్పింది, మేనేజర్ భాస్కర్‌కి అప్పటికే సంయుక్త అంటే చాలా గౌరవం,అభిమానం ఏర్పడ్డాయి. అతను మేనేజ్‌మెంట్‌తో మాట్లాడి, సంగీత మ్యూజికల్ ప్రోగ్రామ్ ఏర్పాటు చేశాడు.

ఆ ప్రోగ్రామ్‌కి సౌందర్య కూడా వచ్చింది. దాదాపు తండ్రి పోయిన ఆరు నెలల తర్వాత ఇంట్లోనుంచి చక్కగా తయారై, బయటకి రాగల అవకాశం రావడంతో సౌందర్యకి ఆక్సిజన్ పీల్చినంత హాయిగా వుంది. సంగీత వెంట వచ్చిన సౌందర్యని చూడగానే మొదటి చూపులోనే భాస్కర్ హృదయం సౌందర్య పాదాక్రాంతం అయిపోయింది.

సౌందర్య తన అందానికి లోబడే మనుషుల్ని చిటికెన వేలుతో తిప్పినంత సులభంగా ఆడించగలదు. సౌందర్య భాస్కర్‌ను ఆధారం చేసుకుని, తాను ఫ్యాషన్ షోలోకి వెళ్ళాలని అంచనా వేసింది. సౌందర్యకి ఈ ఆర్నెల్లనుంచీ ఇంట్లో నరకంలా మగ్గిపోయినట్టుగా వుంది. బయటకి రావాలని ఆమె హృదయం తహతహలాడుతోంది. భాస్కర్ ఒక ఆసరాగా కనిపించాడు.

మామూలుగా అయితే భాస్కర్‌లాంటివాళ్ళు కంటికి ఆనరు. ఇప్పుడూ అతనిపట్ల గౌరవం లేదు. అయినా, తన అవసరం.

షో జరుగుతున్నంతసేపూ సౌందర్య దగ్గరకి భాస్కర్ ఏదో నెపంతో వచ్చి మాట్లాడుతూనే వున్నాడు. సౌందర్య ఆ ప్రత్యేకతతో సాధికారంగా ఆనందం పొందుతోంది.

వచ్చినవాళ్ళలో చాలామంది సౌందర్య అందాన్ని తిరిగి తిరిగి చూస్తున్నారు. తెలిసినవాళ్ళు ఇద్దరు.ముగ్గురు కనిపించారు. సౌందర్య దగ్గరకి వచ్చి "అమ్మ ఎలా వున్నారు?'' అంటూ పలకరించారు. సౌందర్యకి చాలా హాయిగా అనిపించింది.

సంగీత జానపదాలు, ప్రేమగీతాలు చాలా బాగా పాడుతోంది. ఇంత వరకూ అంత శ్రద్ధగా సంయుక్త కూడా ఎప్పుడూ వినలేదు. అందరూ మైమరచి వింటున్నారు. చిన్నప్పటినుంచి సంగీత వయొలిన్‌తోపాటు గాత్రం కూడా సాధన చేసింది. నిజానికి వయొలిన్ నాదనలోకన్నా గానంలో ఆమె దిట్ట. దేవుడిచ్చిన సుమధుర కంఠస్వరం సంగీత పాలిట వరం. సంగీత కోమలపూరిత స్వరం శ్రోతలని సుదూర తీరాలకి తీసుకువెళుతోంది. వాళ్ళ కళ్ళముందు రాధామాధవుల విరహం పాటలో, భావనలో కళ్ళకి కట్టినట్టే అనిపిస్తోంది. అందరి గొంతుల్లో ఏదో అడ్డుపడ్డట్టే గాద్గదికంగా వుంది.

ఈ ప్రోగ్రామ్ ఫిక్స్ అవ్వగానే, దానికి కావాల్సిన ఏర్పాటు చూసేందుకు సంయుక్త చక్రపాణిని పిలిచి అప్పగించింది. అతనికి బాగా అనుభవం వుంది. ఆర్కెస్ట్రాని మాట్లాడి రకరకాల పాటలని ఏర్చికూర్చాడు.

పాడడం పూర్తి అయ్యేసరికి శ్రోతలందరూ చప్పట్లు కొట్టారు. సంగీత కళ్ళలో నీళ్ళు వచ్చేశాయి. అందరికీ చేతులు జోడించి నమస్కరించింది. ఆమెలో దుఃఖం కట్టలు తెంచుకుంటున్న ప్రమాదం పసిగట్టిన చక్రపాణి వచ్చి తాను శ్రోతలకి కృతజ్ఞతలు చెప్పి సంగీత భుజాల చుట్టూ చేయి వేసి స్టేజీ మీదనుంచి తీసుకుపోయాడు. సంగీత దగ్గరికి సంయుక్త వచ్చింది.

"సంజూ! ఇదంతా నీ చలవే" సంగీత గభాల్న సంయుక్తని కౌగిలించుకుని ఏడ్చేసింది. సంయుక్తకి కూడా ఏడుపు వచ్చేసింది.

"డాడీ లేకుండా మనంతట మనం ప్రోగ్రామ్ యిచ్చాం...బాగా జరిగింది. డాడీ తప్పకుండా సంతోషిస్తారు" అంది సంయుక్త ఎమోషనల్‌గా.

"అవును సంజూ! అవును" అంది సంగీత.

"సంగీతా, ఇలారా! నీకు వీళ్ళని పరిచయం చేస్తాను" చక్రపాణి వచ్చి సంగీతని తీసుకువెళ్ళాడు. సౌందర్య చుట్టూ కుటుంబ మిత్రులు మూగారు. సంగీతని, సౌందర్యని చూస్తుంటే సంయుక్తకి చాలా ఆనందంగా అనిపించింది. బయటి ప్రపంచంలో తాను పాదం పెట్టడమే కాదు. వాళ్ళిద్దరినీ కూడా బయటకు లాక్కు వచ్చింది. సంయుక్తకి ఇది అనిర్వచనీయమైన సంతోషంగా అనిపిస్తోంది.

"ప్రోగ్రామ్ చాలా బాగా జరిగింది. కంగ్రాచ్యులేషన్స్..." తగ్గు స్వరంతో వినిపించింది. సంయుక్త వెనక్కి తిరిగి చూసింది. ఎదురుగా వసంత్!

"వాసూ! నువ్వెప్పుడు వచ్చావు?" సంతోషంగా అడిగింది.

వసంత్ షర్ట్‌కి పెటుకున్న నేమ్ చూపించాడు. "మా పేపర్ సంగీత సాహిత్య కార్యక్రమం రిపోర్టర్ని నేనే కదా! ముందే వచ్చాను."

"నాకు కనిపించలేదేం?"

"మేం ఆ వరుసలో కూర్చున్నాం" అన్నాడు.

సంయుక్త సడన్‌గా అతని చేయి పట్టి లాక్కు వెళ్ళింది.

అక్కడ వున్న స్వీట్ ఒకటి తీసి అతని నోటిలో కుక్కింది.

"అరెరె!" వసంత్ వెనక్కి తగ్గి తింటున్నాడు. ఇంతలో ఫ్లాష్ వెలిగింది. ఎవరో ఫోటో తీశారు.

"థ్యాంక్స్ వాసూ! చాలా థ్యాంక్స్" అంది సంయుక్త. వసంత్‌కి ఆనందంతో వెలిగిపోతున్న సంయుక్త ముఖం ఆక్షణంలో ఎంతో చూడ ముచ్చటగా వుంది.

10

భాస్కర్‌కి సౌందర్య అంటే చాలా శ్రద్ధ వచ్చింది. వెస్ట్రన్ స్టార్ హోటల్ ప్రొప్రయిటర్ సహదేవ వర్మకి పరిచయం చేశాడు. తమ హోటల్ ప్రతి సంవత్సరం ఏర్పాటు చేసే అందాల పోటీలో సౌందర్య కూడా ఈసారి పాల్గొంటుందని చెప్పాడు.

సౌందర్యకి ఈ విషయం వింటుంటే పూలరథం ఎక్కి తేలిపోతున్నట్లుగా వుంది. తల్లికి ఇలాంటివి చాలా ఇష్టం. రెండు సంవత్సరాల క్రితం ఆమె ప్రోత్సాహంతోనే తాను అందాల పోటీల్లో పాల్గొనడానికి పేరిచ్చింది. తండ్రి చాలా గొడవచేసి ఇంట్లోనుంచి వెళ్ళిపోతాననీ, జన్మలో మళ్ళీ మీ కంటికి కనిపించననీ వార్నింగ్ ఇచ్చేయటంతో భానుమతి తగ్గి సౌందర్యని పోటీనుంచి విరమింపజేసింది. ఆఖరు క్షణంలో విరమించుకోవడంతో సౌందర్య బాగా గొడవ చేసింది. డాడీ నూటికి తొంభైతొమ్మిది పాళ్ళు భార్య, పిల్లల మాటకి తల ఊపి అంగీకరించినా, ఇలాంటిది ఏ ఒక్కటో మంకుపట్టు పట్టి కూర్చునేవాడు.

సౌందర్య అందంగా వుంది. అది భగవంతుడు సౌందర్యకీ మనకీ ఇచ్చిన వరం. సౌందర్య ప్రదర్శన మనకి వృత్తిగాదు. అట్లా అయితే ఎనిమిదో ఏటనే నా ఫ్రెండ్ బసవలింగం తీసే సినిమాలో అడిగినప్పుడే పంపేవాడిని. పిలకి పెళ్ళిచేసి, వారు లక్షణంగా కాపురం చేసుకుంటూ, ఒకళ్ళిద్దరు పిల్లలతో వుండే ఆ చల్లని నీడే నేను వారి జీవితానికి కోరుకునే భవిష్యత్తు. భానూ! కలుపు మొక్కల్లాంటి ఈ పిచ్చి పిచ్చి ఆలోచనలు మొదట నీ బుర్రలోనుంచి ఏరిపారేయ్" అంటూ కసిరాడు.

ఆయనకి ఎప్పుడోగాని కోపం రాదు. కోపం వస్తే అందరూ ఇకనోరు మూసుకోవల్సిందే. చీవాట్లతో చీల్చి చెండాడుతాడాయన.

సౌందర్యకి ఆ ఆశాభంగం చాలా వుంది. సౌందర్యకి తాను అందగత్తెనని బాగా తెలుసు. చిన్నప్పటినుంచి అందరూ బాహాటంగా తనని పొగడంతో బాగా అహంభావం కూడా వచ్చింది. దానికి తోడు తల్లి గారాబం.

భాస్కర్ సౌందర్యకి కావాల్సిన ఖర్చు విషయంలో చాలా సాయం చేశాడు. సౌందర్య మళ్ళీ జిమ్‌కి వెళ్ళి వ్యాయామం చేయసాగింది... భాస్కర్‌తో వెళ్ళి డ్రెస్సులు కొనుక్కొంది. సౌందర్యని బిల్లు పే చేయమని భాస్కర్ అడిగాడు. భాస్కర్ డబ్బు చెల్లిస్తాడని సౌందర్య గంపెడంత ఆశతో వుంది. భాస్కర్ డబ్బులేదని చెప్పడానికి సిగ్గుపడ్డాడు. అయినా, చెప్పక తప్పలేదు. సౌందర్య షాపునుంచి సంయుక్తకి ఫోన్ చేసింది. సంయుక్త తన దగ్గర లేదంది. భాస్కర్ ఒక ఫ్రెండ్ దగ్గర తీసుకువస్తానని వెళ్ళాడు.

సౌందర్య ఆలోచించింది.

నాలుగు రోజుల క్రితం తనకి, భాస్కర్‌కీ డిన్నర్ ఇచ్చి అందాల పోటీల్లో సౌందర్య ఏయే జాగ్రత్తలు తీసుకుంటుందో సహదేవ వర్మ ఆరాలు అడిగి, సౌందర్య చెప్పినవి విని తృప్తి చెందాడు.

సౌందర్య తమ వెస్టన్ స్టార్ హోటల్ తరపున పాల్గొంటుంది. డిన్నర్ తింటుండగా, సౌందర్యకి ఏదైనా అవసరం వస్తే తనకి ఫోన్ చేయమనీ సహాయం అడగటానికి వెనుకాడవద్దనీ సహదేవ వర్మ విజిటింగ్ కార్డు ఇచ్చాడు. "సందేహించవద్దు. నావల్ల ఏ సాయం కావాలన్నా నిర్మొహమాటంగా అడగవచ్చు" అన్నారాయన.

సౌందర్య బ్యాగ్‌లోని విజిటింగ్ కార్డు తీసి ఫోన్ నంబరు చూసి ఫోన్ చేసింది.

ఆయనే స్వయంగా ఫోన్ తీశాడు.

"నేను సౌందర్యని మాట్లాడుతున్నాను" అంది. డబ్బు అడిగితే ఏమను కుంటాడోనని లోలోపల భయం వేస్తోంది. ఆయన చనువుగా అడిగేశాడు.

"చెప్పు సౌందర్యా! వాట్ డు యూ నీడ్?"

సౌందర్య తన పర్సు ఎవరో కొట్టేశారని అబద్ధం చెప్పింది.

"నేనిప్పుడే వస్తున్నాను" అన్నాడు ఆయన.

పావుగంటలో ఆయన పెద్ద కారు ఆ షాపుముందు ఆగింది. ఆయనని చూడగానే షాపు యజమాని నమస్కరిస్తూ ఎదురెళ్ళి ఆహ్వానించి తీసుకువచ్చాడు.

సహదేవవర్మ సౌందర్యని బిల్లు అడిగి ప్రొప్రయిటర్‌కి యిచ్చాడు. సౌందర్య కొన్న డ్రెసెస్ చూశాడు.

"ఇది ఇంకా బాగుంటుంది నీకు" సౌందర్య శరీరం గమనిస్తూ ప్రొప్రయి టర్‌కి అది ఇవ్వమని చెప్పాడు.

ఇంకా రెండు కొనేశాడు. బిల్లు నాలుగింతలు పెరిగింది. ఆయన చెల్లిం చేశాడు.

"రా ఇంటి దగ్గర దింపేస్తాను" అన్నాడాయన.

"వద్దు వద్దు. నేను వెళతాను" అంది సౌందర్య.

"సరే! నేను దేనికీ ఎవ్వరినీ బలవంతం చేయను. డ్రైవర్ నన్ను దింపిన తర్వాత నిన్ను దింపేస్తాడు సరేనా?"

డ్రైవర్‌ని ఆయన తన ఇంటికి పోనీయమని చెప్పాడు.

గంట తర్వాత భాస్కర్ చచ్చీ చెడి ముగ్గురు స్నేహితుల జేబులో నుంచి నిలువుదోపిడీ చేసినట్లు డబ్బు పోగుచేసి షాపు దగ్గరకి వచ్చేసరికి సౌందర్య షాపులో లేదు. వెళ్ళిపోయింది.

వెస్ట్రన్ స్టార్ హోటల్ ప్రొప్రయిటర్ సహదేవ వర్మగారు వచ్చి తీసుకుని వెళ్ళారని షాపు ప్రొప్రయిటర్ చెప్పగానే భాస్కర్ గతుక్కుమన్నాడు.

అతనికి ఆటోలో తిరగటానికి నూటయాభై రూపాయలు అయిపోయింది. చేతిలో స్వీట్‌ని గద్ద తన్నుకు పోయినట్లుగా వుంది అతని ముఖం.

సహదేవ వర్మ బలవంతం చేయడంతో సౌందర్య ఆయన ఇంట్లోకి వచ్చింది.

ఆయన ఫోన్ చేసి టైలర్‌ని వెంటనే రమ్మనమని ఆదేశించాడు. సౌందర్యని కూర్చోమని రిక్వెస్ట్ చేశాడు. వంటతను కాఫీ, స్నాక్స్ తెచ్చి ఇచ్చాడు. డ్రాయింగ్ రూమ్‌లో ఆయన భార్య, ఇద్దరు ఆడపిల్లలు వున్న ఫోటో వుంది.

"నా భార్య పోయి పది సంవత్సరాలయింది. ఈ పెద్దమ్మాయి ఆస్ట్రేలియాలో, ఈ చిన్నమ్మాయి లండన్‌లో వున్నారు. నాకు గుబులు పుట్టినప్పుడల్లా వెళ్ళి వాళ్ళని చూసి వస్తుంటాను" చెప్పాడు సహదేవవర్మ.

సౌందర్య ఇల్లంతా చూస్తోంది. ఆ ఇల్లు చూస్తుంటే ప్రాణం లేచి వస్తోంది. దాదాపు తమ ఇల్లులాంటిదే. ఫోన్‌లు, కార్లు, నౌకర్లు! సౌందర్య సోఫాలో కూర్చుంది. ఇక్కడ నుంచి కదిలి ఆ ఎలుక కలుగులోకి వెళ్ళాలంటే వేయింతలు జుగుప్సగా, పరమరోతగా వుంది.

ఆయన సౌందర్య కూర్చున్న సోఫాలోనే కాస్త ఎడంగా కూర్చున్నారు. చాలా అపురూపంగా కాఫీ కప్పు అందించారు.

"థ్యాంక్ యూ!" అంది సౌందర్య.

టైలరు వచ్చాడు. ఆయన స్వయంగా సౌందర్య ఎలాంటి డ్రెస్‌లో అందంగా వుంటుందో చెప్పారు.

"నగలు ఏం వున్నాయి నీకు?" ఆయన అడిగారు.

"నగలు డైమండ్స్‌వి, రూబీవి, ముత్యాలవి చాలా వున్నాయి. కాని అమ్మ లాకర్‌లో వున్నాయి. డాడీ పోయారు. లాయరు బ్యాంక్ వాళ్ళతో మాట్లాడు తున్నారు. డాడీ విల్లు రాయలేదు. హఠాత్తుగా పోయారు... అబద్ధం చెప్పేసింది సౌందర్య.

"ఐ.సీ.!" ఆయన అర్థం చేసుకున్నట్లు చూశారు.

"నగల గురించి డోంట్ వర్రీ! నేను అవన్నీ చూసుకుంటాను. టైలరు డ్రెస్ కుట్టి తీసుకురాగానే ఒకసారి ట్రయిల్ చూడాలి. నువ్వు ఇక్కడికి ఒకసారి రావాల్సి వస్తుంది" సౌందర్య ముఖం జాగ్రత్తగా గమనిస్తూ అన్నారు సహదేవవర్మ.

ఆ ముఖంలో తాయిలం చూపగానే చిన్నపిల్ల ముఖంలో కలిగే ఆనందపు కేరింత కనిపించింది. ఆయనకి ధైర్యం వచ్చింది. డ్రైవర్‌ని పిలిచి సౌందర్యని ఇంటి దగ్గర దింపి రమ్మనమని చెప్పారు.

సౌందర్య బయలుదేరుతుంటే, ఆయన ఒక కవరు ఇచ్చారు.

"ఏమిటిది?" అంది సౌందర్య.

"రెండువేలు-డబ్బు."

"ఎందుకు?" సౌందర్య కళ్ళు పెద్దవి అవకుండా నిగ్రహించుకుంది.

"ఇంకా లిఫ్‌స్టిక్, చెప్పులు, పౌడర్ లాంటివి కొనాల్సి వుంటాయిగా!" ఆయన యిచ్చేశారు.

సౌందర్య దగ్గర 14 రకాల జతల చెప్పులున్నాయి. ఏడాదికి సరిపడా కాస్మెటిక్స్ వున్నాయి. కానీ, డబ్బు వద్దని అనలేదు. తండ్రిపోయిన తర్వాత రూపాయి కంటికి కనిపించలేదు. కవరు బ్యాగ్‌లో. పెట్టుకుంది. తలెత్తింది. మధురమైన తన ప్రత్యేక అందాల చిరునవ్వు నవ్వి "థ్యాంక్ యూ" అంది.

సౌందర్య ఇంటికి వచ్చేసింది. ప్రాణం స్వర్గంలో తేలిపోతున్నట్లుగా వుంది. బ్యాగ్‌లో రెండువేల రూపాయలున్నాయి. సౌందర్య బ్యాగ్‌ని గట్టిగా పట్టుకుంది. ఈ విషయం తల్లికిగానీ, చెల్లెళ్ళకిగానీ చెప్పదల్చుకోలేదు!

సౌందర్య మంచం మీద పడుకుంది. చీకట్లో కళ్ళు తెరిచి చూస్తోంది. కళ్ళముందు సహదేవవర్మ భవంతే కనిపిస్తోంది. "సంయుక్త కష్టపడి తెలివితేటలతో బతకగలదు. సింపుల్‌గా బతకగలదు. సంగీత తన సంగీతం ద్వారా కాస్తో కూస్తో డబ్బు సంపాదించగలదు. తన దగ్గర ఆ రెండు గుణాలూ లేవు. దరిద్రం అంటే తనకి అసహ్యం. మనుషులు ఈగలు, దోమల్లా మురికి కొంపల్లో బతకడం చూస్తే చిన్ననప్పటి నుంచీ తనకి రోతగానే వుండేది. తన ఖర్మకాలీ యిలా తనే వచ్చి ఈ మురికి గుంటలో దాదాపు ఆరునెలలు జీవించాల్సి వస్తుందని కలలో కూడా అనుకోలేదు. తనకు తెలుసు-తాను ఏదైనా ధైర్యం చేయకపోతే ఈ మురికి గుంటే తన శాశ్వత చిరునామా అయ్యే ప్రమాదం వుంది. అది తప్పించుకోవాలి. తన సౌందర్యమే తనకి రాచబాట అవ్వాలి. అదే తనకి ఈ కల్లోల సముద్రంలో, గమ్యం తెలియక కొట్టుమిట్టాడుతున్న చీకటి సమయంలో చేతికి అందుతున్న ఆధారం."

సౌందర్యకి మాటి మాటికీ పర్స్‌లోని రెండువేల రూపాయలు గుర్తుకు వస్తున్నాయి. అందాల పోటీలో అంగ ప్రదర్శన చేయడం తనకిష్టం. ఇప్పుడు

వారించే తండ్రిలేడు. అనుకోకుండా అవకాశం వచ్చింది. ఎప్పుడయితే బిల్లు తనని ఇవ్వమనీ, డబ్బులేదనీ అన్నాడో ఆ క్షణంలోనే భాస్కర్ మీద తనకి ఇంట్రెస్ట్ పోయింది. ఫోన్ చేయగానే క్షణాలమీద వచ్చి, బిల్లు చెల్లించి, తాను వద్దంటున్నా ఇంకా రెండు డ్రెస్‌లు ఖరీదువి కొని, ఇంటికి తీసుకువెళ్ళి టైలరుని పిలిపించి ప్రత్యేక శ్రద్ధతో తనకి డ్రెస్ ఎలా కుట్టాలో జాగ్రత్త తీసుకున్న సహదేవవర్మ అంటే ఇష్టంగా అన్పించింది. ఆయనకి తన అందం అంటే ఆకర్షణ కలిగిందని అర్థం అవుతోంది. అదే ఆయుధంతో ఆయన్ని జయించి, ఆయన డబ్బును తనకి ఆసరాగా చేసుకోవాలి. సౌందర్య మనసులో తహతహ మొదలైంది. తల్లికి ఇవేవీ చెప్పకూడదు. సంయుక్తని ఆవిడ ఏం చేయగలిగింది? సౌందర్యకి ధైర్యంగా అనిపించింది.

11

నెల రోజులు తిరిగేసరికి సౌందర్య జీవితంలో వచ్చిన మార్పులు భానుమతిని పాతాళానికి కుంగదీసినాయి. సౌందర్య వెస్టర్న్ స్టార్ స్పానర్ చేసిన అందాలపోటీలో 'మిస్ హైదరాబాద్'గా ఎన్నికయింది. మర్నాడు పేపర్లలో సౌందర్య ఫోటోలు వచ్చాయి. ఈ సంఘటన చిన్నదే అయినా పబ్లిసిటీ ఆర్భాటంగా వుంది. మరో ఇరవై రోజుల్లో సౌందర్య, సహదేవవర్మ రిజిస్టర్ మేరేజ్ చేసేసుకున్నారు. ఒక్క హైజంప్ చేసినట్లు సౌందర్య జీవితం మళ్ళీ కార్లు, మేడలు, ఫోన్లు, పార్టీలు, ఊళ్ళు తిరగడం ట్రాక్ మీదకి వచ్చేసింది. తండ్రి వయసు సహదేవవర్మని తనతో మాట మాత్రం అయినా చెప్పకుండా అలా పెళ్ళి చేసేసుకున్నందకు భానుమతి బిక్క చచ్చిపోయింది. అంతేకాదు, అదే వారంలో సౌందర్య సంయుక్త ఉద్యోగానికి ఉద్వాసన చెప్పించింది.

"నేను ఇప్పుడు ఆ హోటలుకి యజమానురాలిని. నా సొంత చెల్లెలు అందరు ఉద్యోగస్తులతో కలిసి పనిచేయడం నాకు ఇష్టంలేదు" అంది సౌందర్య.

"సౌందర్యా! కానీ, అది నాకూ, అమ్మకీ అన్నం పెట్టే ఉద్యోగం. నేనేం తప్పుచేశాను" అంది సంయుక్త.

"నువ్వు తప్పేం చేయలేదు. నాకు ఇష్టంలేదు. నిన్ను అక్కడ చూస్తుంటే, నేను వున్న ఆ మురికి కూపం గుర్తుకు వస్తుంది" అంది.

"నాకు మళ్ళీ ఉద్యోగం దొరకడం కష్టం" అంది సంయుక్త.

"అది నీ తలనొప్పి" అంటూ సౌందర్య భుజాలు ఎగరేసింది.

"అమ్మని చూడడానికి రావా?"

"రాను. వచ్చి ఆవిడ తిట్టే తిట్లు వినలేను."

"అమ్మ ఏడుస్తోంది."

"అది ఆవిడ ఖర్మ. నా గురించి విచారం అవసరంలేదని చెప్పాను. వినకపోతే ఆవిడ హైరానా అది. నేనేం చేయలేను. నేను రేపు మా ఆయనతో కలసి లండన్ వెళుతున్నాను. నాకోసం రావటాలు, ఫోన్లు చేయటాలు చేయకండి " అనేసి వెళ్ళిపోయింది సౌందర్య.

సౌందర్య చిన్నప్పటినుంచి స్వార్థపరురాలని తెలుసు. కానీ, ఇంత కాఠిన్యం చూపించగలదని అనుకోలేదు. తాను, సంగీత, అమ్మ సౌందర్యకి ఏ విధంగానూ యిక పనికిరారు. తాను కోరుకున్న ప్రపంచంలోకి ఎగిరిపోవడానికి వీళ్ళు గుదిబండలుగా అనిపిస్తున్నారు. వీళ్ళ సమస్యలు వెంటేసుకుని, తన జీవితంలో చికాకులు తెచ్చుకునే తెలివితక్కువ మనిషి కాదు.

సంయుక్త ఇంటికి వచ్చింది. తల్లికి తెలిసిన స్నేహితురాళ్ళు వచ్చి సౌందర్య వివాహం గురించి అడిగి సానుభూతి చూపిస్తునారు. భానుమతి వాళ్ళముందు తలెత్తుకోలేకపోతోంది. ఇన్నాళ్ళూ అందరినీ వెక్కిరించి, ఫోన్లలో హేళనలే కాలక్షేపంగా నవ్వుకునేవాళ్ళు. అలాంటిది ఈ రోజు సౌందర్య మూలంగా సౌందర్యతో పాటు తాను కూడా ఫోన్లలో నవ్వుకునే సమాచారం అయిపోయామని ఆవిడ కుంగిపోతోంది.

వాళ్ళు వెళ్ళిన తర్వాత సంయుక్త తల్లికి సౌందర్య అన్న మాటలు చెప్పింది.

భానుమతి అది వినగానే మండిపడుతూ "వెధవ ముఖం వేసుకుని తల వంచుకు వచ్చేశావా! ఒక కత్తి తీసుకుని, దాన్ని ముక్కలు ముక్కలుగా నరికి రాకపోయావా" అంది.

భానుమతికి సౌందర్య కంటికి కనిపించకుండా వెళ్ళిపోవడం కూడా చాలా బాధగా వుంది. పెద్ద కూతురు! భానుమతికి చిన్న వయసులోనే పుట్టింది. ఇద్దరూ అక్కాచెల్లెళ్ళలా స్వతంత్రంగా మాట్లాడుకుంటారు. మనసులో ఎవరి మీద అక్కసు వున్నా పెద్ద కూతురుతోనే వెళ్ళబోసుకోగలదు భానుమతి. ఇప్పుడు ఆ అవకాశం పూర్తిగా పోయింది. సంగీత వట్టి వాజమ్మ. భగవంతుడు దానికి ఆ సుమధురమైన కంఠం వరంగా ఇచ్చాడు తప్ప దానిలో ఇంకేం ప్రత్యేకతా లేదు. ప్రతిదానికి ఇట్టే ఏడుస్తుంది. ఏ బాధా తట్టుకోలేదు. సంయుక్త సమర్థురాలు. అయినా, ఎప్పుడూ తండ్రి పక్షం నిలబడి తనని విమర్శించడంతో భానుమతికి సంయుక్తతో మనసు విప్పి మాట్లాడే చనువేలేదు. ఇద్దరిమధ్యా ఏదో తెలియని దూరం. సంయుక్త

ఎప్పుడూ తన చర్యలు చూసి, ఆ కళ్ళలో స్పష్టమైన అసమ్మతి ధోరణిని ప్రదర్శిస్తూ వుంటుంది. అక్షరాలా తండ్రి పోలికే.

సంయుక్త ఉద్యోగం సౌందర్య పీకించేయడం భానుమతికి అశనిపాతం అయింది. వయసు మళ్ళినవాడిని చేసుకున్నా, డబ్బు గలవాడి సాహచర్యంలో కాస్త తమని కనిపెట్టి చూడాల్సిందిపోయి, తెగతెంపులు చేసేసుకుంది పెద్ద కూతురు. ఎప్పటికైనా సౌందర్యకి గొప్పింటి సంబంధం చేసి, వాళ్ళ నీడలో ఇక తన జీవితం వెళ్ళదీయాలనుకున్న భానుమతి ఆశ అడియాస అయింది. పిల్లలు తన చేతినుంచి తప్పించుకుని, వాళ్ళ భవిష్యత్తులు వాళ్ళు సర్వస్వతంత్రులుగా వెతుక్కోవడం భానుమతి సహించలేకపోతోంది. సౌందర్యకి రాబోయే వరుడుగా, తనకి కాబోయే అల్లుడి గురించి ఎంతో కమ్మటి కల భానుమతికి వుంది. అది మండి బూడిద అయి ఆవిడ కళ్ళముందు రాలిపడింది. ఒక జీవితంలో ఇంత భయంకరమైన వ్యత్యాసాలు చూడాల్సి రావడంతో ఆవిడ మతిపోయినదానిలా ఉక్కిరిబిక్కిరి అయిపోతోంది.

సంయుక్త షెడ్‌లో వచ్చి కూర్చుంది. 'రేపటి నుంచి తనకి ఉద్యోగంలేదు. మళ్ళీ వేట ప్రారంభించాలి. మళ్ళీ ఉద్యోగం దొరకడానికి ఎన్ని నెలలు పడుతుందో!' సంయుక్త కుంగిపోయినట్లుగా కూర్చుని వుంది. ఉద్యోగం తన అసమర్థత వల్లనో, హోటలు వాళ్ళకి మరే కష్టనష్టాల కారణాలవల్లనో పోతే తనకింత బాధ వుండేది కాదు.

సౌందర్య స్వయంగా తనని ఉద్యోగంలో నుంచి పీకించి బయటకు పంపడం చాలా దుఃఖంగా అనిపిస్తోంది.

వసంత్ వచ్చాడు.

"ఏమిటి సంజూ అలా కూర్చున్నావ్?" అడిగాడు వసంత్.

సంయుక్త క్లుప్తంగా చెప్పింది.

"కంగ్రాచ్యులేషన్స్" అన్నాడు చిరునవ్వుతో

"నాకు ఉద్యోగం పోతే అభినందనలా!" అంది చిరుకోపంగా సంయుక్త.

"కాదు. మా ఆఫీసులో ఒక పోస్ట్ ఖాళీ వచ్చింది. ప్రసిద్ధులైన సీనియర్ సిటిజన్స్‌ల వారి వారి వృత్తులలో సమర్థులైనవారిని ప్రతివారం ఒకరిని ఇంటర్వ్యూ చేయాలి. ఆ పేజి కూడా నాకే అప్పచెప్పారు. అసలు రహస్యం- ఆ పేజీకి ఏడాదిపాటు వీళ్ళు ఒక పెద్ద అడ్వర్టయిజర్‌ని స్పాన్సర్‌గా పట్టుకున్నారులే. మనకి

మంచి జీతం యిచ్చినా వాళ్ళకి బాగా మిగులుతుంది. కానీ, ఒక్కటే ముఖ్యమైన సంగతి. ఆ ఇంటర్వ్యూలు బాగుండాలి."

"అంటే! నేను మీ ఆఫీసులోనే పని చేయవచ్చునా?" సంతోషంగా అడిగింది సంయుక్త.

"మా ఆఫీసులో ఏమిటి? నా సెక్షన్‌లోనే. మనం కలిసి వెళ్ళి కలసి రావచ్చు. నువ్వు ఆ బస్‌స్టాప్‌ల దగ్గర పడిగాపులు పడనక్కరలేదు. పొద్దుపోయినా ఫరవా...." వసంత్ సడన్‌గా ఆగిపోయాడు. సంయుక్త వచ్చి అతని మెడచుట్టూ గట్టిగా చేతులు పెనవేసి, అతని భుజంమీద తలదాచుకొని కళ్ళు మూసుకుంది. కంటినుంచి రాబోతున్న నీళ్ళని పెదవి బిగించి ఆపుకోడానికి ప్రయత్నిస్తూ.

వసంత్ మాటలు ఆగిపోయినాయి. అనుకోని ఈ చర్యకు అతను చకితు డయ్యాడు.

"థ్యాంక్ యూ వాసూ! నువ్వు రాకముందు నేనెంత దిగులుపడ్డానో తెలుసా! ఈ లోకంలో నా కోసం ఒక వెలుగు కిరణమైనా లేనట్లు గాఢాందకారంగా అనిపించింది."

"ఊఁ! " అతను ఏం చెప్పలేకపోతున్నాడు.

"వాసూ! ఈ ఉద్యోగం వస్తుంటే నాకు చా...లా...సంతోషంగా వుంది."

అతను మాట్లాడలేదు.

"నీకు సంతోషంగా లేదా వాసూ?"

"ఉంది."

సంయుక్తకి అప్పుడు తాను అనుకోకుండా చేసిన పని గుర్తుకు వచ్చింది. మెల్లగా అతణ్ని వదిలేసింది. "అయామ్‌సారీ వాసూ!" అంది. అతని ముఖం కందినట్లుగా వుంది.

"నేనేమన్నా తప్పు చేశానా!" ఆమె కళ్ళలో లజ్జ తొంగిచూస్తోంది. అతను లేదన్నట్లు తల వూపాడు.

"మరి ఎందుకు అలా సీరియస్‌గా వున్నావు. ఏం మాట్లాడవేం అంది నిష్ఠూరంగా.

"నువ్వెప్పుడూ ఇలాగే సంతోషంగా వుండాలి సంజూ! నువ్వు అవకాశం యిస్తే బాగా కష్టపడి ఫలితం తెచ్చుకోగలవు" అన్నాడు వసంత్.

"నీలాగే కదూ?" అంది.

"నేనా! ఏమో నాకు తెలియదు." అన్నాడు.

"నీ సంగతి నాకు తెలుసు" అంది సంయుక్త.

వసంత్ నవ్వాడు. "సరే! ఎప్పుడైనా నాకు అర్థంకాకపోతే నిన్ను అడుగుతాను" అన్నాడు.

"నేనూ నా విషయంలో అంతే చేస్తాను. ఇది బాగుంది. మనిద్దరం ఒకరి మనసుకి ఒకరు నిలువుటద్దం అన్నమాట-అవునా?"

అతను అవునన్నట్లు తల వూపాడు.

సంయుక్త చూపుడు వేలు చూపి అంది.

"జాగ్రత్త వాసూ! నీ రహస్యాలు నాకు తెలిసిపోతాయి."

"ఆ భయం నాకేమీ లేదు. నీ గురించి ఆలోచించుకో!" అన్నాడు. ఇద్దరూ అనుకోకుండా ఫక్కున ఒకేసారి నవ్వారు.

12

"ఇదిగో సంగీతా! నువ్వు ఇదివరకులా తల్లిదండ్రుల చాటు పిల్లవి కాదు. మీ నాన్న పోయారు. మీ అమ్మ ఇంట్లోంచి బయటికి రావడంలేదు. నీ నిర్ణయాలు నువ్వే చేసుకోవాలి. సౌందర్య చూడు-ధైర్యం చేసి ఎంత స్వతంత్రంగా, హాయిగా తిరుగుతుందో" అన్నాడు చక్రపాణి.

కొత్త కాంట్రాక్ట్ ఒకటి సంతకం చేయించాడతను. సంగీత వెంటనే గుడికి వెళతానంది. చక్రపాణి సంగీతని గుడికి తీసుకువచ్చాడు.

సంగీత గుడిచుట్టూ పాతిక ప్రదక్షిణాలు చేస్తుంటే, చక్రపాణి విసుగు భరిస్తూ మెట్లమీద కూర్చుని, గుడికి వచ్చేపోయే అమ్మాయిలను చూస్తున్నాడు. అతనికి సంగీతలో, ఆమె కంఠంలో మాధుర్యం తప్ప మిగతా ప్రవర్తన అంతా విసుగే. అతి భయస్థురాలు. ఎక్కడలేని మొహమాటం. కొత్తవాళ్ళ ముందు నోరెత్తి అసలు మాట్లాడలేదు. కానీ కంఠం విప్పిందంటే నాజూకుతనం నాట్యమయూరి అయిపోతోంది. ముఖాముఖీ మనుషులతో రెండు మాటలు కూడా మాట్లాడలేదు. కానీ, వేలమందిని తన గానమాధుర్యంతో మంత్రముగ్ధులని చేస్తుంది. ఆమె కంఠం ఒక బంగారు గని.

చక్రపాణి 'విరించి ఆడియో రికార్డు సెంటర్'లో రికార్డిస్ట్‌గా పనిచేస్తున్నాడు. మొదటిసారి కాలేజీ తరపున రేడియో కార్యక్రమం సమర్పించడానికి ప్రార్థనాగీతం పాడడానికి వచ్చింది. ఆ అమ్మాయి గొంతు మైక్‌లో వినగానే అతని మనసు ఆనందంతో పులకరించింది. ఒక అపూర్వమైన కళ ఆ కంఠంలో రాసిపోసినట్టే వుంది. తర్వాత ఒకటికి రెండుసార్లు వేరేవాళ్ళ పాటలు రికార్డ్ చేస్తుంటే, ఆర్టిస్టులు ఇబ్బంది పెడుతుంటే, సంగీత పేరు తానే సూచించాడు. సంగీత పాడిన పాటలు చాలా ఆదరణ పొందాయి.

భానుమతికి చక్రపాణిపై ప్రత్యేక గౌరవం లేకపోయినా, సంగీత కంఠానికి పదును పెట్టేందుకు ప్రయత్నిస్తున్న అతణ్ని నిరసనగా చూడలేదు. తన కుటుంబానికి, ముఖ్యంగా తన కూతుళ్ళకి పనికివచ్చే వ్యక్తులని ఆవిడ యిట్టే పసిగట్టగలదు. వారు పనికివస్తారంటే, ఒక కప్పుకాఫీ ఇచ్చి తీయటి మాటలతో, వాళ్ళు అనుకున్నదానికంటే వేయింతలు తమకి వుపయోగపడడానికి ఉత్సాహపడిపోయేట్టు చేయగలదు.

చక్రపాణి ఆవిడ వాత్సల్య గాలానికి అలాగే చిక్కుకున్నాడు. భానుమతితో పరిచయం అతనికి వేయి ఏనుగుల బలం వచ్చినట్టయింది. సంగీతని రకరకాలుగా, పాటల కార్యక్రమాల్లో వచ్చేలా ఏర్పాట్లు చేయసాగాడు. భానుమతి యింట్లో కాలుమీద కాలేసుకుని కూర్చుంటే, చక్రపాణే వూరంతా తిరిగి సంగీతకి పనికివచ్చే వాళ్ళని పట్టుకుని, ప్రోగ్రామ్స్‌ని సంగీతతో చేసేలా నానాతిప్పలూ పడి ఎప్పటికప్పుడు వివరాలు భానుమతికి ఫోన్ ద్వారా తెలియచేసేవాడు. భానుమతి ఇంట్లో ఏ స్వీటో తింటూ, "పాణీ! యూ ఆర్ వెరీ క్లెవర్. యూ ఆర్ కరెక్ట్. యూ ఆర్ స్మార్ట్" అని అభినందిస్తుంటే, అతను ఉదయం నుంచీ భోజనం చేయకుండా, ఈ తిరుగుళ్ళకి ఖర్చు పెట్టిన డబ్బులు, అవజేసుకున్న నష్టం కూడా గుర్తుకువచ్చేది కాదు.

రికార్డింగ్‌కి సంగీత కారులో రాగానే తాను వెళ్ళి సంగీతని కారు డోర్ తెరిచి లోపలికి తీసుకురావటంలో అతను థ్రిల్ ఫీలయ్యేవాడు. ఆమెగొంతు వింటే ఇక ఒళ్ళు తెలియనంత పరవశంగా వుండేది. సంగీతని పైకి తీసుకురావడం ద్వారా తాను కూడా జీవితంలో పై మెట్టెక్కేసి భానుమతి అల్లుడిగా అందరిలో గౌరవ ప్రతిష్టలు పొందాలని మరీ తాపత్రయపడసాగాడు. అతనికి ఒకటి బాగా తెలుసు. ఈ సంఘంలో మనిషి గౌరవ ప్రతిష్టలు పొందాలంటే, ఒక జీవితకాలం కష్టపడాలి. కానీ, అవే గౌరవ ప్రతిష్టలని లబ్ధ ప్రతిష్టులయినవారి సరసన చేరిపోతే

ఇరవై నాలుగు గంటల్లో సంపాదించుకోవచ్చు. కానీ, చక్రపాణి కన్న కలలు భరద్వాజ హఠన్మరణంతో ఫెళ్ళున బద్దలయినాయి. అతనికి సంగీత అంటే యిష్టం-అయిష్టం సరిగ్గా సమపాళ్ళలో వున్నాయి. సంగీత కంఠం అంటే అపరిమితమైన యిష్టం. అంతమంచి కంఠస్వరం కేవలం దైవప్రసాదం. కోటిమందిలో కూడా ఇంకొకరికి వుండదేమో! కానీ, వ్యక్తిగతంగా సంగీత పరమబోర్! ఆమెకి కొన్ని బలహీనతలున్నాయి. అందులో దైవభక్తి ఒకటి. ప్రతిదానికి ఆ దేవుడిని జత కలిపితేగానీ ఊరుకోదు. నలుగురిలో కలవలేదు. సరదాగా మాట్లాడలేదు. అన్నిటికంటే మరీ భయంకరం, సంతోషం వచ్చినా, బాధ వచ్చినా ఇట్టే ఏడ్చేస్తుంది. సహజంగా ఎప్పుడూ సంతోషమో, బాధో వెలుగునీడల్లా ఆమె వెంటే వుంటాయి. ఏదీ తనంతట తాను ధైర్యంగా నిర్ణయం చేసుకోలేదు. విపరీతమైన గుంజాటన ఎక్కువ. ఒక నిర్ణయం తీసుకుంటే, తీసుకోకుండా వుంటేనే బాగుండేదేమో అని ఎక్కువ మథన పడుతుంది. ఇంట్లోవాళ్ళు సంగీతని ఎక్కువగా ఎందుకు పట్టించుకోరో చక్రపాణికి ఇప్పుడు అర్థం కాసాగింది.

భరద్వాజ ఆత్మహత్య చేసుకోవడం, వారి ఆస్తిపాస్తులు ఆరిపోవడం, భానుమతి బీదరికం నిండిన చుట్టాల ఇంటిలో కూతుళ్ళతో కలిసి తలదాచుకోవడం చక్రపాణికి షాకింగ్‌గా అనిపించాయి. 'గొప్పవాళ్ళ గోత్రాలు' అంటారు ఇదే కాబోలు అని వెగటుగా అనిపించింది. అతను మెల్లగా సంగీతని కలుసుకోవటం మానేశాడు. కానీ, భగవంతుడు అతని రాత సంగీతతోనే కలిపిరాశాడు. అతను పనిచేస్తున్న ఆడియో రికార్డింగ్ థియేటర్ నష్టాల ఊబిలో కూరుకుపోతోంది. ప్రొప్రయిటర్‌తో చక్రపాణికి బాగా చనువు.

"ఏదయినా చెయ్యి పాణీ! ఈ నష్టంలో నుంచి బయటకి లాగే ఆసరా చూడు. అందరం కుటుంబాలు గలవాళ్ళమే. మనకి ఇది తప్ప ఇంకో పనిచేయడం రాదు" అన్నారాయన. ఆయన కుటుంబం పెద్దది. ఇక తనకీ తల్లి, పెళ్ళిళ్ళు చేయాల్సిన చెల్లెళ్ళు ఇద్దరు వున్నారు. ఈ మధ్యనే అన్నయ్య గుండెపోటుతో పోవడంతో వదిన, ఇద్దరు పిల్లలకు కూడా తిండిపెట్టే బాధ్యత తనమీదనే పడింది. తాను కాస్త శ్రమ పడితే సంగీత గొంతుని బాగానే డబ్బుగా మార్చుకోవచ్చు. అందువల్ల అతను సంగీత కుటుంబం పరువు ప్రతిష్టలు తిరగబడినా, సంగీతని వదులుకోలేక పోతున్నాడు. అతనికి పరిస్థితులు అలా వచ్చాయి. సంగీత అందరి ఆడపిల్లల్లా కరుకుకాదు. అదీ తనకి మంచిదే!

చక్రపాణి గుడిచుట్టూ ప్రదక్షిణలు చేస్తున్న సంగీతని మళ్ళా సుదీర్ఘంగా చూశాడు. సంగీత చూడటానికి బాగుంటుంది. బంగారానికి తావిలా ఆమె

నాజూకైన అందంలో ఆ కళాప్రతిభ అర్థం చేసుకున్న వారికే ఆమె విలువ తెలుస్తుంది.

చక్రపాణి నిట్టూర్చాడు. 'సంగీతని పెళ్ళి చేసుకుంటే, ఎప్పుడూ ఇంక ఆమెని పసిపాపలా సాకుతూ తాను ఒక దాది అవతారం ఎత్తాల్సిందే. ఆమె అనుమానాలు, భయాలు ఇరవై నాలుగు గంటలూ భరిస్తూ, బుజ్జగిస్తూ వుండాలి. ఏం చేస్తాను? తప్పదుమరి? అనుకున్నాడు.

సంగీతని తాను ప్రొఫెషనల్‌గా పైకి తీసుకురావాలంటే ముందు ఆమెని సొంతం చేసుకోవాలి. పెళ్ళి వాయిదావేసే ప్రసక్తిలేదు. భానుమతి పెత్తనం వుంటే పైసా తన చేతికిరాదు. సంగీతని తన చేతిలో చిక్కించుకోవాలంటే పెళ్ళిపత్రం ఒక్కటే మార్గం.

కానీ, పెళ్ళి అనగానే చక్రపాణికి మనసు ఉసూరుమంటోంది. శాశ్వతంగా తాను వేయాల్సిన దాది అవతారమే గుర్తుకువచ్చి మనసు ముడుచుకుంటోంది.

సంగీత ప్రదక్షిణ పూర్తిచేసి వచ్చి చక్రపాణి పక్కన కూర్చుంది. "ఈ ఎగ్రిమెంట్ సక్సెస్ అయితే, నూట ఒక్క ప్రదక్షిణలు ఎగ్రెండలో చేస్తానని మొక్కుకున్నాను" అంది.

చక్రపాణి కంపరం దాచుకోవడానికి ముఖం పక్కకు తిప్పుకున్నాడు. పెళ్ళి ప్రసక్తి తెచ్చాడు. అతని మనసులో తనకి తానే ద్వీపాంతరవాస శిక్ష రాసుకున్నట్లుగా వున్నాడు. సంగీత సంగీతాన్ని గురించి తప్ప ఇంకే విషయం వివరంగా మాట్లాడలేదు. ఎప్పటిలాగానే "అమ్మని అడుగుతాను" అనే రెడీమేడ్ ఆన్సర్ నాలుకమీదకి ప్లే చేసినట్లు వచ్చేసింది.

"అమ్మని అడిగేముందు మనిద్దరం ఆలోచించుకోవాలి కదా!" చక్రపాణికి తాను దాదివేషం మొదలు పెట్టినట్టు అనిపించింది. బుజ్జగిస్తున్నట్టు తాము వెంటనే పెళ్ళి చేసుకోవాల్సిన ఆవశ్యకత తనకంటే సంగీతకే క్షేమం అన్నట్టు చెప్పాడు.

సంగీత కళ్ళలో నీటి చెలమలు కనిపించసాగినాయి. "పాణీ...నువ్వెంత మంచివాడివి" అంది.

అక్కడ కూర్చున్న అరగంటలో సంగీతని ఎలాగయితేనేం భానుమతికి తెలియకుండా ఇద్దరూ రిజిస్టర్ మేరేజ్ చేసుకునేట్టు, ఇప్పుడిప్పుడే పెళ్ళి అయిన సంగతి ఎవ్వరికీ చెప్పకుండా రహస్యంగా వుంచేట్టు నిర్ణయం చేశాడు చక్రపాణి.

సంగీత అంగీకరించింది. అంగీకరించకుండా వుండేందుకు వీలులేనట్టుగా చక్రపాణి తిరకాసు పెట్టాడు. సంగీత కాదంటే ఇక్కడే, ఇప్పుడే ఆ దేవుడి సాక్షిగా ఇద్దరూ శాశ్వతంగా విడిపోయేట్టు, ఎగ్రిమెంట్ కాన్సిల్ చేసేట్టు చెప్పాడు.

సంగీత సందిగ్ధంలో పడింది. భయంగా చూసింది. కాసేపు గోళ్ళు కొరికింది. చివరకు "సరే–ఈక్షణం నుంచి నువ్వే నా సర్వం అనుకుంటాను" అంది. చక్రపాణిని లేచి తనతో రమ్మనమని అడిగింది. దేవుడి విగ్రహం ముందుకు తీసుకువెళ్ళి "నన్నెప్పుడూ మోసం చేయనని వాగ్దానం చెయ్యి" అని అడిగింది.

"ప్రామిస్" అన్నాడు చక్రపాణి విసుగు దాచుకుంటూ.

"నా తలమీద చెయ్యి పెట్టి చెప్పు" అంది. అంటూనే అతని కుడిచెయ్యి తలమీద అనించుకుంది.

"ప్రామిస్ అన్నాడు. చక్రపాణి ఇలాంటి అబద్ధపు వాగ్దానాలు చాలా చేస్తాడు. వెంటనే లోలోపల 'ఐ కాన్సిల్ ఇట్' అనుకుని తూ.తూ. అనేస్తాడు. ఇప్పుడూ అలానే అనుకున్నాడు.

"నువ్వ దేవుడిముందు వాగ్దానం చేశావు. తప్పావంటే చూడుమరి" అంది.

"ఏమౌతుంది?" కుతూహలంగా అడిగాడు.

"నీకు కళ్ళుపోతాయి" సీరియస్‌గా అంది సంగీత.

"ఓహ్హోహ్హో!" చక్రపాణి గట్టిగా నవ్వేశాడు. 'అంత సత్యం వుంటే ఈపాటికి నా కళ్ళేకాదు, కాళ్ళు, చేతులు, చెవులు, ఊడిపోవాల్సిందే' అని లోలోపల అనుకున్నాడు.

సంగీత మాత్రం భక్తిగా రెండు చేతులూ హృదయపూర్వకంగా జోడిస్తూ 'నాదేంలేదు స్వామీ. అంతా నీ దయ. నువ్వు ఏ మార్గం చూపిస్తే అటు వెళ్ళడమే నా కర్తవ్యం. ఇదీ అంతే' అనుకుంది. ఆమె మనసు హాయిగా, నిర్మలంగా వుంది.

13

ప్యారిస్‌లో ఒక హోల్లో పెద్ద పడకగది. అంతా గోల్డ్ అండ్ బ్లూ మేచింగ్ కలర్స్‌లో, చుట్టూ గోడలకి నిలువుటద్దాలతో అందంగా, ఆర్భాటంగా వుంది. ఆపెద్ద పక్కమీద మధ్యలో సౌందర్య ముడుచుకుని దిళ్ళకి ఆనుకుని కూర్చొని వుంది.

క్షణం క్రితమే సౌందర్యకి, సహదేవవర్మకి అభిప్రాయబేధంతో పెద్ద మాటల యుద్ధం జరిగింది. సౌందర్యకి వెళ్ళి డైనింగ్‌హాలులో భోజనం చేయాలని ఎంతో

ఇష్టంగా వుంది. సహదేవవర్మకి గదిలో ఏకాంతంగా తాము ఇద్దరే సరస సంభాషణలతో భోజనం చేయాలని వుంది.

"ఇంటి దగ్గర ఎట్లాగూ ఇద్దరమే వుంటాం. ఇంత మంచి చోటుకి వచ్చి కూడా ఈ నాలుగుగోడలూ, మధ్య మనమూ" అని సౌందర్య విసుక్కుంది.

ఆయనకు బట్టల విషయంలో చాలా అభిరుచి వుంది. సౌందర్యకి ఖరీదయినవి రకరకాల దుస్తులు డబ్బుకి వెనుకాడకుండా కొంటాడు. సౌందర్య మొదట్లో చిన్నపిల్లలా చాలా ఆనందపడిపోయింది. కానీ, రాను రాను సౌందర్యకి తాను స్వేచ్ఛలేని ఒక బంగారు పంజరంలో ఇరుక్కున్నానని తెలిసిపోయింది. ఆయన సౌందర్యమీద ఖర్చుపెట్టిన ప్రతి రూపాయి ఆయన సంతోషానికి ఉపయోగపడాలి. సౌందర్య ఆనందంతో బయట తిరగాలనీ, సంతోషంతో బాగా అలంకరించుకుని మురిసిపోతున్న కొద్దీ ఆయన ఆమెని గదిలో బంధించాలని చూస్తున్నాడు. బయటకు వెళ్ళడం ఒక రకంగా ఆయనకు చాలా యిబ్బందిగా వుంది. సౌందర్యని పెళ్ళి చేసుకున్న కొత్తలో అందరూ ఆయన పక్కన సౌందర్యని చూసి 'మీ కూతురా' అని అడిగేవాళ్ళు. సౌందర్య ఆ ఆర్నెల్లలో బ్యూటీపార్లర్స్‌కి వెళ్ళి ఎక్సర్‌సైజ్‌చేసి ఇంకా సన్నం అవడంతో ఇప్పుడు 'మీ మనమరాలా' అని అడుగుతున్నారు.

ఆయన పక్కన సౌందర్య పది సంవత్సరాల వయసు తగ్గినట్టు వుంటే, ఆయన వయసు పది సంవత్సరాలు పెరిగి ఎక్కువ వార్థక్యం వున్నట్టుగా కనిపిస్తోంది.

సౌందర్యకి పగలు ఆయనతో తిరగడం, షాపింగ్, లంచ్‌లు, సైట్ సీయింగ్ స్వర్గంలా వుంది. రాత్రి ఆయనతో పడక పంచుకోవడం ఒక భయంకరమైన నరకం. ఆయన స్పర్శ ఏవగింపుగా అనిపిస్తుంటే ఎలాగో బలవంతంగా ఆ అసహనం ఆపుకొని భరిస్తోంది.

సౌందర్యని వివాహం చేసుకున్న తర్వాత సహదేవవర్మకి ఒక రకంగా చాలా హాయిగా వుంది. వ్యాపారరీత్యా డిన్నర్లు, లంచ్‌లకి ఆయన పక్కన సౌందర్య వుండడం, హుందాగా ప్రవర్తించడంతో ఆయన వ్యాపార ప్రయత్నాలకి సగం సరసమైన వాతావరణం కలిగి, ఫలితాలు బాగానే రాసాగాయి. ఆయనకు పైకి చూపించడానికి ఒక్క హోటలేగానీ, రహస్యమైన వ్యాపార లావాదేవీలు చాలా వున్నాయి. డబ్బు రకరకాల రూపాలలో వుంది. ఎక్కడ డబ్బు బాగా ఖర్చు పెట్టాలో, ఎక్కడ వెనక్కి లాగాలో ఆయనకి బాగా తెలుసు.

ప్యారిస్‌రాగానే ఊరంతా తిరిగేయడానికి సౌందర్య ఒకటే ఉత్సాహ పడిపోయింది. కానీ, ఆయన వున్న వారం రోజుల్లో మూడు రోజులు కూతురు దగ్గరే గడిపాడు. ఆ అమ్మాయికి సౌందర్య అంటే విపరీతమైన ఈర్ష్య. చీటికీ మాటికీ ఏదో ఒకటి పరిహాసంగా వ్యంగ్యోక్తి విసురుతూనే వుంది. సౌందర్య ఆగలేక జవాబు చెప్పేసి, ఆ అమ్మాయి ముఖం మాడిపోయేలా చేసింది. పెద్ద గొడవ అయి పోయింది. సహదేవవర్మ, సౌందర్య హోటలుకి తిరిగి వచ్చేశారు. ఇద్దరిమధ్యా అగ్నిపర్వతం బద్దలయినంత వేడిగా ఘర్షణ అయింది. ఇద్దరి మనసులో పెళ్ళి అయిన తర్వాత ఒకరిపట్ల ఒకరికి వున్న అసంతృప్తి మాటల రూపంలో బయటకి లావాలా ప్రవహించేసింది.

"ఇట్లా నేను వుండలేను. నేను వెళ్ళిపోతాను" సౌందర్య బెదిరించింది.

"ఓ.కె." ఆయన వెంటనే ఫోన్‌చేసి ఎయిర్‌లైన్స్‌కి ఇండియాకి టికెట్ అడిగేశాడు.

సౌందర్య ఖంగుతింది. సహదేవవర్మ బెదిరిస్తే బెదిరిపోయే రకం కాదు అని అర్థం అయింది.

"ఇండియాకి రెండు గంటల్లో ప్లేన్ వుంది. నువ్వు వెళ్ళిపో. నేను ఎల్లుండి వస్తాను. రాగానే డైవోర్స్‌కి అప్లయ్ చేస్తాను" అన్నాడాయన నిర్మోహమాటంగా.

సౌందర్య బాగా వెనక్కి తగ్గిపోయింది. వెంటనే లేచి బాత్‌రూమ్‌కి వెళ్ళిపోయింది. బాగా ఏడుపు వచ్చేసింది. వెక్కి వెక్కి ఏడవసాగింది. ఇండియా వెళ్ళిపోతే తానెలా బతకగలదు! సౌందర్యకి మొదటిసారిగా తండ్రి నిజంగా గుర్తుకువచ్చాడు. సౌందర్యకి తన పరిస్థితి చాలా నిస్సహాయంగా అనిపించింది.

సహదేవవర్మ వచ్చి తలుపుతట్టాడు. సౌందర్య తలుపు తీయకూడదని అను...ంది. కానీ, అది మరీ బంధం తెగేవరకూ లాగడం అవుతుందనిపించింది.

ఆయనంటే ఒక రకంగా భయం మొదలైంది.

తనదే తప్పు. ఆయన కూతురు వాగుతుంటే పట్టనట్లు పది నిమిషాలు ఓర్చుకుంటే సరిపోయేది.

మళ్ళీ తలుపు చప్పుడు వినిపించింది.

సౌందర్య వచ్చి తలుపు తీసింది.

ఎదురుగా సహదేవవర్మ!

ఏడుపుతో ముఖం వాచిపోయిన సౌందర్యని చూస్తే ఆయన...గుండె కరిగిపోలేదు - జాలి రాలేదు. ఆడవాళ్ళ ఏడుపు చూసి చూసి ఆయన విసుగెత్తి

పోయి వున్నాడు. వాళ్ళ ఏడుపుకి ఆయనకి కనికరం కలగదు. సౌందర్యే కాదు, చిన్నప్పుడు కూతురు ఏడ్చినా అంతే. పిల్లలకి కావాల్సినవి ఇచ్చేవాడు. తనవల్ల అయ్యేవి చేసేవాడు. అంతకుమించి వాళ్ళు హఠం చేస్తే ఊరుకునేవాడు కాదు. ఏడిస్తే రెండు తగిలించేవాడు. వెంటనే నోరు మూసుకునేవాళ్ళు. ఆయన ఇప్పుడు కూడా అదే చేశాడు. సౌందర్యని ఈడ్చిచెంపమీద ఒకటి తగిలించాడు.

సౌందర్య బిత్తరపోయింది. తల్లీ, తండ్రీ ఎప్పుడూ ఒంటిమీద చెయ్యి వేయలేదు. ఎంతో గారాబంగా పెంచారు.

సౌందర్య మరుక్షణం దెబ్బతిన్న బెబ్బులిలా ఆయనమీద పడింది. ఆయన జుట్టు పట్టి పీకింది. పళ్ళతో కొరికింది. గోళ్ళతో చీల్చడానికి పెనుగులాడింది. సహదేవవర్మ సౌందర్య నుంచి విడిపించుకోవడానికి పెనుగులాడుతున్నాడు. ఆయనకు గుండెలు దడదడలాడిపోతున్నాయి. సౌందర్యని కంట్రోల్ చేయలేకపోతున్నాడు.

ముదిమి మీద వయసు తిరగబడినట్లుగా వుంది. వయసుకి వుండే జవసత్త్వాల ముందు ముదిమి తలవంచక తప్పదన్నట్లు ఆయన సౌందర్య తనని మంచంమీద పడేసి బాదుతుంటే, ప్రాణరక్షణకి పెనుగులాడుతూ ఎలాగో చేయిచాచి ఫోన్ అందుకొని రిసెప్షన్ నుంచి బాయ్‌ని అర్జెంట్‌గా పంపమని ఆదేశించాడు.

రెండు నిముషాల్లో ఒకతను వచ్చి తలుపు తట్టాడు. సహదేవవర్మ ఎలాగో విడిపించుకుని వెళ్ళి తలుపు తీశాడు. సౌందర్య ఆ క్షణంలో పిచ్చిపట్టినదానిలాగానే వెర్రి ఆవేశంతో వుంది. సహదేవవర్మ ఫ్రెంచ్‌లో తన భార్యకి హిస్టీరియా వుందనీ, వెంటనే డాక్టరు కావాలనీ, తాను ఆమెని కంట్రోలు చేయలేకపోతున్నాననీ, తనకు సాయం చేయాలనీ అడిగాడు. వెంటనే అతను వచ్చి సౌందర్యని భల్లూకంలా చేతుల మధ్య బిగించేశాడు.

"స్కౌండ్రల్! నన్ను కొడతావా? ఐవిల్ కిల్ యూ!" సౌందర్య అరుస్తుంది. ఏడుస్తోంది. పావుగంటలో డాక్టరు వచ్చి ఇంజక్షన్ యిచ్చాడు. సౌందర్య సొమ్మసిల్లినట్లు నిద్రపోయింది. అందరూ వెళ్ళిపోయారు.

సహదేవవర్మ సౌందర్య పక్కనే కూర్చున్నాడు. సౌందర్య చేయి అందుకుని పెదవులకి ఆనించుకున్నాడు. సౌందర్య కొడుతుంటే తనకి గుండెలు కాస్తా దడదడలాడి, హార్ట్‌బీట్ పెరిగిందని భయపడ్డాడు. కానీ, ఆయనకిది ఒక గొప్ప అనుభవంలా వుంది. ఇంతవరకూ ఆయన రహస్యంగా రకరకాల ఆడవాళ్ళ

చాలామందితో సంబంధాలు పెట్టుకున్నాడు. వాళ్ళంతా తానంటే హడిలి చస్తూ అణిగిమణిగి పడి వుండేవారు. తానే విసుగేసి వదిలేశాడు.

సౌందర్యను చూసిన మొదటి క్షణంలోనే ఆయన మనసు పెద్దగా మూలిగింది. 'తాను ఇరవై సంవత్సరాలు ఆలస్యంగా పుడితే ఎంత బాగుండేది' అనిపించింది. సౌందర్యలో వయసు, అందం అడవి గుర్రాల్లా వున్నాయి. ఆయన అరగంటక్రితం సౌందర్యతో పడి దొర్లడంలో అనిర్వచనీయమైన థ్రిల్ అనుభవించాడు. అది ఇంకా శరీరంలో ఆనందతరంగాలుగా లేస్తోంది.

"సౌందర్య"! మీ నాయన పోవడం నా అదృష్టం. ఆయనే వుంటే నువ్వు నాకు దక్కేదానివా? అనుకున్నాడు. "నేను బతికి వుండగా నిన్ను వదలను డియర్! ఇన్నాళ్ళూ డబ్బు సంపాదనే ఆనందంగా బతికాను. ఇప్పుడు తెలిసింది... మగవాడికి అసలైన ఆనందం స్త్రీ దగ్గరే దొరుకుతుందని" ఆయన ప్రేమగా సౌందర్య చెంపలు, జుట్టు నిమిరాడు.

ఆ క్షణం సౌందర్య పట్ల భయంకరమైనది. సహదేవవర్మకి సౌందర్య మీద నిజమైన ప్రేమ అంకురించింది. 'నువ్వు నా దానివి' అనుకున్నాడు. సహదేవవర్మ 'నాది' అన్నదానిని చాలా జాగ్రత్తగా, భయంకరమైన జాగ్రత్తతో కాపాడుకుంటాడు.

'నిన్ను ఇండియా పంపించడమా! నిన్ను వదిలి ఒక్క క్షణం కూడా వుండలేను' సౌందర్య తలమీద తల ఆనించి అనుకున్నాడు. ఆయనకళ్ళు ఏనాడూ లేంది చెమ్మగిల్లినాయి.

మర్నాడు సౌందర్యని మాటలతో గారాబంతో నిన్న జరిగినదంతా ఆయన మరిపించేశాడు. సౌందర్యకి మెలకువరాగానే పశ్చాత్తాపం నటిస్తూ క్షమాపణ చెప్పేశాడు. తనకు తగిన శాస్తి జరిగిందని ఒప్పుకున్నాడు. ఆ విధంగా గాయపడిన సౌందర్య ఆత్మాభిమానానికి మాటలతో నవనీతం రాసి చల్లబరిచాడు. ఊరంతా తిప్పాడు. డ్రెసెస్ కొన్నాడు. ప్యారిస్‌లో నైట్‌లో లైఫ్ ఎంత బాగుంటుందో చూపించాడు. దెబ్బ తగిలిన చిన్నపిల్లని తల్లి దండ్రులు షాపింగ్‌కి తీసుకువెళితే ఆ దెబ్బ మరచిపోయినట్లు సౌందర్య సహదేవవర్మతో పడిన పేచి మరిచిపోయింది. సౌందర్యలో నోటి దురుసుతనమే తప్ప కపటంలేదు. స్వార్థంలేదు. జీవితం ఎప్పుడూ సంతోషంగా, నవ్వుతూ, తుళ్ళుతూ గడపాలని ఆశిస్తుంది.

మర్నాడు కూడా పగలంతా తిరిగి తిరిగి ఇంటికి వచ్చారు. పక్కసూట్‌లో దిగిన ఫ్రెంచ్ యువకుడు తమతోపాటే టూరిస్ట్‌గా ఊరు చూడడానికి వచ్చాడు. అతను సౌందర్యపట్ల ఆరాధానా భావంతో చూడసాగాడు.

సహదేవవర్మని చూపిస్తూ సౌందర్యని "మీ గ్రాండ్ ఫాదరా" అని అడిగాడు. సహదేవవర్మకి ఒళ్ళు మండిపోయింది.

"నేను మీ ఇద్దరికీ డిన్నర్ ఇస్తాను" అన్నాడు అతను. సౌందర్య కళ్ళలో సంతోష జ్యోతులు వెలిగిపోతున్నాయి. రూమ్‌లో తొమ్మిదిగంటలు అవుతుండగా చాలా బాగా తయారయ్యింది.

"మనం డిన్నర్‌కి వెళ్ళడంలేదు" అన్నాడు సహదేవవర్మ.

"ఎందుకని?"

"నాకు బడలికగా, ఒళ్ళు నొప్పులుగా వుంది."

"వచ్చి కూర్చోండి ఊరికే. పిలిస్తే వెళ్ళకపోవడం ఏం మర్యాద?"

"వాడెవడు మనకు మర్యాద చూపించడానికి?"

"మర్యాదగా మాట్లాడితే బాగుంటుందేమో?"

"నేను అతనికి మనం డిన్నర్‌కి రావడంలేదని చెప్పాను."

"ఎప్పుడు?"

"నువ్వు స్నానం చేస్తున్నప్పుడు."

సౌందర్య కళ్ళలో ఆనందజ్యోతులు ఠప్పున ఎవరో ఊదేసినట్టే ఆరి పోయాయి.

"మనం ఇక్కడే డిన్నర్ తిందాం. బేరర్‌కి చెప్పాను" అన్నాడు సహదేవవర్మ.

"నాకు ఆకలిగాలేదు" అంది.

"ఇప్పుడేగా డిన్నర్‌కి వెళదాం అన్నావు" అన్నాడాయన.

"నన్ను విసిగించకండి" చెవుల లోలకులు తీసేస్తూ అంది సౌందర్య. ఆ ముఖంలో విసుగు, చిరాకు, అణచి పెట్టుకున్న ఆగ్రహం ముమ్మరంగా వచ్చేసినాయి.

ఆయన వెనుకగా వచ్చి భుజాల మీద చేతులు వేశాడు. సౌందర్య చేతులు విదిలించి పారేసింది.

ఆయన సౌందర్య తీసేసిన లోలకులు చేతిలోకి తీసుకున్నాడు. "నేను రానని చెప్పలేదు, నిన్ను ఏడిపించటానికి అలా అన్నాను" అన్నాడు.

సౌందర్య నమ్మలేకపోయింది.

"నిజం. అతను ఇప్పుడే ఫోన్ చేశాడు. పావుగంటలో వస్తున్నాం అని చెప్పాను" అన్నాడు సహదేవవర్మ.

"నిజంగానా!" సౌందర్య ముఖంలో కళ తొంగి చూడబోతూ అప నమ్మకంగా ఆగింది.

"నిజంగా!" ఆయన సౌందర్యని ఇప్పుడు మళ్ళా భుజాలమీద చేతులు వేసి తనవైపు తిప్పుకున్నాడు, సౌందర్య ఇప్పుడు అంత గట్టిగా తిరస్కరించలేదు.

ఆయన సౌందర్యని దగ్గరకు తీసుకుని, తనకిష్టం వచ్చినట్లు పెదవులు శరీరం మీద ఆనించాడు. సౌందర్య బిగబట్టి భరిస్తోంది. ఆమె మనసు ఆనందంగా ఉంది. శరీరం యాంత్రికంగా పట్టనట్టు సహదేవవర్మ పెదవుల్ని భరిస్తోంది. సౌందర్య క్షణం సేపు ఆ ఫ్రెంచ్ యువకుడే తనని దగ్గరికి తీసుకున్నట్లు వూహించింది.

14

రాత్రి పదిగంటల సమయం. ట్యాంక్‌బండ్ మీద నుంచి వసంత్ మోటర్ సైకిల్ రఁయ్‌న వస్తోంది. వెనుక సంయుక్త అతని భుజంమీద చెయ్యివేసి కూర్చొని వుంది. ట్యాంక్‌బండ్‌మీద వచ్చేపోయే వాహనాల రద్దీకాస్త తగ్గింది. సంయుక్త తలెత్తి ఆకాశంలోకి చూసింది. అక్కడ మబ్బులను వదిలించుకుంటూ చంద్రుడు కూడా తమతోపాటు పరుగెత్తుకుని వస్తున్నాడు. సంయుక్తకి చిన్నప్పటి నుంచీ వెన్నెల అంటే చాలా ఇష్టం.

"వాసూ! వెన్నెల ఎంత బాగుందో చూడు" అంది.

"చూస్తున్నాను" అన్నాడు.

"తలెత్తకుండానే!" అడిగింది.

"ఇదుగో, ఈ పేవ్‌మెంట్ మీద ఎలా కనిపిస్తోందో" అన్నాడు.

"ఓహ్! నువ్వు భూమిమీద చూస్తున్నావా?" నేను ఆకాశంలోకి చూస్తున్నాను. చాలా బావుంది. వెన్నెల్లో ఇలా నీ మోటార్‌సైకిలు మీద వెళుతుంటే ఇంకా బాగుంది."

వసంత్ మోటార్ సైకిల్ స్లో చేశాడు. ట్యాంక్‌బండ్ అంచుకు తెచ్చి ఆపాడు.

"ఇక్కడెందుకు ఆపావు?"

"కొద్దిసేపు కూర్చుందాం" అన్నాడు.

ఇద్దరూ బెంచీ మీద కూర్చున్నారు. ఇద్దరూ ట్యాంక్‌బండ్ నీళ్ళమీద మెరుస్తున్న వెన్నెలని చూశారు. ముఖాలు చూసుకున్నారు. ఇద్దరూ ఎవరికి వారే

ఎదుటివారు ఎంత సంతోషంగా వున్నారా అని చూస్తున్నారు. ఇద్దరికీ సమాధానం దొరికింది. హాయిగా నవ్వేశారు.

"ఈ మధ్య నాకెందుకో కారణం లేకుండానే నవ్వు వచ్చేస్తోంది" అంది సంయుక్త.

"నాక్కూడా" అన్నాడు వసంత్. వసంత్‌కి తనని చూస్తుంటే తనకే ఆశ్చర్యంగా వుంది. ఆకలి పెరిగింది. జీవితంపట్ల ఉత్సాహం రెట్టింపు అయింది. మంచంమీద వాలి దిండుమీద తల ఆనించుకోగానే సుఖమైన నిద్ర ఇట్టే వచ్చేస్తోంది. ఇదివరకు జీవితం అంతా ఎంతో చీకటి చీకటిగా వెలితి వెలితిగా వుండేది. ఇప్పుడు అదేమీ మచ్చుకు కూడా లేదు. అప్పటి కంటే ఎక్కువ కష్టపడుతున్నాడు. రెట్టింపు గంటలు పనిచేస్తున్నాడు. అయినా, అలసటే లేదు. ఉదయం లేస్తుంటేనే ఎంతో ఉత్సాహం. రాత్రివేళ పడుకుంటుంటే ఏదో తెలియని ఆత్మ సంతృప్తి.

"ఏమిటీ ఆలోచిస్తున్నావు?" అడిగింది సంయుక్త.

"నా గురించే" అన్నాడు వసంత్.'

"నీ గురించి నువ్వు ఆలోచించుకుంటున్నావా? నేను పక్కన వుండగా..." ఏమిటి నీకా ధైర్యం?" అన్నట్లు నిలదీసింది.

"అవును సంజూ! నాలో నువ్వు వచ్చిన తర్వాత వచ్చిన మార్పుని ఆలోచిస్తున్నాను" అంటూ చెప్పాడు.

"థ్యాంక్ యూ వాసూ" సంయుక్త వసంత్ చేతిమీద చేయి ఆనించింది.

"నిజంగా నీకు కృతజ్ఞతలు చాలా చెప్పాలనిపిస్తుంది. జీవితం అర్థం చేసుకోవడానికి డాడీ సగం తోడ్పడ్డాడు. మనిషి ఎప్పుడూ హజం, ఆర్భాటం లేకుండా సింపుల్‌గా బతికితే చాలా సుఖం అనేవారు. ఆ మాటలు నిన్ను చూస్తే అక్షరాలా నిజం అని రుజువు అయ్యాయి. డాడీపోయి, మేం ఒడిదుడుకులు పడుతుంటే నువ్వు ఎంతో సహాయపడ్డావు. నువ్వు ఆసరా ఇవ్వబట్టి మా పాట్లు వీధిన పడలేదు.

"పెద్ద మాటలు అనకు. నేనేం చేశాను మా చిన్న ఇంట్లో మిమ్మల్ని ఉండమన్నంత మాత్రాన మీ కష్టాలు తీరాయా?"

"అలాకాదు. దాదాపు ఆర్నెల్లు మమ్మల్ని నువ్వు అప్పో సొప్పో చేసి భరించావు. మీ ఇంట్లో నువ్వూ, అత్తయ్యా పరాయి మనుషుల్లా ఒదిగి వున్నారు. అది నేనెప్పుడూ మర్చిపోలేను."

"సంజూ!" వసంత్ మెల్లగా, సందేహం వదిలించుకుంటున్నట్లు సంయుక్త చేతిని తన చేతిలోకి తీసుకున్నాడు. "ఎంతసేపూ అదే చెబుతావు. నీవల్ల నేను పొందిన లాభం చెప్పనివ్వవు. నువ్వు వచ్చిన తర్వాత నా రచనా వ్యాసంగం ఎంతో పెరిగింది. ఒక్కోసారి ఆదివారం పేపర్‌లో ఆర్టికల్ చూస్తుంటే ఈ రాసింది నేనేనా అని ఆశ్చర్యం వేస్తోంది."

"నీలో స్వతహాగా ఆ టాలెంట్ వుంది వాసూ! నాకు తెలిసిన లిటరేచర్ స్టూడెంట్స్ వున్నారు. వాళ్ళు ఎక్కువ చదువుతారు, చెబుతారు. కానీ, నీ అంత బాగా రాయలేరు.

"నేను ఈ రాబోయే ఆదివారం కోసం చూస్తున్నాను" అన్నాడు వసంత్.

"అవును. నేను కూడా. మిస్ రేవతి విప్లవవాది ఇంటర్వ్యూ చాలా సెన్సేషనల్ అవుతుందని నా నమ్మకం. నువ్వు ప్రతి వ్యక్తిలో మానవతా వాదిని బయటకు లాగుతావు. వారి బాధలు, నిరుత్సాహాలు, ఆశాభంగాలు, గాలం వేసినట్లే జవాబులు లాగి తీసుకుంటావు. అందుకే నీ రచనలు అందరికీ అంత ఇష్టం."

"నీ తోడు నాకు చాలా శక్తి ఇస్తోంది సంజూ."

"నువ్వు ఆంజనేయస్వామిలాంటివాడివి. నీ శక్తి నీకు తెలియదు." సంయుక్త నవ్వుతూ అంది.

"అయితే, నాకు తోక ఒక్కటే తక్కువ అంటావా!" బుగ్గలు పూరిస్తూ అన్నాడు.

"ఛీ! రూపంలో అనలేదు నేను." సంయుక్త నవ్వుతూ అంది. వసంత్ కూడా నవ్వేశాడు.

ఆ రోజు ఉదయం నుంచి ఇద్దరూ తిరుగుతున్నారు. మూడు ఇంటర్వ్యూలు పూర్తిచేశారు. ఒక ఐ.ఏ.ఎస్. ఆఫీసర్, ఇంకో ప్రసిద్ధ రాజకీయవేత్త, ఒక వ్యాపారవేత్త. ముగ్గురి సమాధానాలు చాలా ఇంటరెస్టింగ్‌గా వున్నాయి. ఎవరికి వారే ఈ సమాజం చెడిపోయింది అంటారు. 'బాగుచేయటానికి మీరేం చేశారు' అంటే, వారు చేయలేకపోవటానికి వేరే వాళ్ళు కారణం అని చూపిస్తారు.

"ఈ పెద్దవాళ్ళతో మాట్లాడుతూ నేను చాలా నేర్చుకుంటున్నాను" అన్నాడు వసంత్.

"నా విమర్శ కూడా బాగా పదును పడుతోంది-" అంది సంయుక్త.

పగలంతా తిరిగి పేపరు పనిచేస్తారు. రాత్రి పొద్దుపోయేవరకూ షెడ్‌లో పెట్టెలు, గోనెసంచుల మధ్య వాటిని పేపరుమీద పెట్టడంలో తర్కించి, తర్కించి ఒక రూపు దిద్దుతారు. ప్రతి ఒక్క పని వాళ్ళకు ప్రత్యేకం. అదే మొదటిదీ, ఆఖరుదీ, ఇందులో లోపం వుండకూడదు అన్నట్టు శ్రమిస్తారు.

కాఫీ తాగేటప్పుడూ అవే చర్చలు. మోటారు సైకిలు మీదా అవే మాటలు. సాయంత్ర వేళ భానుమతి కోసం ఎవరైనా వస్తే, వసంత్ ఇంట్లో నుంచి పెరటి వైపున వున్న కొండమీదకు ఎక్కి అక్కడ పెద్ద రాయి నీడలో కూర్చుని పని చేసుకుంటాడు.

సంయుక్త ఏ కాఫీయో తీసుకునివచ్చి అతని కోసం పిలిస్తే కొండఅంచుకు వచ్చి తొంగి చూస్తాడు.

సంయుక్త కొండకి ఆనించి వేసిన నిచ్చెన మెల్లగా ఎక్కి పైకి వస్తుంటే, వసంత్ వంగి, చేయి ఆసరా యిచ్చి పైకి లాక్కుంటాడు. ఆ కొండమీద, ఆ పెద్దరాయి నీడలో వాళ్ళది ఏకాంత ప్రపంచం అయిపోయింది. అక్కడ పేపర్లో రాయాల్సిన కొత్త కొత్త విషయాలు ఎన్నెన్నో ఇద్దరి తర్కంలో రూపుదిద్దుకుంటున్నాయి.

సంయుక్తకి ఆ కొండమీద, ఆ రాయి నీడ చాలా యిష్టం, చుట్టు పక్కల ఎవ్వరూ వుండరు. దిగువగా, అంచుకి వెళ్ళి తొంగి చూస్తే దూరంగా మొక్కలు తింటున్న మేకలు, గొర్రెలు వాటికి కాస్త ఎడంగా చిన్న నీటి మడుగులో బట్టలు ఉతుక్కునే చాకలివాళ్ళు.

గాలి రఁయ్‌న వీస్తుంది.

ఒక్కోసారి అక్కడ మాట్లాడుతూ, మాట్లాడుతూ వసంత్ పడుకొని నిద్రపోతాడు. ఒకసారి అలా గాఢనిద్రలోకి వెళితే, అతని చెంపకి గులకరాయి గుచ్చుకుంటుంటే, సంయుక్త తలెత్తి తన తొడమీద ఆనించుకుంటుంది.

అతను రాసిన వ్యాసం చదవసాగింది. ఎంత చక్కటి భాష! ఎంత పదునైన భావం! అతని మనస్తత్వంలో నాజూకుతనం వుంది. మళ్ళీ దృఢచిత్తం వుంది. అతని రాత కూడా అలాగే వుంటుంది.

సంయుక్త అతడు రాసిన పేపర్లు చేతిలో వుంచుకొని చదువుతోంది. విద్యార్థులు-దేశం-అలజడి మీద రాసిన ఆర్టికల్ అది. ఇతను అంత బాగా ఎలా రాయగలడు?

ప్రతిభ అతనిలో అంతర్గతంగా వజ్రంలా వుంది. ఎప్పుడో అతని జీవితాన్ని దీప్తిమంతం చేస్తుంది.

సంయుక్త అతను నాజూకైన భాషలో నిర్భయంగా, నిర్మొహమాటంగా రాసినదాన్ని చూస్తోంది. అతను చెప్పినదాన్ని ఎవరూ తిరస్కరించలేరు.

మానవుని అట్టడుగు మూల అవసరాలు తీర్చే ఆర్థిక పునాది ఎంత పటిష్టంగా వుండాలో, వుండకపోతే జీవితం ఎంత వెర్రితలలు వేస్తుందో

హెచ్చరిస్తున్నాడు. విద్యార్థులు చదువు ఒక్కటే ఆర్థిక అవసరం తీర్చు ఆలంబన అనుకుంటున్నారు. అది తప్పు అని అతని వాదన. చదువు విజ్ఞానం పెంచాలి. ఆర్థికంగా నిలబడడానికి తగిన అవకాశాలు వారి అభిరుచిని బట్టి వుండాలి, విద్య మానవశక్తిగా పెరగాలికానీ, శ్రామిక శక్తిగా మారకూడదు. యిలాంటి అవగాహనలు ఎన్నో అతని ఆర్టికల్‌లో వున్నాయి.

సంయుక్త నిద్రలో వున్న వసంత్ ముఖం చూసింది. అతను ప్రశాంతమైన నిద్రలో హాయిగా వున్నాడు. తన కర్తవ్యం తాను నెరవేర్చిన సంతృప్తిగల సుఖం అనుభవిస్తున్న ముఖం అది.

సంయుక్త అతను రాసిన పేపర్లలోని విషయాలూ చదువుతూ, మధ్య మధ్య అతని ముఖం చూస్తోంది.

చిరుగాలికి అతని క్రాఫ్ పైరుమీద గాలిలా కదులుతోంది.

సంయుక్త అతని తలమీద చేయి వేసింది. తానూ, వసంత్ ఇన్ని నెలలనుంచి రాత్రివేళ ఒంటరిగా ఇద్దరూ కూర్చుని ఆ షెడ్‌లో పొద్దుపోయేవరకూ పనిచేస్తున్నారు. మోటార్ సైకిల్‌మీద తిరుగుతున్నారు. ఒక్కోసారి అర్ధరాత్రివేళకి ఏ రవీంద్రభారతిలోనో ప్రోగ్రామ్ చూసి యింటికి చేరుకుంటారు. కానీ, ఎప్పుడూ వసంత్ తన హద్దు దాటలేదు. మర్యాదని అతిక్రమించలేదు. తన ఒంటరితనాన్ని అవకాశంగా తీసుకోలేదు.

సంయుక్తకి వసంత్‌తో పరిచయం పెరుగుతున్న కొద్దీ అతనంటే గౌరవాభిమానాలు పెరగసాగినాయి. అతనితో కలిసి ఈ ఉద్యోగం ప్రారంభం అయినప్పటినుంచీ, అతనిదీ, తనదీ ఒక ప్రపంచం అయిపోయి యింకా బాగుంది. ఏదయినా ఇంటర్వ్యూ బాగా చేయగలిగితే యిద్దరూ ఒకరి చెయ్యి ఒకరు పట్టుకుని మౌనంగా కూర్చోవడం అలవాటు అయిపోయింది. ఒకరికి ఒకరు వ్యక్తిగతంగా నోరు విప్పి చెప్పుకోరు. చెప్పాల్సిన అవసరమేలేదు. ఎదుటివారు చెప్పకుండానే వారి మనసు ఏమిటో అర్థం అయిపోతుంది.

సంయుక్తకి ఆఫీసులో పని, వసంత్‌కి సాయపడడం పెరిగినకొద్దీ ఇంటి పనులలో విమలమ్మకి తోడుగా పని పంచుకోలేకపోతుంది. వెంటనే పనిమనిషిని మాట్లాడింది. ఇంటికి రాగానే తాను చేయగలిగిన సాయం తాను చేస్తోంది. విమలమ్మకి యిప్పుడు కాస్త బాగానే విశ్రాంతి చిక్కి మనిషి కోలుకుంది. భానుమతి వున్న రెండు గదులూ తనకి వీలుగా సర్దేసుకుంది. భానుమతి ఫ్రెండ్స్ వస్తే విమలమ్మ వారికి కాఫీలు, టిఫిన్లు ఇవ్వడం తప్ప, వంట ఇంట్లోనుంచి బయటకు

రాదు. సంయుక్త, "ఇది నీ యిల్లు అత్తయ్యా!" నీకెందుకు మొహమాటం అని ఎంత చెప్పినా వినదు.

భానుమతికి కొంతమంది స్నేహితురాళ్ళున్నారు. వారికి ఎంతసేపూ ఇంట్లో వున్న బాధలు వచ్చి ఆవిడకి చెప్పి సలహాలు తీసుకోవడం అలవాటు. ఆ ఫ్రెండ్స్ మాత్రం ఆవిడని వదలలేదు. మొదట్లో ఆవిడ బాధలు విని రావడానికి మొహమాటపడ్డా, తర్వాత వాళ్ళకి ఈ యిల్లు అలవాటు అయిపోయింది. భానుమతినే తప్ప వాళ్ళు ఆ యింటి గురించి పట్టించుకోరు. దాంతో వాళ్ళ రాకపోకలు మామూలుగానే సాగుతున్నాయి. అందులో నలుగురైదుగురు వార్తాహరులు లాంటివాళ్ళు బయట ప్రపంచంలో ఏం జరుగుతోందీ వచ్చి భానుమతికి చెబుతూ వుంటారు. మధ్యాహ్నం ఒంటి గంటకు వస్తే సాయంత్రం ఏ నాలుగింటికో వెళతారు. దాంతో భానుమతి దర్బారు మళ్ళీ మొదలైంది.

సంయుక్త సంపాదనతో ఇల్లు బాగానే గడుస్తోంది.

సంగీత సంపాదన కూడా కాస్త అందుకుంటోంది. ఆవిడ సంయుక్తని వేరే ఇల్లు తీసుకోమని ప్రాణం తీస్తోంది. 'ఇవి నిలకడ అయిన ఉద్యోగాలు కావు' అని సంయుక్త తల్లికి చెప్పి ఆవిడ ఆగ్రహానికి గురి అయింది. ఈ పరిస్థితుల్లో తాను, సంగీత ఈ విధంగా, అత్తయ్య తోడుగా, వసంత్‌కు దగ్గరగా వుండడమే మంచిదని సంయుక్తకి అనిపిస్తోంది. కానీ, భానుమతికి ఇది ఇష్టం లేనేలేదు.

"ఏమిటి సంజూ! వెన్నెల చూస్తానని వచ్చి అంత దీర్ఘంగా ఆలోచిస్తున్నావు" వసంత్ అడిగాడు.

"ఏం లేదు" చిరునవ్వుతో అంది.

"చాలా క్లిష్టమైన సమస్య ఏదయినా వుందా?"

"నీకెలా తెలిసింది?"

"నీ కనుబొమలు లీలగా ముడిపడ్డాయి సంజూ!"

"ఓ! నిజమే! కానీ, నేను నీ గురించి కూడా ఆలోచిస్తున్నాను..." అంది.

"నాగురించా!"

"అవును."

"ఏమని?" కుతూహలంగా అడిగాడు.

"ఊఁ!! ప్రత్యేకంగా ఏమీ లేదనుకో! రోజువారీ మన దినచర్య. నువ్వేం ఆలోచిస్తున్నావు చెప్పు" ప్రసన్నంగా అడిగింది.

"నీ గురించి ఆలోచిస్తున్నాను" అన్నాడు.

" నా గురించా!"

"అవును."

"ఏమని?"

"మధ్యాహ్నం చక్రపాణి నా దగ్గరకు వచ్చాడు.

"అప్పుడు నేనేమయ్యాను?"

"నువ్వు, గీత కలిసి లంచ్‌కి వెళ్ళారు."

"ఏమిటిట?"

"చక్రపాణి, సంగీత పెళ్ళి చేసుకున్నారట."

సంయుక్త ఈ మాట వినగానే ఉలిక్కిపడింది.

"పెళ్ళి చేసుకున్నారా! ఎప్పుడు? ఎక్కడ?"

"నిన్న యాదగిరి గుట్టలో."

"సంగీత ఫ్రెండ్ పెళ్ళికి వెళుతున్నానని తయారై వెళ్ళింది.

"అది తన కోసమే!"

"మైగాడ్! అమ్మకి ఈ వార్త తెలిస్తే?"

"అదీ పాణి భయం. మనల్ని చెప్పమంటాడు."

"ఇప్పుడు అడగడం ఏమిటి-మనకి ముందే చెప్పవచ్చుగా!"

"అవన్నీ ఇక తర్కం వద్దు. చెప్పాల్సింది చెప్పాడు. సంగీత ఇంటికి వచ్చి మీ అమ్మకి దణ్ణం పెట్టాలని అనుకుంటోందిట. మీ అమ్మకి నచ్చజెప్పి ఒప్పించ మంటోంది."

"నా వల్ల అవదు వాసూ!" సంయుక్త ముఖంలో సంతోషం పోయింది. దిగులుగా అయిపోయింది. "బాగుంది వాసూ ఇది. సౌందర్య అలా రిజిష్టర్డ్ మేరేజ్ చేసుకుని వెళ్ళిపోయింది. సంగీత గుళ్ళో పెళ్ళిచేసుకుని ఒక ఇంటిమనిషి అయింది. అమ్మ భారం తీరిందని సంతోషపడాలా, ఆవిడ గుండెలు బద్దలు చేశారని దుఃఖపడాలా నేను?"

"సంజూ! సుఖాల్ని మనం రెండు చేతులూ చాచి ఆహ్వానిస్తాం. దుఃఖాలు మన వెంటపడి తరిమి తరిమి మీద వచ్చి పడి పట్టుకుంటాయి. కుటుంబంలో

పెద్దకి ఆత్మహత్య అనే యాక్సిడెంట్ ఎదురయితే, మిగతా వాళ్ళ జీవితాలు అటూ ఇటూ పడిపోయిన బోగీలుగా చెల్లాచెదరవుతాయి. ధైర్యంగా ఎదుర్కోవడం మినహా మరో మార్గంలేదు మనకి." వసంత్ సంజూ చెయ్యి పట్టుకొని కూర్చున్నాడు. ఇద్దరూ నిశ్శబ్దంగా, మూగపోయినట్లున్న వెన్నెలని చూస్తున్నారు.

"అమ్మని చూస్తే జాలేస్తోంది వాసూ" అంది సంయుక్త.

"జాలా! ఎందుకు సంజూ?"

"ఎలా బతికిన ఆవిడ ఎలా అయిపోయింది! ఆవిడ ముఖంలో కళ నాన్నతోనే చచ్చిపోయినట్లుగా వుంది."

"ఆవిడని నువ్వే సంతోషపెట్టాలి సంజూ!"

"ఎలా?"

"ఆవిడ కోరుకున్న విధంగా నువ్వు పెళ్ళి చేసుకుని – అది ఒక్కటే మార్గం."

సంయుక్త ఈ మాట వినగానే నిట్టూర్చింది.

"వెళ్దాం పద" అంది

ఇద్దరూ చెయ్యీ చెయ్యీ పట్టుకుని లేచారు. మోటారు సైకిలువైపు నడుస్తుంటే వసంత్ చేయి వదిలేశాడు. సంయుక్త మాత్రం వదలలేదు.

15

భానుమతి సంగీత వివాహం సంగతి వినగానే పెద్దకూతురు పెళ్ళి అంత షాక్ తినలేదు.

ఆవిడ మెల్లగా ఇప్పుడిప్పుడే మానసికంగా కోలుకుంటోంది. తాను ఇలా సర్వం కోల్పోయినట్లుగా ముఖం వేలాడేసుకుని కూర్చుంటే, ఈ పిల్లలు ఎవరి దారిన వారు పిట్టల్లా ఎగిరిపోతున్నారు. నిజానికి భర్త పోవడంతో తన సర్వ ప్రపంచం వినాశనం అవలేదు. ముగ్గురు ఆడపిల్లలు! బుద్ధితెలిసి, వ్యక్తిత్వం వున్నవాళ్ళు. ఎవరికి వారే ఒక ప్రత్యేకత. ఇది వరకు భర్త తన ఆస్తి,తన సొంతం. అయితే, ఇప్పుడు వీళ్ళు! ముగ్గురు ఆడపిల్లలూ వారి వారి పరిధిలో నిష్ణాతులే. వారే ఇప్పుడు తన ఆస్తి. ఈ ఆస్తిని తాను తెలివిగా పెంచుకోవాలి. పెళ్ళిళ్ళు అయినంత మాత్రాన తన కూతుళ్ళమీద అవతలవాళ్ళకి పూర్తి పెత్తనం లభించకూడదు. తాను వాళ్ళని కని, పెంచి పెద్దచేసింది. భానుమతి భర్తని తరిమి తరిమి పనిచేయించే చర్నాకోల మెల్లగా చేతిలోకి తీసుకుంటోంది. పిల్లలమీద

జలిపించడానికి ఆయత్తం అవుతోంది. అందుకే సంయుక్త వచ్చి సాదాసీదా మాటలు మొదలు పెట్టి తీరుబడిగా తన ఎదుట కబుర్లకి కూర్చోగానే భానుమతికి ఏదో ముఖ్యమైన విషయం వుందని అర్థమైపోయింది. సంయుక్త తండ్రిలా ఒక్కక్షణం కూడా వృధా కబుర్లకి ఖర్చుచేయదు. ప్రతిదానికి విలువని ఊహించి అంచనా వేయడంలో తండ్రి బుద్ధి, తెలివి పుణికిపుచ్చుకుంది. సంయుక్త మాటల మధ్య సంగీత వివాహం గురించి చెప్పేసింది. భానుమతి ముఖం వెలవెలా పోయింది. రెండు నిమిషాలు నిస్తేజంగా ఆ ముఖం పాలిపోయినట్లు అయినా, వెంటనే క్రమంగా మళ్ళీ ఎరుపు వచ్చింది. భగవంతుడు తనని పరీక్ష చేస్తున్నాడు. తాను బేలతనం పొందితే ఇంకా నష్టం ఎక్కువ అవుతుంది. ఈ కష్టసమయంలో మజిలీగా వున్న విమలమ్మ ఇల్లు శాశ్వతంగా తన బతుకు అయిపోతుంది. అదే పెద్ద కూతురు అయితే, తన మనసులో చీదర, చిరాకు అంతా ఘాటు అయిన పదజాలంతో బయటకి కక్కేది. కానీ సంయుక్త ఎప్పుడూ నోరెత్తనివ్వదు. ఆవిడ నోటీలోనుంచి మాట రావడం ఆలస్యం విమర్శల బాణాలు విసురుతుంది. భానుమతికి ఒక విధంగా ఈ చిన్నకూతురు అంటే చాలా భయం. అందుకే ఇప్పుడు "నన్నేం చేయమంటావు సంజూ! నువ్వు సలహా చెప్పు. నాకు మతిపోయింది. ఆలోచన చేయలేను" అంది.

సంగీతని ఇంటికి రానిద్దాం మమ్మీ. చక్రపాణి మంచివాడే. కనీసం సంగీతని మంచిగా చూస్తాడని అనిపిస్తోంది. గొడవ పెట్టుకుంటే సంగీత చాలా బాధపడుతుంది. బాధపడితే దాని కెరీర్ ఎఫెక్ట్ అవుతుంది. పాణి చెప్పాడు. రికార్డింగ్ థియేటర్, భక్తి గీతమాల ఈ ఉగాదికి రిలీజ్ చేయాలని నిర్ణయించింది. సంగీత ఆ హడావుడిలో వుంటుంది, అది బాధకి తట్టుకోలేదు అమ్మా!" అంది సంయుక్త.

భానుమతి ఆలోచించింది. 'సంయుక్త చెప్పింది నిజమే! చేతిలో డబ్బు కరువుతో కటకటలాడిపోతోంది తాను. సంగీత సంపాదించగలిగితే అది తనకి సుఖమే. ఎలాగూ సంగీతకి ఇప్పుడిప్పుడే తాను పెళ్ళిచేయలేదు. సౌందర్యలా భ్రష్టత్వం పట్టకుండా, తనకి ఈడయిన వాడిని చేసుకుంది. చక్రపాణి చతురుడే. సంగీత గానామృతాన్ని బిందువు, బిందువు వెలకట్టి అమ్మగలడు. సరైన వ్యక్తే దొరికాడు' అనుకుంది.

"సరే కానీ! చిన్నదానివైనా పెద్ద ఆలోచనే చెప్పావు. సరే! వాళ్ళిద్దరినీ రమ్మను" అంటూ అంగీకరించింది భానుమతి.

చక్రపాణి, సంగీత వచ్చారు. సంగీత మెడలో పసుపుతాడుకి మంగళ సూత్రాలు ఉన్నాయి. భానుమతి వాటిని చేతిలోకి తీసుకుని చూసింది. ఒక్క నిమిషం ఆవిడ కళ్ళు చెమర్చబోయాయి. కానీ నిగ్రహించుకుంది.

వసంత్ బజారునుంచి ముందే స్వీట్లు తెచ్చి వుంచాడు. వసంత్ అందరికీ స్వీట్లు ఇచ్చాడు. సంయుక్త కాఫీ తెచ్చి ఇచ్చింది.

చక్రపాణిలో సగం గర్వం, సగం ఆనందం, సగం భయం, సగం వెరపు కనిపిస్తున్నాయి. సోఫాలో చక్రపాణి, సంగీత ఇద్దరూ పక్క పక్కనే కూర్చున్నారు.

సంగీత భయంతో తల్లివైపు చూడడంలేదు. సంయుక్త ఎటువెళితే అటు చిన్న పిల్ల తల్లిని చూసినట్టు సంయుక్తనే చూస్తోంది.

విమలమ్మ అక్షింతలు కలిపి తెచ్చి భానుమతి చేతికి ఇచ్చింది.

"ఇవెందుకు?" అంది భానుమతి.

"పిల్లలు దణ్ణం పెట్టడానికి వచ్చారు వేయి భానూ" అంది విమలమ్మ.

"రండర్రా. అమ్మకి దణ్ణం పెట్టండి" అందావిడ.

చక్రపాణి, సంగీత వచ్చి ఆవిడ కాళ్ళకి దణ్ణం పెట్టారు. భానుమతి అక్షింతలు వేసిన తర్వాత సంయుక్త "అత్తయ్యకి కూడా పెట్టండి" అంది.

సంగీత, చక్రపాణి వెంటనే విమలమ్మకి దణ్ణం పెట్టారు.

"గీతా, ఇలారా" భానుమతి పిలిచింది.

సంగీత తల్లి దగ్గరకు వచ్చింది. ఆవిడ పాదాలవైపు చూస్తూ చూపులు దించుకుని నిలబడింది.

"ఇలా కూర్చో" పక్కన చోటు చూపించింది భానుమతి.

సంగీత బొమ్మలా కూర్చుంది. భానుమతి మళ్ళా ఆ మంగళ సూత్రాలు, పసుపుతాడును తీక్షణంగా చూసింది.

ఆవిడ వాటిని ఎక్కడ తెంపి పడేస్తుందోనని చక్రపాణి భయంగా చూస్తున్నాడు.

"ఎగ్రిమెంట్ అయిందని సంజూ చెప్పింది. నిజమేనా?" ఆవిడ గొంతు సిల్కులా మెత్తగా వుంది.

"అవును మమ్మీ" అంది సంగీత.

"డబ్బు ఎంత వస్తుంది నీకు?" ఆవిడ కంఠంలో సూటిదనం ఉంది. చక్రపాణివైపు చూసింది సంగీత

"ఊఁఆఁ...వస్తుంది. ఖర్చులు పోనూ సంగీతకు పదిహేనువేల రూపాయలు వస్తుంది" అన్నాడు చక్రపాణి.

"నీ కెంత డబ్బు వస్తుందో నువ్వు తెలుసుకోవాలి. లెక్కలు రాకపోతే సంజూని అడుగు." భానుమతి చక్రపాణివైపు తిరిగింది. "ఆ డబ్బు రాగానే దీని మెడలో ఈ ముదనష్టపు పసుపుతాడు తీసేసి బంగారం తాడు వేయించు. గొప్పింటి ఆడపిల్లని పెళ్ళి చేసుకోవడం సంబరం కాదు. ఆమెకి కనీసం ఒక బంగారు తాడు అయినా సూత్రాలకి నేను చేయించగలనా అని ఆలోచించాలి" అంది.

"సరే మేడమ్". చక్రపాణి ముఖం మాడిపోగా భయభక్తులతో అన్నాడు.

భానుమతి చక్రపాణి ఎదుట తీసుకోవాల్సిన జాగ్రత్తలు చెప్పింది. ఆ జాగ్రత్తలు వింటుంటే చక్రపాణి సోఫాలో కూర్చున్న చోట ముళ్ళు గుచ్చుకున్నట్లు బాధని భరిస్తూండిపోయాడు.

"చూడు, మన సోఫాసెట్, మంచాలు నీకు పంపిస్తున్నాను" అంది భానుమతి.

"అవా! మా ఇల్లు మూడు వరస గదులు, అందులోనే మేమంతా ఉన్నాం" అన్నాడు చక్రపాణి.

"సంగీతకి వేరే గది వుండాలి. ఇల్లు ప్రత్యేకంగా అద్దెకి తీసుకోవాలి" అంటూ భానుమతి పురమాయించింది.

చక్రపాణి "ఇక వెళ్ళి వస్తాం" అంటూ లేచాడు.

సంగీత తల్లి మెడ కౌగిలించుకొని, "వస్తాను మమ్మీ! నేను నిన్ను బాధపెడితే క్షమించు" అంది.

"అసలు బాధంతా ఆ దేవుడే పెట్టాడులే" అంది భానుమతి.

"అప్పుడప్పుడూ వస్తుంటాను మమ్మీ" అంది సంగీత తల్లిని వదలలేనట్లు.

"అప్పుడప్పుడే కాదు. నీకు సంతోషంగా ఉన్నా, బాధగా ఉన్నా వెంటనే నా దగ్గరకి రా" అంది.

"అలాగే" సంగీత తల ఊపింది.

చక్రపాణి దిక్కులు చూస్తున్నాడు. ఆ రెండింటిలో సంగీత ఎప్పుడూ ఏదో ఒక స్థితిలో వుంటుంది.

ఇంతలో విమలమ్మ పళ్ళెంలో చీర, జాకెట్టు, ప్యాంట్, షర్ట్! పువ్వులు, పళ్ళు, స్వీట్లూ తెచ్చింది. "కూర్చో సంగీతా!" అంది. భాను! బొట్టుపెట్టి ఇవ్వు" అంది.

"ఆ చీరా! నా కూతురు ఎప్పుడయినా అంత చవక చీర కట్టుకోగా మీరు చూశారా? చాలించండి మీ పెద్దరికాలు" అంది భానుమతి.

సంయుక్త సంగీతని కూర్చోమంది. బొట్టుపెట్టి సంగీతకి చీర, జాకెట్టు, పసుపు-కుంకుమ యిచ్చింది. చక్రపాణికి వసంత్ బట్టలు తెచ్చాడు.

"థ్యాంక్ యూ! థ్యాంక్ యూ" అన్నాడు చక్రపాణి సంబరంగా.

సంగీత సంయుక్త మెడని కౌగిలించుకుంది.

భానుమతికి తనని వదిలి సంగీత సంయుక్తని కౌగిలించుకోవడం తన పెద్దరికాన్ని కించపరిచినట్లు ఆగ్రహం కలిగింది. ఆవిడకి కోపం వస్తే దానికి ఎవరో ఒకరు బలి కావాల్సిందే.

సంయుక్తని చూస్తూ "సంజూ! వీళ్ళిద్దరూ యిలా ఉద్ధరించారు. నువ్వేం తక్కువ తినలేదు. నువ్వు, ఈ వసంత్ ఎప్పుడో పెళ్ళి చేసుకున్నారని నాకు తెలుసు. సౌందర్య, సంగీత పిచ్చి పిల్లలు కాబట్టి, నాకు తరువాత అయినా చెప్పాలని తహతహలాడారు. నువ్వు అదేం లేకుండా నిమ్మకు నీరెత్తినట్టు వున్నావు" అనేసింది.

"అమ్మా!" సంయుక్త నిశ్చేష్టురాలయినట్టు చూసింది.

"వీధిలో దొర్లిపోయిన లడ్డూల పొట్లాంలా, నా కంటకెదురుగా రావటానికి కూడా అర్హత లేనివాళ్ళందరూ మీకు మొగుళ్ళు అయి కూర్చున్నారు" అంది భానుమతి.

చక్రపాణి ముఖం ఎర్రబడిపోయింది.

"సంగీతా! నేను వెళుతున్నాను. బయట అయిదు నిముషాలు వెయిట్ చేస్తాను" అనేసి వెళ్ళిపోయాడు.

సంగీత, "వెళతాను మమ్మీ" అని వెళ్ళిపోయింది.

ఆ గదిలో వసంత్, సంయుక్త చకితులయినట్టు నిలబడ్డారు.

భానుమతి,వసంత్‌ని చూస్తూ, "నువ్వు చాలా పెద్దమనిషివి. మాకు ఆసరా ఇచ్చినట్టే ఇచ్చి, నా కూతుళ్ళలో వజ్రంలాంటి సంజూని కొట్టేశావు. మీరిద్దరూ భార్యాభర్తలుగా ఆ షెడ్‌లో రాత్రింబవళ్ళు గడపడం నాకు తెలుసు" అంది.

"అమ్మా!" సంయుక్త అరిచింది.

"ఎందుకు అరుస్తావు? నా గుండెల్లో ఎంత బడబాగ్ని రగులుతోందో మీకు తెలుసా? మీ నాన్న చచ్చిపోయాడుగానీ, నేను ఇంకా బతికే ఉన్నాను. మీ ముగ్గురిలో ఒక్కరు-ఒక్కరు అయినా మీ విషయాలు నాకేమైనా చెబుతున్నారా?

ఎందుకు చెప్పరు మీరు? నేను మీ తల్లిని కాదా? నువ్వు వాసూతో ఆ స్కూటర్ మీద పడి పడి ఎలా తిరుగుతున్నావో నేను గమనించలేదా? పనిమనిషి కంటే హీనంగా అతనికి భోజనం పళ్ళాలు, టీ కప్పులు చేరేస్తున్నావు."

"అమ్మా!" సంయుక్తకి పెదవులు అదురుతున్నాయి. ఆవేశాన్ని అణచుకోవటానికి ప్రయత్నిస్తోంది.

"నీకన్నా సౌందర్యే నయం. వయసు పెద్దో, చిన్నో డబ్బు గల వాడినే చేసుకుని సుఖంగా వుంది. సంగీత కూడా ఫరవాలేదు. దాని పాటలను ప్రోత్సహించి శ్రమపడేవాడిని చేసుకుంది. నువ్వేమిటి? ఈ వాసువల్ల మనకేమిటి ఉపయోగం? మీ డాడీ బాగుంటే వీళ్ళు మన గేటు చుట్టుప్రక్కలకి కూడా రావటానికి సాహసించేవారు కాదు."

వసంత్ ఆ గదిలో నుంచి వెళ్ళిపోయాడు.

"అమ్మా! నీకేమైనా మతిపోయిందా?" సంయుక్త తల్లివైపు వెళుతుంటే, విమలమ్మ సంయుక్తని చేయి పట్టుకుని గదిలో నుంచి అవతలకి ఈడ్చుకుపోయింది.

"మీ అమ్మ బాధలో మతిపోయి ఏదో అంటోంది. నువ్వెందుకు కోపం తెచ్చుకుంటావే సంజూ" అంటూ అనునయించింది.

బయటకి వెళ్ళిపోవడానికి వసంత్ గబగబా చెప్పులేసుకుంటుంటే విమల్మమ్మ కొడుకుతో – "వాసూ! అసలు దీనికంతటికీ కారణం నువ్వేరా! నువ్వే! నేను చెబుతూనే వున్నానా? సంయుక్తని అలా బయటకి తీసుకువెళ్ళవద్దని! నా మాట వినలేదు. విననివాడివి అత్తయ్య మాటలు పడాలి మరి" అంది. వసంత్ వెళ్ళిపోతూనే వున్నాడు.

"వాసూ! వెళ్ళకు, వెళ్ళకు. వెళ్ళావంటే నీతో మాట్లాడను" సంయుక్త అరిచింది.

వసంత్ ఆగలేదు, వెళ్ళిపోయాడు.

"సంజూ! వాడికి బుద్ధి రావాలి. నాకూ అదే ఇష్టం. ఎవరి అంతస్థుల్లో వాళ్ళుండాలి. ఎవరి హద్దులు వాళ్ళు మరిచిపోకూడదు" అంది ఆవిడ. వసంత్ వెనక సంయుక్త వెళ్ళబోతుంటే ఆపేస్తూ, "మీకు సాయం చేద్దామనే నాకు ఆరాటంగానీ, మీ పరిస్థితులు ఆసరా చేసుకుని నిన్ను ఈ ఇంటి కోడలిని

చేసుకోవాలనే దురాశ నాకు లేదు సంజూ! వాసుకి ఎంతసేపూ పనిగోలే. ఇంకేది ఆలోచించడు. మిమ్మల్ని నా ఇంట్లో వుండమనడంలో నాకెలాంటి దురుద్దేశమూలేదు" అంటూనే విమలమ్మ ఏడ్చేసింది.

సంయుక్త ఆవేశం ఎవరో నీళ్ళు చల్లేసినట్లు దిగిపోయింది. విమలమ్మ ఏడవడం సంయుక్త చూడలేకపోయింది. "అత్తయ్యా!" అంటూ దగ్గరకు తీసుకుంది. ఆ క్షణంలో ఆవిడనిచూస్తే జాలేసింది.

రాత్రి పన్నెండు గంటలు అయింది.

మధ్యాహ్నం వెళ్ళిన వసంత్ ఇంటికి తిరిగిరాలేదు. సంయుక్త షెడ్‌లో కూర్చుని మర్నాడు పేపర్‌కి అందివ్వాల్సిన ఇంటర్వ్యూ టైప్ చేసి, నీట్‌గా ఫైల్ చేసి సిద్ధంగా పెట్టింది. మధ్య మధ్య గడియారం చూస్తూనే వుంది. చెవులు వసంత్ చెప్పుల అలికిడి కోసం అప్రమత్తంగా ఎదురుచూస్తూనే వున్నాయి.

వసంత్ వచ్చాడు. అక్కడ సంయుక్తని చూడగానే మొదట వెళ్ళి పోబోయాడు. ఇంట్లో ఎక్కడా పడుకునే చోటులేదు. బయట చలి బాగా విదిలిస్తోంది. అతను చెప్పులు విడిచి లోపలికి వచ్చి సోఫాలో కూర్చున్నాడు. సంయుక్త అతను మాట్లాడతాడేమోనని చూసింది. అతను సోఫాలో వెనక్కివాలి, రెండు చేతులూ తలలోకి పోనిచ్చుకుని ముఖం ఎత్తి కళ్ళు మూసుకుని ఉన్నాడు.

సంయుక్త ఫైల్ తీసుకుని అతని దగ్గరకు వచ్చింది.

"వాసూ! ఇదుగో, రేపటి ఆర్టికల్ రెడీ చేశాను."

అతను మాట్లాడలేదు.

"వాసూ, నిన్నే" పిలిచింది.

"............!"

"సరే. నీ మౌనం నాకర్థం అయింది. అమ్మ నిన్ను అవమానించింది. నువ్వ ఇక నాతో మాట్లాడవు అంతేనా?"

"మమ్మల్ని ఈ ఇంట్లోంచి వెళ్ళిపొమ్మని అంటున్నావు. అంతేనా?"

"నేనే ఈ ఇంట్లోంచి వెళ్ళిపోతున్నాను" తగ్గు స్వరంతో అన్నాడు వసంత్. అతని కంఠం మధ్యాహ్నం నుంచి అతను ఎంత బాధ పడుతున్నాడో తెలియ వస్తోంది. అతను కుంగిపోయిన మనిషిలా వున్నాడు.

"ఏమిటీ? నువ్వు వెళ్ళిపోతున్నావా? ఆశ్చర్యంగా అడిగింది సంయుక్త.

"అవును"

"ఎక్కడికి?"

"ఒక ఫ్రెండ్‌తో మాట్లాడి రెండు నెలల అడ్వాన్స్ ఇచ్చి వచ్చాను. అతని ఇంట్లోనే పేయింగ్ గెస్ట్‌గా వుంటాను."

"అత్తయ్య కూడా వస్తోందా నీతో?"

"రాదు. రావడంలేదు. అమ్మ ఇక్కడే వుంటుంది. ఎలాగూ ఇల్లు చాలడం లేదు. నేను ఒక్కడినే ఇంట్లో వుండను. మిగతాది ఏ మార్పూ ఉండదు." అతని కంఠంలో హామీ వుంది.

వెంటనే గట్టిదేదో అతని ఛాతీకి తగిలి ఒడిలో పడింది. వసంత్ కళ్ళు తెరిచి చూశాడు.

సంయుక్త ఫైలు అతనిమీదికి విసిరికొట్టింది.

చూపుడు వేలుతో చూపిస్తూ అంది. "చూడు! నువ్వేం వెళ్ళనవసరం లేదు. నువ్వు మాకోసం ఇప్పటికి చేసిన త్యాగాలు చాలు. ఇక అక్కర్లేదు. నేను ఈ ఇంట్లోంచి వెళ్ళిపోతాను. "ఇప్పుడే-ఈ క్షణంలోనే!" సంయుక్త అనేసి చకచకా వెళ్ళిపోతూనే వుంది. వసంత్‌కి సంయుక్త ఏం చేసిందో అర్థం అయి చటుక్కున లేచి వెనుక పరుగెత్తుకు వచ్చేసరికి సంయుక్త గేటు తీసుకుని బయట రోడ్డు మీదకి వెళ్ళనే వెళ్ళిపోయింది.

వసంత్ గాబరాగా వీధిలో గాలించాడు. వీధి చివర బస్టాండ్‌లో ఒంటరిగా కూర్చుని వుంది.

అతను పరుగెత్తుకువచ్చి ఆయాసపడుతూ "సంజూ! ఏమిటి పిచ్చా? ఇంటికి రా" అంటూ చెయ్యిపట్టి లేపబోయాడు.

సంయుక్త మాట్లాడలేదు. తల చేతుల్లోకి దించుకుని కూర్చుంది.

"అయామ్ సారీ! రియల్లీ వెరీ వెరీ సారీ! ఇంటికి వెళ్దాం రా."

"నాకు ఇల్లు లేదు."

"అలా అనకు ప్లీజ్."

"ఇంతలో లారీ ఒకటి బర్రున వెళ్ళింది. లారీ డ్రైవర్ అర్థరాత్రి ఒంటరిగా కూర్చున్న ఈ జంటని విచిత్రంగా చూస్తున్నాడు.

"ఇంటికి వెళదాం రా." పిలిచాడు వసంత్.

"నేను రాను" సంయుక్త నోటినుంచి కచ్చితంగా వచ్చింది సమాధానం.

"ప్లీజ్, ఈ అర్ధరాత్రి! ఈ చలిలో ఇక్కడ కూర్చోవద్దు. లేముందు, లేచి బయలుదేరు" అతను సంయుక్తని చేయిపట్టి బలవంతంగా లాగి లేవదీశాడు.

లారీ కొంచెం ముందుకు వెళ్ళి ఆగింది. డ్రైవర్ బయటకి తొంగిచూస్తూ, "క్యాహోరా! ఆ?" అని గద్దించాడు.

"లే సంజూ!" సంయుక్తని బలవంతంగా లేవదీసి తాను వేసుకున్న స్వెట్టర్ విప్పి సంయుక్తకి కప్పాడు వసంత్. భుజం చుట్టూ చెయ్యి వేసి దగ్గరకి పట్టుకుని ఇంటివైపు తీసుకువెళ్ళాడు.

బాగా చలి గడగడలాడిస్తోంది. సంయుక్త వణుకుతోంది.

వసంత్ సంయుక్తని తీసుకువచ్చి సోఫాలో కూర్చోబెట్టి దుప్పటి తీసుకువచ్చి కప్పాడు. సంయుక్త మాట్లాడలేదు. తన ప్రవర్తన, మాటలు సంయుక్త మనసుని గాయపరిచాయని వసంత్‌కి బాగా అర్థం అయింది. సంయుక్త మామూలు అమ్మాయిల్లా ఏడవదు. అరవదు, వ్యతిరేకించదు. తనకి ఇష్టం లేనివి జరిగితే మౌనంగా అయిపోతుంది. ఏమీ తినదు. ఉపవాసంలో, మౌనంలో ఎంత శక్తి వుందో, ఇంతక్రితం టైప్ చేసిన వ్యాసంలో గాంధీగారి గురించి వుంది. సంయుక్త మౌనానికి చాలా శక్తి వుంది. ఆ ముఖంలో చిరునవ్వు లేకపోతే వసంత్ మనసు భరించలేనట్లు విలవిల్లాడుతుంది. అతను సంయుక్త పక్కనే సోఫాలో కూర్చున్నాడు. సంయుక్త చేతిని తన చేతుల్లోకి తీసుకున్నాడు. ఆ చెయ్యి చల్లగా మంచుని తాకినట్లే వుంది. వసంత్ తన రెండు చేతుల మధ్య సంయుక్త చేతిని పట్టుకున్నాడు.

"నేను తప్పే చేశాననిపిస్తోంది. అయామ్ రియల్లీ సారీ..." అన్నాడు.

"మా అమ్మ నిన్ను అనరాని మాటలు అంది కదా!" శూన్యంలోకి చూస్తూ అంది సంయుక్త.

"అనరాని మాటలేం కాదు! కానీ, మనం పెళ్ళి చేసుకున్నాం అంటే బాధవేసింది."

"నాకు వేయలేదు" అంది సంయుక్త.

"నీకు వేయలేదా? లేని మాట అంటే నీకు బాధరాదా?" అన్నాడు వసంత్.

"లేని మాటేం కాదు. తనకి చెప్పలేదని ఆవిడ బాధ" సంయుక్త అంది.

"లేని మాట కాదా సంజూ! మనం పెళ్ళి చేసుకున్నాం అన్నమాట నిజమా!" వసంత్ ఆవేశంగా సంయుక్త భుజాలు పట్టి తనవైపు తిప్పుకున్నాడు.

సంయుక్త అతని కళ్ళలోకి సూటిగా చూసింది.

"నిజం చెప్పు! నన్ను పెళ్ళి చేసుకోవాలని నీకెప్పుడూ అనిపించలేదా?" అంది.

అతను చకితుడయ్యాడు. సూటిగా వచ్చిన ఈ ప్రశ్నకి జవాబు చెప్పలేక పోయాడు.

"అత్తయ్య మీద ఒట్టేసి చెప్పు" అంది.

అతను మాట్లాడలేదు.

"అత్తయ్య మీద ఒట్టు వేయలేవా?"

అతను తల అడ్డంగా తిప్పాడు.

"ఎందుకని?" అడిగింది సంయుక్త.

వసంత్ జవాబు చెప్పలేకపోయాడు.

"ఒక్కమాట చెప్పు. నీకెప్పుడయినా అనిపించిందా, లేదా?" సూటిగా అడిగింది సంయుక్త.

"అనిపించగానే అన్నీ జరగవు. అర్హతలుండాలి" అన్నాడు వసంత్.

"అది తర్వాత, అనిపించిందా, లేదా? దానికి సూటిగా సమాధానం చెప్పు."

సంయుక్త అతని ముఖంలోకి చూస్తోంది. అతను సంయుక్త కళ్ళలోకి క్షణంసేపు తదేకంగా చూశాడు. 'అనిపించింది' అన్నట్లు తల ఊపాడు.

"కానీ–" ఏదో చెప్పబోయాడు.

సంయుక్త అతని నోరు చేత్తో మూసేసింది.

"సంజూ!"

సంయుక్త అతని భుజం మీద తల ఆనించి, కళ్ళు మూసుకుంది. "అమ్మ ద్వారా నీపట్ల నాకు గల సందేహాలన్నీ ఈరోజు చాలా సులభంగా తీరిపోయాయి.

"సంజూ!"

"ఊఁ!" కళ్ళు మూసుకుంటూ అంది.

"నేను సరైన వ్యక్తి దగ్గరకే చేరుకున్నానని, నువ్వు నా తలకి మందు వేసిన రోజునే నాకు అర్థం అయింది వాసూ! నన్ను ఈ ఇంటికి తిరిగి తీసుకువచ్చావు. నేను ఒక సాధికారంగా ఈ 'యింట్లో వుంటాను" అంది.

వసంత్ మాట్లాడలేకపోయాడు. మర్యాదకి సంయుక్తని వదిలి దూరంగా కూర్చోవాలని అనిపిస్తున్నా అతనికి సాధ్యం కావడంలేదు. అతని భుజం మీద సంయుక్త తల! అతని చెంపకు ఆమె చెంప ఆనింది. అతనిలో అనిర్వచనీయమైన ఆనందం! అతనికి ఆ క్షణంలో అర్థం అయింది. భగవంతుడు ఒక అపురూపమైన వరం తనకి జీవితంలో ప్రసాదించాడని!

సంయుక్త అంత సింపుల్‌గా తనని స్వీకరించడం అతనకి చాలా సహజంగా అనిపిస్తోంది. ఇద్దరూ సమ వయస్కులు. పనిలో సమ ఉజ్జీలు. తెలివితేటలు ఒకరి స్వభావాన్ని మరొకరికి సానపడుతున్నాయి. ఈజీవితంలో నాకు ఒక తోడు వున్నారు. ఈ అనుబంధంలో నిజాయితీ వుంది అనే భావన నిండయిన తృప్తిని కలిగిస్తోంది. అతనిలో మొహమాటం మెల్లగా అంతరిస్తోంది.

"మనం రేపే పెళ్ళి చేసుకుందాం" అంది సంయుక్త.

"ఊంహు! పెళ్ళి చేసుకుందామని ఈ అర్థరాత్రి నిర్ణయించుకున్నాం. కనీసం ఒక్క సంవత్సరం అయినా ఆగుదాం" అన్నాడు వసంత్.

"ఎందుకు?"

"ఈ సంవత్సరం మనం ప్రొఫెషనల్‌గా మన ఏకాగ్రతని పెంచుకోవాలి. ఒక సొంత చిన్న ఇల్లు అనేది ఏర్పరచుకోవాలి"

"అది లేకపోతే పెళ్ళి విజయవంతం కాదా?" సంయుక్త అడిగింది.

"అలా అని కాదు. పెళ్ళి అయిన తర్వాత మనకి కొన్ని కొన్ని విషయాల్లో నిశ్చింత, సుఖం ఉండాలి. ముఖ్యంగా ఆర్థికంగా. తర్వాత ఉంటే ఇంటి విషయంలో" సంయుక్త నుదుటిమీద జుట్టుని పైకితీస్తూ అన్నాడు వసంత్.

"మనిద్దరం కలిసి పనిచేస్తే ఈ రెండు విషయాల్లో త్వరగానే విజయం సాధించగలం వాసూ!"

"అవును" అంటున్నాడు వసంత్.

అతని పెదవులు సంయుక్త నుదుటిమీద ఆనాయి. సంయుక్త అతని మెడచుట్టూ చేతులు పెనవేసింది. వసంత్ సంయుక్తని మరింత దగ్గరకు తీసుకున్నాడు.

16

వసంత్ ప్రొప్రయిటర్ ప్రభుత్వం గిరిజన సంక్షేమ కార్యక్రమాల మీద కేటాయించిన డబ్బు ఎంతవరకూ సద్వినియోగమవుతోందో ఫోటోలు, ఆర్టికల్

తెమ్మని ఆదేశించి వారం రోజులు డెడ్‌లైన్ ఇచ్చాడు. వసంత్, సంయుక్త ఆ పనిమీద వెళ్ళారు. నాలుగు రోజులు అయింది. ఇంకా రెండు రోజులలో వస్తామని, కంగారు పడవద్దని ఇంటిపక్క దుకాణానికి ఫోన్‌చేసి తల్లికి మెసేజ్ పంపమని చెప్పింది సంయుక్త.

భానుమతికి ఆ ముందు రోజునుంచీ ఒంట్లో బాగాలేదు. శ్యామలాంబగారు కేక్ చేశానని తెచ్చి ఇచ్చి వెళ్ళింది. అది తిన్నప్పటి నుంచి ఆవిడకి వాంతులు, కడుపునొప్పి, విరేచనాలు మొదలయ్యాయి. సాయంత్రం అయ్యేసరికి నీరసం వచ్చేసింది. సంయుక్త ఎప్పుడు వస్తుందా అని ఎదురుచూస్తోంది.

సంయుక్త రెండురోజుల వరకూ రాదని ఫోన్ వచ్చిందని షాపు అతను వచ్చి చెప్పి వెళ్ళాడు. భానుమతికి నీరసంతో కళ్ళు, కాళ్ళూ తేలిపోతూ అయోమయంగా అనిపిస్తోంది. ముగ్గురు ఆడపిల్లలూ దగ్గర లేరు. వారికి కబురు అందే అవకాశమే లేదు. ఆవిడకి తాను ఈ పాత కొంపలో దిక్కు మాలిన చావు చస్తానని భయం వేయసాగింది. విమలమ్మగారితో తానెప్పుడూ సరిగా మాట్లాడలేదు. ఇప్పుడూ అంతే చేసింది.

ఆవిడ మధ్యాహ్నం గుడికి పురాణం వినటానికి వెళ్ళింది. భానుమతి లేచి బాత్‌రూమ్ దగ్గరకి వెళ్ళలేకపోతోంది. గోడలు పట్టుకుని, తలుపుల మీద చెయ్యి ఆనించి వెళ్ళడానికి ప్రయత్నిస్తోంది. ఇంతలో పెద్ద వాంతి అయింది. అది చీరంతా పడిపోయి దుర్వాసన వస్తోంది. బాత్‌రూంలోకి ఎలాగో వెళ్ళి అక్కడ తల, కళ్ళు తిరిగిపోతూ వుండడంతో గబీలున పడిపోయింది.

అప్పుడే గుడి నుంచి వచ్చి కాళ్ళు కడుక్కోవడానికి వస్తున్న విమలమ్మ–"అయ్యో! అదేమిటే భానూ" అంటూ పరిగెత్తుకు వచ్చింది. నీరసంగా వేలాడిపోతున్న భానుమతిని రెండు చంకలకింద చేతులు వేసి బెడ్‌రూమ్‌కి లాక్కువచ్చి అతికష్టంమీద మంచం మీదకి లాగి, బట్టలు మార్పించి, పక్కమీద దుప్పటి మార్చేసింది. వాంతులతో నిండిన గది అంతా అసహ్యించుకోకుండా ఆవిడే శుభ్రం చేసేసింది. వెళ్ళి డాక్టరుని తీసుకువచ్చి చూపించింది. ఆయన రాసిచ్చిన ఇంజక్షన్ తానే వెళ్ళి కొనుక్కుని వచ్చింది. మర్నాడు సాయంత్రానికి భానుమతి ప్రాణం కాస్త కుదుటపడింది. విమలమ్మ ఇచ్చిన జావ మంచంమీద లేచి కూర్చొని కాస్త తాగగలిగింది. భానుమతి గదంతా కలయజూసింది. అంతా నీట్‌గా సర్ది ఎక్కడ సామాను అక్కడ వుంది. తనకి ఇస్త్రీ చీర కట్టి వుంది. చాకింటి ఇస్త్రీ మడతతో, కమ్మటి వాసనతో వున్న దుప్పటి పక్కమీద వుంది. విమలమ్మ యిచ్చిన జావ అమృతంలా వుంది.

"భానూ! ఏమైనా కావాలా?" విమలమ్మ గుమ్మంలోనే కూర్చుని వత్తులు చేసుకుంటూ భానుమతిని అడిగింది.

"వద్దు" అంది భానుమతి.

ఆ క్షణంలో తనకి ఎదురుగా, తాను పిలిస్తే పలికేంత దూరంలో గుమ్మంలో కూర్చుని వున్న విమలమ్మని చూస్తుంటే భానుమతికి కొండంత ధైర్యంగా అనిపిస్తోంది. ఆవిడని తాను తిరస్కారం చేసి అవమానించిన సంఘటనలు గుర్తుకు వచ్చి సిగ్గుపడసాగింది.

ఆవిడలో వెయ్యోవంతు మంచితనం కూడా తనలోలేదు. ఎదుటి వారికి ఆడంబరంగా వీధి దోవన సహాయం చేస్తూనే, పెరటి దోవన వారి నుంచి ఎంత లాభం గుంజగలనా అని అంచనా వేసేది. తనకి పనికివస్తారు అన్న వాళ్ళనే గౌరవంగా చూసేది. తన ఒంట్లో శక్తిమీద, తన తెలివితేటల మీద అపారమైన నమ్మకం వుండేది. కానీ, ఇప్పుడు....ఇప్పుడు తెలుస్తోంది. తన శక్తి అంతా తన సొంతంకాదు. మల్లె వల్ల దారానికి వచ్చిన సువాసనలా, భర్త సామర్థ్యం వల్ల తనకి వచ్చిన అర్హత. అది తన గొప్పతనం అని విర్రవీగింది. భర్త పోయిన తర్వాత తానెంత అసమర్ధురాలో అర్థం కాసాగింది. తనకి ఒక్క డబ్బు సంపాదించే సామర్థ్యం తప్ప మిగతా అన్ని తెలివితేటలూ వున్నాయి. కానీ, మిగతా ఆ తెలివితేటలు అన్నింటికీ ఈ డబ్బు సంపాదన మూలసూత్రం అని ఇప్పుడిప్పుడే బాగా అర్థమవుతోంది. భర్త పోయేసరికి తన అసలు రూపం, బయటివాళ్ళ అసలు అభిమానాలు నగ్న సత్యాలుగా తెలిసినాయి. తనకంటే విమలమ్మ చాలా నయం. చదువురాని మనిషి అయినా, స్వతంత్రంగా, పదిమందిని అడిగి తెలుసుకుని అయినా కావాల్సిన పని చేసుకు వస్తుంది. తాను అందుకూ పనికిరాదు. కారు లేకుండా వీధిలోకి వెళ్ళలేదు.

"భానూ! ఈ కాస్త జావ తాగెయ్యి" విమలమ్మ దగ్గరకి వచ్చి అడిగింది.

"వద్దు" అంది భానుమతి.

"చాలా నీరసంగా వున్నావమ్మా, అందుకు కాస్త తాగు."

ఆవిడ ఆత్మీయంగా అన్న మాటలు భానుమతిని లోలోపల సిగ్గుపడేట్టు చేస్తున్నాయి. ఆ క్షణంలో ఆవిడ దేవతలా అనిపిస్తోంది.

ఆవిడ మంచితనం, సహృదయత- మొట్టమొదటిసారి తన కళ్ళకి ఉన్న పొరలు తొలగినట్టుగా-అర్థం అవుతున్నాయి. ఈవిడ తన ఇంటికి కొడుక్కి

ఉద్యోగం వచ్చిందని సంతోషంతో కాడ గిన్నెలో కజ్జికాయలు, కారప్పూస చేసి తీసుకువస్తే, తాను "అవి పిల్లలు తినరు, తీసుకెళ్ళిపో"మ్మని అరిచింది. తన ఫ్రెండ్స్ వున్నారప్పుడు. ముతక చీర, రంగు వెలిసిన జాకెట్టు చూస్తే తనకి ఆవిడ బంధువు అని చెప్పాలంటే చిన్నతనం అనిపించింది. "బాగున్నావుటే భానూ!' అంటూ ఆవిడ చనువుగా పలకరిస్తూ వచ్చి సోఫాలో అందరితోపాటు కూర్చుంటే, తమ ఐశ్వర్యం ముందు ఆవిడ పేదతనం మరీ చీదరగా అనిపించింది. తాను చిరాకుపడిపోయి "ముందు ఆ సోఫాలో నుంచి లేవండి. అక్కడ పనివాళ్ళున్నారు... వెళ్ళండి" అంది. ఆరోజు ఏ సోఫాలో అయితే ఆవిడని కూర్చోవద్దని శాసించిందో ఈరోజు అవే సోఫాలు ఆవిడ ఇంటిముందు షెడ్‌లో పడి వున్నాయి. ఆవిడ గది తనకు ఆశ్రయం అయింది.

భానుమతి కళ్ళనుంచి నీళ్ళు కారుతున్నాయి. భర్తపోయిన తర్వాత ఈ ఎనిమిది నెలల్లో ఆవిడ పొగరు, హజం, ధీమా, విరగబాటు, గర్వం పొరలు పొరలుగా ఒక్కొక్కటే జీవన కఠిన సత్యానుభవం ముందు కరిగిపోయి రూపు లేకుండా అయ్యాయి. మానవత్వం అనేది మర్చిపోయిందితాను. కాలిగోరు నుంచి పాపిటవరకూ ఒకటే అహం. కన్నూ మిన్నూ కానలేని ఒకటే అతిశయం. తనచుట్టూ వున్నది గాలిమేడ అని భర్తపోగానే క్రమంగా అర్థం కాసాగింది. విమలమ్మని చీదరించి, ఈసడించి స్నేహితుల ముందు అవహేళన చేసిన తనకి ఈరోజు ఆవిడే ఆసరా అయింది. ఇదే ఇంకొకరు అయితే తనకి ఎన్ని అవమానాలు ఎదురయ్యేవో! ఒక విధంగా భర్తపోయిన తర్వాత ఆయన ఉన్నట్లే, ఆమె చిన్న యింట్లో తనని మహారాణిని చేసి పక్కకి తొలిగి వుంది. విసుక్కున్నా, అరిచినా పట్టించుకోలేదు. "ఆడపిల్లలు" అంటూ గౌరవంగా చూసిందే తప్ప, ఒక్కనాడు కూడా "నా ఇంట్లో వచ్చి పడ్డారు" అని వేలెత్తి చూపలేదు. ఆవిడది చిన్న జీవితం. ఇరుకు ఇల్లు. కానీ, ఆవిడ పెద్ద మనసు మూలంగా అవి తనకి విశాలంగానే అనిపిస్తున్నాయి. వసతులు తక్కువ అయినా ఆవిడ ఇచ్చిన స్వతంత్రం మూలంగా ఆ ఇంట్లో తమ సొంత ఇల్లులా ఎదురులేనట్టు స్వేచ్ఛగానే వుంది. సంయుక్త మొదటినుంచీ ఇది మొత్తుకుంటూనే వుంది.

"భానూ! నిద్ర వస్తోందా?" విమలమ్మ అడిగింది.

అవునన్నట్టు తల వూపింది.

"సరే పడుకో" విమలమ్మ వెళ్ళిపోబోయింది.

"వదినగారూ!" జీవితంలో మొట్టమొదటిసారిగా ఆవిడని గౌరవంగా పిలిచింది.

వెళుతున్న విమలమ్మ ఆగి వెనక్కు తిరిగింది.

"పిల్చావా?" అంది.

"అవును! ఇలా వచ్చి కాసేపు నా దగ్గర కూర్చుంటారా!" అర్థించింది.

ఆవిడ వచ్చి కూర్చుంది. భానుమతి 'వదినగారూ' అంటూ అంత మర్యాదగా పిలిచేసరికి విమలమ్మ సంబరపడిపోయింది. వచ్చి కుర్చీని మంచం దగ్గరకు లాక్కుంటుంటే, "ఇక్కడ నా దగ్గర మంచం మీద కూర్చోండి" అంది.

విమలమ్మ కూర్చుంది.

"నిద్ర రావటం లేదా భానూ!" అడిగింది ఆవిడ.

"మనసంతా ఏదోగా వుంది" అంది.

"ఉండదామరి. నువ్వు అనుభవిస్తున్న పాట్లు సామాన్యమైనవా! నాకే కలగా అనిపిస్తోంది" భానుమతి తలమీద చెయ్యివేసి నిమురుతూ, "కళ్ళు మూసుకుని ఆ ఏడుకొండల వెంకన్నకి దణ్ణం పెట్టుకో! అంతా ఆయనే చల్లగా చూస్తాడు" అంది. అంటూనే ఆవిడ రెండు చేతులూ జోడించి, "అందరినీ చల్లగా చూడు తండ్రీ" అంటూ అందరి తరపునా తానే దణ్ణం పెట్టేసింది.

భానుమతి ఆవిడ ముఖంలో విశ్వాసాన్ని అబ్బురంగా చూస్తోంది. విమలమ్మ నిశ్చింత ఏమిటో భానుమతికి అర్థం అవుతోంది. ఆవిడ కష్టపడాల్సింది పడుతూ, తన ధర్మం నిర్వర్తిస్తుంది. ఆ ఫలితం భగవంతునికి వదిలేస్తుంది. మనసుకి బాదరబందీ లేదు. ఆవిడకి నీ, నా అనే బేధం లేదు. నాది అనే స్వార్థం లేదు.

"కాసేపు కూర్చోండి వదినగారూ" అంది.

విమలమ్మ తల వూపింది.

భానుమతి హఠాత్తుగా చేతులు రెండూ జోడించి నమస్కరించింది. "వదినగారూ! మీ పట్ల నేను చాలా పరుషంగా ప్రవర్తించాను. భగవంతుడు నాకు బాగా బుద్ధిచెప్పాడు" అంది.

"అలా అనకు భానూ! కష్టాలనేవి ప్రతిమనిషి జీవితంలో ఎప్పుడో ఒకసారి తప్పకుండా వస్తాయి. ధైర్యంగా ఎదుర్కోవాలి అని పురాణంలో శాస్త్రులుగారు చదివారు. భగవంతునికి భక్తుడయి కూడా ప్రహ్లాదుడు సొంత తండ్రితోనే ఎన్ని కష్టాలు పడ్డాడు! మనమూ అంతే" అంది.

భానుమతికి ఆవిడ మాటలు చాదస్తంగా అనిపించడంలేదు. నిత్యసత్యాలు ఆవిడ అమాయకమైన నోటినుంచి వస్తున్నాయి అనిపించింది.

భానుమతి చెయ్యి ఆవిడ చేతిమీద ఆనింది. భానుమతికి మెల్లగా నిశ్చింతగా నిద్రపట్టేసింది.

17

సాయంత్రం అవుతోంది. సంయుక్త షెడ్‌లో పేపర్‌కి పంపించాల్సిన వ్యాసం టైప్ చేసుకుంటోంది. ఆ వ్యాసం చూస్తుంటే సంయుక్తకి చాలా ఆనందంగా వుంది. తాను, వసంత్ ఆ కొండల్లో, అడవుల్లో పడి కాలినడకన కూడా ట్రయిబల్ వెల్‌ఫేర్ కార్యక్రమాలు చూసి వచ్చారు. గిరిజనులు వెనుకబడినవారని ఎవరన్నారో! వారి సంఘ జీవనశైలి చాలా నియమబద్ధంగా వుంది. మనిషికి మనిషిని జత కలుపుకోవడానికీ, విడిపోవడానికీ స్వేచ్ఛ వుంది. అన్నింటికంటే, వసంత్, తాను కలిసి పనిచేయడం, ఆ ఇబ్బందులు పడడం, ఆ గిరిజనుల అతిథ్యం పొందడం, వాళ్ళు 'మీకు పిల్లలు లేరా బిడ్డా?' అని అడగడం, వాళ్ళ కొండదేవతకి తనచేత మొక్కించడం-అంతా ఒక మధురమైన జ్ఞాపకం. వ్యాసం చాలా బాగా వచ్చింది.

సంయుక్త ఇప్పుడు షెడ్‌ని పూర్తి ఆఫీస్ రూమ్‌గా మార్చుకుంది. అమ్మ పెద్ద సోఫా సెట్, మంచాలు సంగీతకి ఇవ్వడంతో, షెడ్ చాలా వరకు ఖాళీ అయింది. ఒకపక్క సంయుక్త దీవాన్‌వేసి, దిళ్ళు వేసింది. అక్కడ కూర్చుని, పడుకుని సంయుక్త చదువుకుంటుంది. సంయుక్త, వసంత్ కాఫీ తాగుతూ అక్కడంతా పేపర్లు పరుచుకొని ఆ పని సందడిలో సీరియస్‌గా మునిగిపోతారు. ఒక్కోసారి చూస్తే అక్కడ ఇద్దరు మనుషులు వున్న అలికిడే వుండదు. వసంత్ ఈ రోజు గిరిజనుల ఫోటోలు తీసుకురావడానికి వెళ్ళాడు. సంయుక్త వ్యాసాన్ని టైప్ చేయడం ముగిస్తోంది. ఇంతలో బయట కారు ఆగిన చప్పుడు అయింది. ఎవరో గేటు తెరుచుకుని వస్తున్నారు. వసంత్ కోసం వస్తే అత్తయ్య వచ్చి చెబుతుంది. మళ్ళీ నిశ్శబ్దం అయిపోయింది. ఎవరూ వచ్చినట్టు లేరు అనుకుంటోంది.

ఇంతలో విమలమ్మ గబగబా వచ్చింది. "సంజూ, సంజూ! ఎక్కడేమ్మా నువ్వు?'

"ఏమిటత్తయ్యా ఏమైంది?" ఆవిడ కంగారు చూసి టైప్ చేయడం ఆపుతూ అడిగింది సంయుక్త.

"సౌందర్య వచ్చిందే! చప్పున రా. ఎంత పెద్ద కారులో వచ్చిందో తెలుసా! ఖర్మ! ఇంట్లో ఎప్పుడూ ఏవీ వుండవు. నేను గభాల్న వెళ్ళి కూల్‌డ్రింక్ అయినా తెస్తాను'' అంటూ వెళ్లిపోయింది. విమలమ్మ ఇంటికి ఎవరైనా వస్తే సకలమర్యాదలు చేయకపోతే తప్ప ఆవిడ మనసు శాంతించదు.

"సౌందర్య వచ్చిందా!" సంయుక్తకి వెంటనే లేచి వెళ్ళాలనిపించలేదు. ఆ రోజు సౌందర్య చేసిన అవమానం ఇంకా మానని గాయంలా, పచ్చిపచ్చిగా ఆంతర్యంలో సలుపుతూనే వుంది. మనసులో ఏ మూలో సంయుక్తకి వెళ్ళాలని పిస్తోంది. కానీ, నిగ్రహించుకుంది. టైప్ చేసిన కాగితాలు బొత్తిపెట్టి ఫైలులో జమ చేస్తోంది.

ఇంతలో ఉన్నట్టుండి ఎవరో వెనుకనుంచి గట్టిగా 'కౌగిలించుకున్నారు. సంయుక్త ఆశ్చర్యంగా తలెత్తి చూసేలోపలే సౌందర్య "సంజూ" అంటూ మరింతగా ఊపిరాడకుండా కౌగిలించుకుంది. "బాగున్నావా! ఆఁ నువ్వు బాగానే ఉన్నావు" అంది సంయుక్తని చూస్తూ "ఎంత అదృష్టం! నీకు అమ్మ పోలిక వచ్చింది. శరీరం గురించి శ్రద్దే అవసరంలేదు. స్లిమ్‌గా, టీనేజ్ గర్ల్‌లా వుంటావు. ఆ తిప్పలన్నీ నాకే. నాకు డాడీ పోలిక. ఏం తినకపోయినా లావే చూడు. నేనెలా వున్నాను" సంయుక్తని వదిలి ముందుకు వెనక్కీ తిరుగుతూ తనని చూపించుకుంటూ అంది సౌందర్య.

సౌందర్య ప్రవర్తన ఏం మారలేదు. అదే పద్ధతి. అహర్నిశలూ అందం గురించే శ్రద్ధ.

సౌందర్య వచ్చి అలా కౌగిలించుకుని ఏం జరగనట్లుగా మాట్లాడుతుంటే, సంయుక్తకు గాయం ఏదో మానిపోయినట్లుగా మునుపటి బాధపోయింది. నాలుగైదు నెలల తర్వాత సౌందర్యని చూడడం ఆనందంగానే అనిపించింది.

"చెప్పు, నేనెలా వున్నాను?" అడిగింది సౌందర్య.

"కాస్త లావు అయ్యావు. కొద్దిగా పొట్ట వచ్చింది." అంది సంయుక్త చిరునవ్వుతో. గదంతా సౌందర్య ఒంటినుంచి వచ్చిన సుగంధ పరిమళంతో నిండిపోయింది.

"అదే ఖర్మ!" సౌందర్య నుదురు కొట్టుకుంది.

"నువ్వెలా వున్నావు?" అని సంయుక్తని అడిగి, ఆ గదంతా చూసి, ఆ కాగితాలు చూస్తూ, "ఏమిటీ! నీ ఈ పని వాతావరణం, ఈ పరిచిన కాగితాలు, ఈ ఫైల్స్ చూస్తుంటే డాడీ ఇక్కడెక్కడో బతికివున్నట్టు, మీ ఇద్దరూ పనిచేస్తున్నట్టు

అనిపిస్తోంది. డాడీ! ఓ డియర్ డాడీ! హి ఈజ్ గాడ్!" ఆయన బతికి వుండగా నాకు విలువే తెలియలేదు" సౌందర్య మళ్ళీ సంయుక్తని గట్టిగా కౌగిలించుకుంది. "సంజూ! నిన్ను, అమ్మని నేనెప్పుడు తలుచుకుంటూనే వున్నాను. నిజం చెప్పాలంటే, ఈ ఇల్లు దాటి వెళ్ళిన తర్వాత నా అనేవాళ్ళ విలువ తెలిసింది" అని మళ్ళీ అంది సౌందర్య.

ఇంతలో గుమ్మంలో అలికిడి అయింది. ఇద్దరూ తిరిగి చూశారు. భానుమతి అక్కడికి వచ్చింది. సంయుక్త ఆశ్చర్యంగా చూసింది. దాదాపు పదకొండు నెలల తర్వాత కారాగారంలా తనని తాను బంధించుకున్న ఆ గది వదిలి బయటకు వచ్చింది.

"మమ్మీ!" సౌందర్య తల్లిని చూడగానే వరుగున వెళ్ళి గట్టిగా కౌగిలించుకుంది. వెళ్తూ సంయుక్తని వదలలేదు. సంయుక్త చేయి గట్టిగా పట్టుకుంది. చెల్లెల్ని, తల్లిని కలిపి కౌగిలించుకుంది. కంటి వెంట గబగబా నీళ్ళువచ్చేసి చెంపలమీదకి జారినాయి.

"నేను డబ్బుని, సుఖాన్ని చాలా పొందానుగానీ, నా అన్నవాళ్ళని పొందలేకపోయాను. ఇంట్లో నుంచి బయటకి వెళ్ళి, నా పాఠం నేను నేర్చుకున్నాను. చాలా కఠినమైన పాఠం. అదంతా నా అన్నవాళ్ళ విలువని వేయింతలు తెలిసేట్టు నేర్పిన పాఠమే" అంది సౌందర్య.

సంయుక్త, భానుమతి ముఖాలు చూసుకున్నారు. భానుమతికి పెద్ద కూతురిని చూస్తుంటే ప్రాణం లేచివస్తోంది. కళ్ళారా కూతురిని చూసుకోవడం తప్ప ఈ ప్రపంచంలో ఇంకే అవసరం లేదనుకుంటోంది. సౌందర్యని, సంయుక్తని ఇద్దరి భుజాలచుట్టూ చెరో చెయ్యి వేసి దగ్గరికి తీసుకుని, నడుచుకుంటూ వచ్చి సీట్‌గా పక్క సర్ది వున్న దీవాన్‌మీద కూర్చుంది. ఇద్దరి తలల్ని చెరో భుజానికి హత్తుకుంది.

"మమ్మీ! నన్ను...నన్ను...క్షమించు..." చిన్నపిల్లలా అంది సౌందర్య.

భానుమతి కూతురి తల నిమిరింది. "తప్పు నీదికాదు సౌ నాది! మీ డాడీ పోగానే నా సర్వసుఖాల ప్రపంచం పోయిందని హైరాన పడ్డాను. డబ్బు లేకపోతే ఈ ప్రపంచంలో బతకలేను అనుకున్నాను. నేనెంత సేపూ మనకోసం, మన విలువలు కాకుండా, ఎదుటివారి దృష్టిలో గొప్పగా వుండాలని ఆరాటపడేదాన్ని. ఆ ఆరాటమే డాడీని దూరం చేసింది. మీ పట్ల నా ధర్మం కూడా మర్చిపోయి ఉష్ట్రపక్షి ఇసుకలో తలదాచుకున్నట్లు లోకం వైపు చూడకుండా పిరికిదానిలా వెన్ను

చూపి తల దించేసుకున్నాను. కాస్త కాస్త ఆర్థిక స్తోమతతో ఎంతోమంది హాయిగా బతుకుతున్నారు. మనిషికి పరువు ఖరీదయిన దుస్తులు లాంటిది అని నా పాఠం నేనూ నేర్చుకున్నాను" అంది భానుమతి.

ఇంతలో విమలమ్మ స్టీలు గ్లాసులో కూల్‌డ్రింక్స్ పోసి, స్టీలు పళ్లెంలో పెట్టి తెచ్చింది. పళ్ళెంలో కారప్పూస కూడా ఉంది.

"మీరు తెచ్చారేమిటి వదినా! నేను వచ్చేదాన్ని కదా?" అంది భానుమతి.

"రాక రాక పిల్ల ఇంటికి వచ్చింది. దానికోసం తపించిపోయావు. హాయిగా కూర్చుని కబుర్లు చెప్పు" అంది విమలమ్మ.

"మీరూ కూర్చోండి వదినా" అంది భానుమతి. "సంజూ! అత్తయ్యకి ఆ కుర్చీ ఇటు లాగు" అంటూ పురమాయించింది.

సౌందర్య తల్లిని విచిత్రంగా చూస్తోంది. 'అమ్మేనా ఈ మాట్లాడేది అని ఆశ్చర్యపోతోంది. సంయుక్త లేచి వెళ్ళి విమలమ్మకి కుర్చీ తెచ్చి వేసింది.

"ఊఁహూఁ! కూర్చోను, పని వుంది. సౌందర్యా! వంట చేస్తాను. భోజనం చేసి వెళ్ళు" అని వెళ్ళిపోయింది విమలమ్మ.

"నేను వచ్చి సాయం చేస్తాను వదినా! మీరు హడావుడి పడకండి" అంది భానుమతి.

"మమ్మీ!" సౌందర్య ఆశ్చర్యంగా, అనుమానంగా చూస్తోంది.

"అత్తయ్యని నేను సరిగ్గా అర్థం చేసుకోలేదు సౌ. ఆవిడ దేవత. మీ డాడీ పోయిన తర్వాత నాకు చాలా జీవనసత్యాలు తెలిసినాయి" అంది. కూతురి తలమీద చేయివేసి నిమురుతూ "ఏమిటి విశేషాలు చెప్పు, ఎలా వుంది నీ కాపురం?" అని అడిగింది.

సౌందర్య వెంటనే తల్లి గుండెల్లో తల దాచుకుంది. "నేను ఇప్పుడు నిన్ను ఒక సాయం అడగడానికి వచ్చాను మమ్మీ!"

"ఏమిటి సౌ అది?" ఆవిడ ప్రేమగా అడిగింది.

"నాకు అబార్షన్ చేయించాలి నువ్వు. ఇది ఎవ్వరికీ తెలియకూడదు. మా ముసలాయనకి అసలు తెలియరాదు. అంతా రహస్యంగా జరగాలి. డబ్బు ఎంతయినా ఫరవాలేదు నేను పెట్టుకుంటాను. సంజూ! నాకు కాసిని మంచినీళ్ళు తెస్తావా?" అడిగింది సౌందర్య.

సంయుక్తకి అర్థం అయింది. తాను అక్కడ అవాంఛనీయురాలు. వారిద్దరూ గోప్యంగా ఏదో సంప్రదించుకుంటున్నారు. క్షణక్రితం సౌందర్యని చూడగానే కలిగిన ఆనందం మెల్లగా తగ్గింది. సంయుక్త వెళ్ళిపోయింది. సౌందర్య మారలేదని అర్థం అయింది.

సంయుక్త వెళ్ళిపోవడం చూసిన తర్వాత సౌందర్య తల్లివైపు తిరిగి "మమ్మీ! ఇది నీకూ-నాకూ మధ్య రహస్యం. ఎవ్వరికీ తెలియడం యిష్టంలేదు" అంది.

"అదేమంత కష్టం కాదు" అంది భానుమతి.

"నువ్వు నాతో వచ్చి మా ముసలాయనని మా అమ్మాయిని కొద్ది రోజులు నా దగ్గర అట్టి పెట్టుకుంటాను - అని అడుగు."

"ఆయన ఈ చిన్న ఇంటికి పంపిస్తాడా?"

"పంపించేటట్టు నేను చూసుకుంటాను. ఆయన ఎప్పుడూ దేశ దిమ్మరిలా తిరుగుతూ వుంటాడు. వచ్చేవారం ఆయన మనుమరాలి పుట్టినరోజుకి ఊరు వెళుతున్నాడు. మూడు వారాల వరకూ రాడు."

"సరే."

"ఇప్పుడే నాతో రావాలి నువ్వు. ఇప్పుడే అడగాలి" సౌందర్య తొందర చేసింది.

పావుగంట తర్వాత సౌందర్య తనతో కారులో తల్లిని తీసుకుని వెళ్ళిపోయింది. పదకొండు నెలల తర్వాత భానుమతి మంచి చీర కట్టుకుని, ఎప్పటిలా బయటి ప్రపంచంలోకి అడుగుపెట్టింది. 'నాకు మెరికల్లాంటి ముగ్గురు కూతుళ్ళున్నారు' అనే ధీమా ఆవిడ కళ్ళలో కనిపిస్తోంది.

భానుమతి, సౌందర్య ఇంటికి వచ్చేసరికి సహదేవవర్మ ఇంట్లోనే వున్నాడు. చురుక్కుమనిపించే భానుమతి తీక్షణదృష్టి ముందు ఆయన తప్పు చేసినవాడిలా తల ఎత్తి సూటిగా ఆవిడ ముఖంలోకి చూడలేకపోయాడు. భానుమతికి ఆ ఇల్లు చూస్తే కళ్ళు తిరిగిపోయినంత పనైంది. సహదేవవర్మ డబ్బుగలవాడని అనుకుంది కానీ, మరీ ఇంత కోటీశ్వరుడు అనుకోలేదు. యింట్లో ఆయన, నౌకర్లు తప్ప ఇంకో పురుగులేదు. ఈయన డబ్బు ముందు భర్త వున్నప్పుడు తనకి వున్న దర్జా బలాదూరే. భానుమతి ఆయనతో చాలా బాగా మాట్లాడింది. మాటల్లో సౌందర్యని 'చిన్నపిల్ల' అని మాటి మాటికీ అంటూ ఆయన వయసు ముదిమిని గుర్తుచేసింది. ఆయన మళ్ళీ ప్యారిస్ వెళుతున్నాడు. "నేను వచ్చేవరకూ మీ అమ్మాయికి మీరు

తోడు వుండండి" అని అర్థించాడు. వయసు మళ్ళిన తర్వాత వచ్చిన మోజులో ఇక ఎవరేమైనా అనుకుంటారు అనే లజ్జ వుండదు. ఆ వ్యామోహబంధితుడిగా ఆయన వున్నాడు. సౌందర్యకి పుట్టబోయే సంతానం గురించి ఆయన కలలుకంటున్నాడు. సౌందర్య తల్లి వైపు 'చూడు ఆ పిచ్చి' అన్నట్టు దొంగ చూపులతో వెక్కిరిస్తోంది.

భానుమతి ఆయనని నిశ్చింతగా వెళ్ళిరమ్మని అంది.

సహదేవవర్మ ప్యారిస్ వెళ్ళిపోయాడు.

సౌందర్య ఫోన్ తెచ్చింది. "మమ్మీ, డాక్టరుగారికి చెయ్యి. డాక్టర్ సుమిత్రగారే కదా నీకు బాగా ఫ్రెండ్" అంటూ నంబరు కలుపుతోంది.

భానుమతి ఇంటిని బాగా కలయచూస్తూ, చెయ్యి చాచి సౌందర్య చేయి పట్టుకుని నంబరు తిప్పకుండా ఆపుచేసింది.

"ఫోన్ చేయనీ మమ్మీ" అంది సౌందర్య.

"ఆగు" అంది భానుమతి.

"తొందరగా అయిపోవాలి మమ్మీ" అంది సౌందర్య. సౌందర్య ఆత్రం చూస్తుంటే యిప్పుడే, ఈ క్షణంలోనే తన కడుపులో నుంచి ఆ అంకురం ఒక పురుగులా పీకి అవతల పారేసెయ్యాలి అనే కంపరం కనిపిస్తోంది.

"బేబీ! ఇలా రా! నా దగ్గర కూర్చో" అంది.

"ఏమిటీ?" సౌందర్య చిరాగ్గా వచ్చి అడిగింది.

"నువ్వు అబార్షన్ చేయించుకోవడం లేదు."

"ఏమిటీ?" సౌందర్య కళ్ళు పెద్దవి అయినాయి.

"చూడు. నీకిష్టం వున్నా లేకపోయినా, ఈ శిశువుని ఈ లోకంలోకి తెస్తున్నావు."

"ఏమిటి మమ్మీ నువ్వు చెప్పేది?"

"అవును బేబీ! సహదేవవర్మ వయసు బాగా పెద్దది. ఆయనకి ఎప్పుడయినా ఏదయినా అవ్వచ్చు"

"అవనీ! నాకేమిటి? ఐ డోంట్‌కేర్."

"ఆయనకేదయినా అయితే, నువ్వు వీధిన పడతావు. అప్పుడు నీ గతేమిటి?"

"ఆయన బతుకుతాడో, చస్తాడో నాకనవసరం. నేను అబార్షన్ అవగానే డైవోర్స్‌కి అప్లయ్ చేస్తాను."

"డైవోర్సా! ఎందుకు?"

"ఈ డబ్బు చూసి మొదట్లో ఇదే సర్వస్వం అనుకున్నాను. కానీ, కాదు మమ్మీ! మనిషికి డబ్బు చాలా ఇస్తుంది. కానీ, కొన్ని ముఖ్యమైనవి యివ్వలేదు. అందులో వయసులో ఆనందం అనేది డబ్బువల్ల రాదు. నేను, భాస్కర్ వివాహం చేసుకుందామని అనుకున్నాం."

"భాస్కరా! అతనెవరు?"

"ఇందాక కనిపించాడుగా! ముసలాయన మేనేజర్."

"ఛీ!" భానుమతి ఛీత్కారం చేసింది.

"నీకు ఛీ అనిపించవచ్చు. నాకు అదే కరెక్ట్ అనిపిస్తోంది. ఈ ఇల్లు, ఈ బట్టలు, ఈ నగలు నాకేం సంతోషం అనిపించడంలేదు మమ్మీ. ఖరీదైన హోటల్లో, అతి ఖరీదైన భోజనం చేసి, క్యాడిలాక్ కారులో ఇంటికి వచ్చి పక్కన ఈ ముసలాయన గుర్రు వింటూ నిద్రపోయేకంటే, భాస్కర్‌లాంటి వయసు మనిషితో మోటార్ సైకిలు మీద తిరుగుతూ కాకా హోటల్లో టీ తాగడం నాకెంతో ఇష్టంగా అనిపిస్తోది. ఈ బంగారు పంజరం కంటే, ఆ స్వేచ్ఛ విలువైనదని తెలుసుకున్నాను. ఇది ఒక బందిఖానా."

"బేబీ! నువ్వు జీవితం నుంచి ఏం గుణపాఠం నేర్చుకోలేదు. ఇంకా మీ డాడీ బతికి వుండగా మనం కనే కలల్లోనే బతుకుతున్నావు. భాస్కర్‌కి నువ్వు ఇప్పుడు చాలా అపురూపంగా వుంటావు. అందులో సందేహంలేదు. కానీ, నువ్వు నీది అనే రూపాయి నీ దగ్గర లేకుండా అతనితో బతికినప్పుడు, భాస్కర్ నీపాలిట ఈయనకంటే మించిన నియంత అయి నిన్ను శాసిస్తాడు. ఇక ఈ సహదేవవర్మలో కొంత బలహీనత వుంది. అది ఆయనకి నీ పట్లగల ఇష్టం. దానివల్ల కొంతయినా శాంతిగా ఉంటావు. భాస్కర్ లాంటివాళ్ళు ఇంకా స్వార్థపరులు. ఎదుటివారి నుంచి లబ్ధిపొందినప్పుడే వారి మంచి ప్రవర్తన, నాజూకు మాటలు. అవి లేని రోజున వారి క్రూరత్వం ఎంతకైనా తెగిస్తుంది. అది నువ్వు అసలు తట్టుకోలేవు. డాడీ బతికి వుండగానే యోగ్యుడైన వరుణ్ణి చూసి నీకు మేం పెళ్ళి చేయలేకపోవడం నీ దురదృష్టం. నీ జీవితం యిలా కొండమీద నుంచి రాయిలా అగాధాలవైపు దొర్లిపోతుంటే, కాళ్ళు చేతులు వుండి కూడా లేనిదానిలా నిన్ను రక్షించుకోలేకపోవడం నా దురదృష్టం. జరిగిందేదో జరిగింది. మనిషికి జీవితంలో అన్నీ దక్కవు. నీకు డబ్బు దక్కింది. వయసులో దొరకాల్సిన సుఖం దక్కలేదు. జీవితంలో మనిషి ఎక్కడో ఒకచోట రాజీపడాలి, తప్పదు. నా మీద కోపగించుకోకు బేబీ" భానుమతి బతిమలాడింది.

"నన్నేం చేయమంటావో చెప్పు." సౌందర్య చిరాగ్గా అడిగింది. పొట్టమీద చెయ్యి వేస్తూ, "నా కడుపులో ఆ ముసలాయన రూపం నాకు చాలా వికారంగా అనిపిస్తోంది. ఈ అంకురాన్ని నేను పెరగనిస్తే ఇది నాకు స్వేచ్ఛని, సుఖాన్ని చంపేస్తుంది" అంది.

భానుమతి, సౌందర్య చేతిని పొట్టమీద నుంచి లాగేసి, తన చెయ్యి అపురూపంగా ఆనించింది. "అలా అనకు సౌ! ఈ అంకురం నిన్ను ఒక కోటి రూపాయలకి అధికారిణిని చేస్తుంది. వద్దు. అబార్షన్ సంగతి ఆలోచించకు. డబ్బు చాలా కావాలి. ఆయన పెద్దాయన అవడం ఒక రకంగా నీకు వరమే. ఆయనకేదయినా అయితే నీకు, నీ బిడ్డకే ఈ ఆస్తి, మీ ఇద్దరికే ఈ ఆనందం అంతా."

"ముందు నేను ఇక్కడ వున్న రెండు వారాల్లో ఈ నౌకర్లని తీసేసి నీకు అనుకూలంగా వున్న కొత్త వాళ్ళని వేసుకుందువుగాని" అంది భానుమతి.

సౌందర్యకి ఆనందంగానే అనిపించింది. పొట్టమీద చెయ్యి వేసుకుంది. ఇప్పుడు ఆ అంకురం అసహ్యం అనిపించలేదు. తన జీవితానికి ఇంత సుఖం తెచ్చే మొలకపట్ల అభిమానం రాసాగింది.

భానుమతి ఇల్లంతా చూసింది. అష్టయిశ్వర్యాలు బంగారు పళ్ళెంలో అందించిన అదృష్టం సౌందర్య దక్కించుకుంది. తాను చేతులారా చేసినా ఆ పెళ్లి సౌందర్యకి యింత సుఖం ఇచ్చేది కాదు. తనకి తెలుసు. ఈ ఆలోచన ఎవరైనా వింటే తనని డబ్బుకి కక్కుర్తిపడే పరమ నీచురాలు అని అసహ్యించు కుంటారు! కానీ, జీవన కఠినసత్యం ఇది.

భానుమతికి మొదటినుంచి రొమాంటిక్ భావనలమీద నమ్మకంలేదు. అవి మనిషిని కష్టాలవైపు లాగే గుర్రాలేతప్ప, గమ్యం చేర్చేవికావు అని నమ్మకం. శారీరకంగా సుఖాలకి అంత విలువ ఇవ్వనవసరంలేదు. అందుకే, తనకీ, తన భర్తకీ పదిహేను సంవత్సరాల తేడా వుంది. తాను ఏనాడూ లైంగిక సుఖానికి ప్రాధాన్యత ఇవ్వలేదు. మొదటి భార్య పోయిన తర్వాత ఆయన తనని చేసుకున్నాడు. భరద్వాజకి తాను రెండో భార్యనన్న సంగతి చాలామందికి తెలియదు. తన చిన్నతనం ఆయనమీద చర్నాకోలలాంటి అధికారాన్ని యిచ్చింది. సౌందర్యకీ తన పోలికే వచ్చింది.

భానుమతికి ఆ ఇంట్లో, ఆ సోఫాలో కూర్చుంటే ప్రాణం కోలు కుంటున్నట్లుగా అనిపించసాగింది.

18

"బాబోయ్ చచ్చిపోతున్నాను ఈ సోఫాలతో. ఇల్లంతా ఆక్రమించి, నడవడానికి జాగాలేదు. ఎప్పుడూ ఎదురు దెబ్బలే!" చక్రవర్తి సోఫాలు కొట్టుకోగా, తూలి తలుపుమీద పడి నుదుటిమీద బొప్పికట్టి తల పట్టుకుని, కాలు కుంటుతూ, ఎగురుతూ అన్నాడు. భానుమతి సోఫాలు, మంచాలు ఇస్తాను తీసుకు వెళ్ళమనగానే ఎగిరి గంతేసినట్టు సంతోషించాడు. అవి తీసుకురావడానికి లారీకి బోలెండంత అయింది. ఇంట్లోకి తీసుకురావడం కుదరలేదు. వాకిట్లో వదిలేయడానికి వీలులేదు. ఇంటాయన అప్పటికే త్వరగా తీయండి, పక్కవాటా వాళ్ళు సైకిలు పెట్టుకోవడానికి జాగాలేదు అంటూ అరవడం మొదలుపెట్టాడు. వడ్రంగి నర్సయ్యని తీసుకొచ్చి వాటిని విడగొట్టి యింట్లోకి తెచ్చి బిగించేసరికి తల ప్రాణం తోకకి వచ్చింది.

వాటిని ఇంట్లోకి తెచ్చి మళ్ళీ బిగిస్తుండగా వడ్రంగి కొడుకు పరుగెత్తుకువచ్చి "అమ్మ హాస్పిటల్‌కి వెళ్ళాలట రమ్మంటోంది" అన్నాడు. వెళ్ళినవాడు ఎంత సేపటికి రాలేదు. చక్రపాణి వెళ్ళి కనుక్కుంటే వడ్రంగి నర్సయ్య భార్య ప్రసవించిందట. అతడు నాలుగైదు రోజులు-భార్య ఇంటికి వచ్చేవరకూ తీరదని చెప్పేశాడు. ఇంటినిండా జనం. కాలు కదపడానికి వీలులేకుండా సగం బిగించివదిలేసిన ఈ సోఫాలు, మంచాలు. తల్లి, చెల్లెలు అతన్ని తిట్టిన తిట్లు తిట్టకుండా తిడుతూ సాధించారు.

అప్పుడే చెల్లెలికి పెళ్ళిచూపులు. అందరూ గుమ్మం బయట చాప వేసుకుని చలిలో పడుకోవాల్సి వచ్చింది. చక్రపాణి రోజూ నర్సయ్య ఇంటిముందు కాపలా వేసి పట్టుకోవాల్సిన గతి పట్టింది. నర్సయ్య ఎలాగయితేనేం వారం రోజుల తర్వాత వచ్చి బిగించాడు. మంచం, సోఫాలు అందంగా వున్నాయి. కానీ, ఇల్లు మొత్తం ఆక్రమించేసుకున్నాయి. తల్లి, చెల్లెళ్ళు కింద జాగాలేక వాటి మీదనే బొట్టు పెట్టుకునే అద్దం, దువ్వెనలు, తిలకం సీసాలు, కాటుక బరిణెలు, విడిచిన చీరలు, లంగాలు, కాఫీ తాగిన గ్లాసులు పెట్టసాగారు. పక్కింటావిడ మధ్యాహ్నం వచ్చి వాటిమీద కునుకుతీస్తుంది.

చక్రపాణికి ఆ సోఫాలు అలా దుర్వినియోగం అవడం చూస్తుంటే ప్రాణం ఉసూరుమంది. ఎప్పటికైనా అదృష్టం బాగుండి సంగీత ద్వారా డబ్బు వస్తే ఈ సోఫాలో కూర్చుని తాను అసలు దర్జా వెలగబెట్టవచ్చు. చక్రపాణి ఆ రోజుకోసం

ఎదురుచూస్తున్నాడు. ఇంట్లో ఖర్చు చాలా తగ్గించేశాడు. తల్లి తిడుతూ, ఈ పాణిగాడు పెళ్ళి అయిన తర్వాత మరీ పీనాసి వెధవ అయిపోయాడు" అని అందరి దగ్గరా తిట్టసాగింది. ఆ సోఫాలు అందరి కాళ్ళకీ తగులుతూ ఇబ్బంది పెడుతున్నాయి. దెబ్బ తగలగానే తల్లికాని, చెల్లెలుకాని తిట్ల పురాణం లంకించుకుంటారు. చక్రపాణి మౌనంగా ఆ తిట్లు భరిస్తూ "మీరూ భరించండి నాతో. మనకి మంచి రోజులు త్వరలోనే వస్తాయి" అంటున్నాడు.

వారం రోజుల తర్వాత సహదేవవర్మ పెద్ద కారులో భానుమతి జరీ చీర కట్టుకుని, నగలు పెట్టుకుని రెండో కూతురిని చూడటానికి వచ్చింది.

అత్తగారు వచ్చిందనే ఆనందంతో చక్రపాణి ఉబ్బి తబ్బిబ్బు అయిపోయాడు. ఆవిడకి సకల మర్యాదలూ చేశాడు. ఇరుగు పొరుగు వాళ్ళంతా భానుమతిని చూడటానికి గుమిగూడారు.

సంగీత తల్లిని ఆనందంగా పలకరించి ఇంట్లోకి తీసుకు వెళ్ళింది. చక్రపాణి గబగబా సోఫాలమీద వున్న సామాను అంతా చేతులలో పోగేసి తీసుకువెళుతుంటే అవన్నీ జారి భానుమతి కాళ్ళ దగ్గరకి వచ్చి పడ్డాయి.

భానుమతి వచ్చి రాజసంగా సోఫాలో కూర్చుంది. "మా సంగీత మీద ప్రేమతో నేను అల్లుడికి కానుకగా నాకెంతో ఇష్టమైన ఈ సోఫాలు యిచ్చాను. వీటిని మీరు పెట్టుకునే తీరు ఇదేనా? అసలు ఇది మనుషులు వుండే ఇల్లేనా?" అంది భానుమతి.

"ఒరే పాణిగా! ఇదుగో కాఫీ తీసుకువెళ్ళి తగలడు" తల్లి వంట ఇంట్లో నుంచి అరిచింది.

"ఏమిటిది? ఆవిడ తల్లేనా అసలు? కొడుకుని పిలిచే పిలుపు అదేనా?" భానుమతి కళ్ళెర్రచేసింది.

చక్రపాణి ఆవిడ చూపులకు పిల్లిలా అయిపోయాడు. లోపలికి వెళ్ళి "కాస్త మెల్లగా మాట్లాడవే అమ్మా" అంటూ పళ్ళు కొరికాడు.

"నా ఇష్టంరా! నా ఇల్లు, ఓపికకొద్దీ అరుస్తాను. మధ్యలో నువ్వెవరూ చెప్పడానికి? అంత ఇష్టం లేకపోతే నీ పెళ్ళాన్ని తీసుకుని పో! ఒక ముద్దా, ముచ్చటా! వెధవ పెళ్ళి చేసుకొని వచ్చావు" అంది.

భానుమతి లేచింది. "సంగీతా! వెళదాం రా" అంది.

"ఎందుకు మమ్మీ?" భయంగా అడిగింది సంగీత.

"ఇక్కడ ఒక్క క్షణం వుండనీయను. వేరే ఇల్లు చూసేవరకూ సౌందర్య దగ్గరకానీ, సంయుక్త దగ్గరకానీ వుందువుగాని బయలుదేరు నాతో. ముద్దు ముచ్చటలతో పెళ్ళి చేయడానికి వీళ్ళకి ఏమంత అర్హతలున్నాయని? ఏమయ్యా చక్రపాణీ! మా ఖర్మకాలి మావారు పోయారు కాబట్టి, మా సంగీత ఈ ఇంటి కోడలుగా వచ్చింది. అది మీ అదృష్టం. ఇది మా ఖర్మకాకపోతే మా ఇంటి చుట్టుప్రక్కల మీరుండేవారా? పద సంగీతా!" ఆవిడ కూతురిని చెయ్యిపట్టి లాక్కుపోయింది.

"అయ్యో! అన్నయ్యా! వదినను వెళ్ళనీయకు ఆపు. వదిన వచ్చిన తర్వాత మన చుట్టుప్రక్కల అంతా మనల్ని ఎంతో గౌరవంగా చూస్తున్నారు. వదిన డబ్బు వల్లనేకదా మనం హాయిగా వున్నాం" అంది చక్రపాణి చెల్లెలు.

చక్రపాణి కదలలేదు. వచ్చి సోఫాలో కూర్చున్నాడు.

"వెళ్ళన్నయ్యా! అదిగో కారు వెళ్ళిపోతోంది" చెల్లెలు గాబరాగా తొందర చేసింది.

"నువ్వేం భయపడకు సుధా! సంగీత అక్కడ వుండదు. వచ్చేస్తుంది" అన్నాడు ధీమాగా.

"నీకెలా తెలుసు? అంత నమ్మకం ఏమిట్రా?"

"నామీద ప్రేమకాదు. సంగీతకి దేవుడిపట్ల భయం. మేం గుడిలో పెళ్ళి చేసుకున్నాం" అన్నాడు.

అతని ధీమా అక్షరాలా నిజం అయింది. గంట తర్వాత సంగీత ఆటోలో ఆ ఇంటిముందు దిగింది. ఆత్రుతగా లోపలికి వచ్చింది.

చక్రపాణి కావాలని ముఖం తిప్పుకున్నాడు. అతనికి సంగీత ఆటో దిగడం చూడగానే ఆత్రుత తగ్గిపోయింది.

"నన్ను క్షమించండి" అంది సంగీత.

చక్రపాణి సంగీత చేత ఒకటి రెండుసార్లు పిలిపించుకుని, బతిమిలాడించుకుని మాట్లాడాడు.

"ఎలా వచ్చావు? మీ అమ్మ ఎలా రానిచ్చింది?" అడిగాడు

"మీరు లేకుండా నేను లేను అని చెప్పేశాను. అమ్మ మొదట్లో కేకలేసినా చివరకు అర్థంచేసుకుంది. కారులో పంపిస్తాను అంటే వద్దని ఆటోలో వచ్చాను" అంది.

చక్రపాణికి చాలా ఆనందం కలిగింది.

రెండు రోజుల తర్వాత సహదేవవర్మగారి కారు సంగీత కోసంవచ్చింది. చక్రపాణి ఇంట్లో లేడు. సంగీత వెళ్ళింది. రెండు గంటల తరువాత సంగీత కారులో తిరిగి వచ్చింది. చాలా ఉత్సాహంగా వుంది.

"ఏమైంది?" అడిగాడు చక్రపాణి.

"చాలా శుభవార్త. అమ్మ సహదేవవర్మగారి ద్వారా ప్రయత్నం చేసి "మ్యూజికల్ పిరమిడ్" వారితో నేను వారికి ఆరు రికార్డులు సరిపడా పాటలు పాడేటట్లు ఎగ్రిమెంట్ చేయించుకుంది. అడ్వాన్స్ ఇరవై వేల రూపాయలు ఇచ్చారు" అంది సంగీత.

చక్రపాణి ముఖం వేయి బల్బుల కాంతితో మెరిసిపోయింది. "నిజం గానా! ఏదీ డబ్బు?" చెయ్యి చాచాడు.

సంగీత బ్యాగ్‌లో నుంచి డబ్బు తీసి యిచ్చింది.

చక్రపాణి లెక్కపెట్టుకున్నాడు. అందులో పదివేలే వున్నాయి.

"మిగతా డబ్బు ఎక్కడ?" కనుబొమలు ముడిచి అడిగాడు.

"అమ్మ తీసుకుంది. అది అమ్మకి వస్తుందట. ఎందుకంటే నేను అమ్మ కూతురుని కదా! లేదంటే ఎగ్రిమెంట్ క్యాన్సిల్ చేద్దాం అని చెప్పింది."

చక్రపాణికి ఒక్కసారిగా అక్కసు, కోపం, దుఃఖం, ద్వేషం- అన్ని రకాల భావాలు వచ్చేశాయి.

"పోనీలెండి. అమ్మ మూలంగానేగా మనకిది వచ్చింది. పదివేలు అయినా వచ్చాయి కదా! మనకు అయితే ఏ రెండు వేలో ఇస్తారు" అంది.

చక్రపాణి ఏడుపు ముఖం పెట్టుకుని డబ్బు మళ్ళీ లెక్క పెట్టుకున్నాడు. పదివేలు! సునాయాసంగా తన చేతికి వచ్చాయి. సంగీత అన్నదీ నిజమే. తమంతట తాము అయితే డబ్బు చాలా తక్కువ ఇస్తున్నారు. తనకూ సంగీతకూ శ్రమ, ఆదుర్దా మిగులుతోంది. పోనీలే పెద్ద దిక్కుగా ఆవిడని వుండనీ అనుకున్నాడు. చెల్లెలు ఇంతలో వచ్చి విడిచిన చీర తెచ్చి సోఫామీద గిరాటు కొట్టింది.

"అది అక్కడ వెయ్యకు, తీసెయ్యి" చక్రపాణి అరిచాడు. "ఈ రోజు నుంచీ ఈ సోఫాల్లో ఒక చిన్న వస్తువు కూడా పెట్టడానికి వీలులేదు. ఇక శుభ్రంగా వుండాలి. మా అత్తగారు ఎప్పుడు వస్తుందో నాకు తెలియదు. ఆవిడ వస్తే మన

ఇల్లు నీట్‌గా వుండాలి. మనం ఆవిడ కంటికి మనుషుల్లా కనిపించాలి." అంటూ అరిచాడు.

"ఓరి సన్యాసి వెధవా! ఇన్నాళ్ళూ నిన్ను నేను పెంచి, పెద్దచేసి నీ కోసం నానా కష్టాలు పడ్డాను. ఈ రోజు ఆవిడ నీకు దేవత అయిపోయిందన్నమాట" అంటూ తల్లి అరిచింది.

భానుమతికి జీవితం మళ్ళీ రొటీన్‌లోకి వచ్చేసింది.

ఆవిడది మనుషులమీద పెత్తనం చేసే స్వభావం. ఇప్పుడు పెద్ద కూతురు ఇంట్లో ఆవిడదే రాజ్యం. పనివాళ్ళు ఆవిడ కనుసన్నల్లో మసలుతారు. సౌందర్య తల్లి చెప్పిన మాట విని ఆస్తిమీద అధికారం తనకి వస్తుందన్న ఆశతో బలవంతపు బ్రాహ్మణార్థంలా గర్భంలో శిశువుని భరిస్తోంది.

సహదేవవర్మకి భానుమతి అంటే గౌరవం కలగసాగింది. ఆవిడ దక్షతతో తన ఇల్లు క్రమబద్ధంగా నడుస్తున్నందుకు సంతోషపడసాగాడు.

ఆయన సంయుక్తని పిలిచి అకౌంట్స్ చూడమని అప్పజెప్పాడు. ఇదీ భానుమతే ఏర్పాటు చేసింది. జీతం, ఖర్చులు బాగానే ఏర్పాటుచేశారు. సంయుక్త డ్రైవ్ చేయగలదు. ఆయన వాడకుండా పక్కన పడేసిన మారుతీ కారు సంయుక్తకి ఇచ్చేశారు. సంయుక్త పెద్దమనిషి తరహాతనం మాటల్లో, ప్రవర్తనలో ఆ డిసిప్లిన్ ఆయనకి చాలా నచ్చాయి. వసంత్ అంటే ఆయనకి మరీ గౌరవం.

వసంత్‌కి ఆఫీసులో ప్రమోషన్ వచ్చింది. జీతం పెరిగింది. సంయుక్తకీ, సహదేవవర్మకీ మధ్య మళ్ళీ భరద్వాజ-సంయుక్తలలాగా తండ్రీ కూతుళ్ళ అనుబంధం విరియసాగింది. ఆయన కూతుళ్ళు రాక్షసులు. ఎప్పుడూ ఎన్ని ఇచ్చినా ఏమీ ఇవ్వనట్టు సాధిస్తుంటారు. సౌందర్య దగ్గర ఆయనకి ఇంకో రకమైన నరకం. ఆయన ఈ బాధలన్నీ సంయుక్త దగ్గర వెళ్ళబోసుకోసాగారు.

భానుమతికి ఆ ఇంట్లో బాగా పెత్తనం దొరికింది. ఆవిడ స్నేహితురాళ్ళ బృందం మళ్ళీ చేరువ అయింది. సంగీత కెరీర్ రోజు రోజుకీ దినదినాభివృద్ధి చెందుతోంది. సంగీత వాళ్ళు సౌందర్య ఇంటికి వెనుక వీధిలో ఇల్లు తీసుకున్నారు. చక్రపాణికి అత్తగారంటే హడల్. సంయుక్తని దగ్గర్లో ఇల్లు తీసుకోమని భానుమతి పోరు పెట్టింది. సంయుక్త వినలేదు. 'వసంత్‌కి అక్కడయితే ఆఫీసు దగ్గర' అంది.

వసంత్ కూడా ఆఫీసుకి దగ్గర్లో ఫ్లాట్ తీసుకున్నాడు. విమలమ్మ అలవాటుగా తెల్లవారుజామున లేవబోతుంటే, సంయుక్త వారించి బలవంతంగా పడుకోబెట్టి

ఆవిడకి రగ్గుకప్పేది. ఆవిడ బాగా తెల్లవారిన తర్వాత లేవగానే సంయుక్త కాఫీ కలిపి తెచ్చి ఇచ్చేది.

"ఇదేమిటే అమ్మా! నేను నీకు చెయ్యాలిగానీ-" అంటూ తప్పు చేసినట్లు ఆవిడ సిగ్గుపడిపోయేది.

"చాలా రోజులు చేశావుగా అత్తయ్యా!' అనేది సంయుక్త.

"నువ్వు ఉద్యోగానికి వెళ్ళి కష్టపడతావు. నేను ఇంట్లో ఊరకే కూర్చుంటాను" అంది విమలమ్మ.

ఉద్యోగాలు చేసేవాళ్ళకి ఆఫీసులు ఉదయం పదిగంటల నుంచి సాయంత్రం ఆరుగంటలవరకే అత్తయ్యా! ఇంట్లో వున్న ఆడవాళ్ళకి ఇంటిపని తెల్లవారుజామున అయిదు గంటలనుంచి రాత్రి పదకొండు గంటల వరకూ. ఉద్యోగాలు చేసే వాళ్ళకి కష్టానికి ఆర్థికంగా ప్రతిఫలంగా జీతం వస్తుంది. ఆ కష్టానికి రేటు వుంది. మీ కష్టానికి రేటు లేదు అత్తయ్యా!"

"నీ మొహం. కన్న పిల్లలకి, కట్టుకున్న భర్తకి పనులు చేసుకోవడానికి డబ్బు లెక్క కడతామా!"

"ఎందుకు కట్టకూడదు అత్తయ్యా!"

"కట్టకూడదు. ఇది ప్రేమతో చేసే పని. నీకు రాత్రి జ్వరం వచ్చిందనుకో, వాసు గభాల్న లేచి హాస్పిటల్‌కు తీసుకువెళతాడు. మీ పత్రిక ప్రొప్రయిటర్ వచ్చి తీసుకువెళ్ళడు కదా! ఆ చాకిరీతో వాళ్ళని మనం కట్టిపడేసుకుంటున్నాం తల్లీ. అదీ మన ఆడవాళ్ళ రహస్యం. మనం ఇరవైనాలుగు గంటలు కష్టానికి, సుఖానికి ఆదుకునే మనిషిని అట్టిపెట్టుకోవడంలా మనం!" చివరిమాట అవతల బాత్‌రూమ్‌లో షేవ్ చేసుకుంటున్న వసంత్ వినకుండా రహస్యంగా అంది.

సంయుక్త తెల్లముఖం వేసినట్లు చూసింది. తర్వాత ఫక్కున నవ్వింది.

"ఏమోనే అమ్మా! నేను చదువురానిదాన్ని, నాకేం తెలుస్తాయి చెప్పు. ఏదో ఈ చిన్న బుర్రలో తోచిన ఆలోచనలు నిజం అనుకుంటాను..."

"నువ్వు చాలా తెలివిగలదానివి అత్తయ్యా" అంటూ భుజాలు పట్టుకుని గట్టిగా కౌగిలించుకుంది సంయుక్త. ఆవిడ కూడా నవ్వింది.

" నా పళ్ళు ఇప్పుడూ బాగున్నాయటే అమ్మా!" అంటూ అడిగింది.

"చాలా బాగున్నాయి అత్తయ్యా" అంది. ఆవిడకి రెండు దంతాలు ఊడడానికి సిద్ధం అయి చాలా బాధపెట్టాయి. డబ్బు ఖర్చు ఎందుకని ఆవిడ

చాలా రోజులు కొడుక్కి అసలు చెప్పలేదు. అన్నం తినలేకపోతోంది. ఒకరోజు సంయుక్త ఆవిడకి కట్టుడు పళ్ళు కట్టించింది. ఆవిడకి బాధపోయి సుఖంగా వుంది.

ఆవిడకు సంతోషం వచ్చినప్పుడల్లా సంయుక్తకి పళ్ళు చూపించి "బాగున్నాయటే అమ్మా! ఎవరికైనా కట్టుడుపళ్ళు అని తెలుస్తుందా?" అని అడుగుతుంది.

"తెలిస్తే ఏమౌతుంది అత్తయ్యా?" అని సంయుక్త అంటే, "ఇంకానయం. అందరూ ఈ ముసలి వయసులో ఈ కుర్రవేషాలేమిటి అనుకోరూ" అని భయంగా అంటుంది.

సంయుక్తకి ఆవిడని చూస్తే జాలేస్తుంది. ఈ తరం ఇలాంటి ఆడవాళ్ళు సంఘం చేతిలో బొమ్మలుగా జీవితాలు గడిపేస్తారు.

"నీకేం కావాలి చెప్పు అత్తయ్యా. కాశీ, రామేశ్వరం తీసుకువెళ్ళమంటావా?" అడిగింది. ఆవిడకి ఆ పుణ్యక్షేత్రాలు చూడడం చాలా ఇష్టం.

వాటి పేరు చెప్పగానే ఆవిడ ముఖం ఆనందంతో వెలిగింది. కానీ, ఆ సంతోషం తమాయించుకుంటూ తల అడ్డంగాతిప్పుతూ, "ఉహూఁ! అని ఇప్పుడే వద్దు" అంది.

"ఇప్పుడేం కావాలి చెప్పు మరి!" అంది సయుక్త.

"నన్నేమో ఒక్క పని చెయ్యనీయవు. అంతా నువ్వూ, వాసే చేస్తున్నారు. ఎంతసేపని ఆ టీవీ ముందు కూర్చోను. తోచి చావడంలేదు. ఎన్నాళ్ళు బతుకుతానో ఏమిటో.?"

"తోచడానికి ఏం చెయ్యమంటావో చెప్పు!" సంయుక్త మనస్ఫూర్తిగా అడిగింది.

"నువ్వూ, వాసూ వెంటనే పెళ్ళి చేసుకోండి. చేసుకుందామని అనుకున్న తర్వాత ఇక ఆగడం దేనికి, సంవత్సరం తిరిగేసరికి నేను మనుమడితో హాయిగా ఆడుకుంటూ కూర్చుంటాను."

"అసలు సంగతి అదా!" సంయుక్త ఆవిడని దగ్గరకు తీసుకుని. భుజాలు గట్టిగా పట్టుకుని నవ్వేసింది.

"నేను వచ్చి మీ అమ్మని అడగనా?" ఆవిడ సంతోషంగా అంది.

"అమ్మే వచ్చి నిన్ను అడుగుతుంది అత్తయ్యా!"

"ఛ. అదేమిటే! మనలో మనకు మర్యాదలేమిటి?"

"మర్యాదలు కాదు అత్తయ్యా! అమ్మ వచ్చి నిన్ను అడిగితే నాకు చాలా సరదాగా వుంటుంది అందుకని."

"ఏమిటీ, ఇద్దరూ నవ్వుకుంటున్నారు నాకు చెప్పకుండా." వసంత్ షేవింగ్ పూర్తిచేసుకుని ముఖం కడుక్కుని తుడుచుకుంటూ వచ్చాడు.

సంయుక్త, విమలమ్మ నువ్వు చెబుతావా అన్నట్లు చిరునవ్వుతో ముఖాలు చూసుకున్నారు.

"ఏమిటా సంతోషవార్త?" ఇద్దరి ముఖాల్లో ఆనందం చూస్తూ అడిగాడు వసంత్.

సంయుక్త అతని చెయ్యి పట్టుకుని, "నేను చెబుతాను రా" అంటూ గదిలోకి లాక్కువెళ్ళింది.

విమలమ్మ ఆ ఇద్దరినీ కళ్ళారా ఆనందంగా చూస్తూ రెండు చేతులూ ఎత్తి "ఏడుకొండలవాడా! అంతా నీ చల్లటిదయ" అంటూ భక్తిగా దణ్ణం పెట్టింది.

ఈ ఫ్లాట్‌లోకి రాగానే ఆవిడ గదిలో నిద్రలేవగానే కనిపించేట్లు ఏడుకొండల స్వామివారి ఫోటో పెద్దది సంయుక్త పెట్టింది. తనకిష్టమైనదేమిటో తనకంటే సంయుక్తకి తెలుసు అనిపించింది ఆవిడకి.

19

సంయుక్త, వసంత్‌ల వివాహం కొద్దిమంది బాగా దగ్గర స్నేహితులు, బంధువుల సమక్షంలో శాస్త్రోక్తంగా జరిగింది. భానుమతికి ఈ వివాహం అంత సమ్మతం కాకపోయినా, కూతురి మాట కాదనలేక తలవంచింది. ఆవిడ సహదేవవర్మ మేనల్లుడు, ఫారిన్‌లో డాక్టర్‌గా చేస్తున్న సుశీల్‌ని సంయుక్తని చేసుకునేట్లు ఆయన ద్వారా సంప్రదింపులు జరిపించింది. సుశీల్ తల్లిదండ్రులు సంయుక్తని సహదేవవర్మ ఇంట్లో చూశారు. వాళ్ళూ అంగీకరించారు. ఈ మాట ఆనందంగా చెప్పటానికే భానుమతి సంయుక్త దగ్గరికి బయలుదేరుతుంటే సంయుక్తే వచ్చింది.

సంయుక్త వసంత్‌ని పెళ్ళిచేసుకోవడానికి నిర్ణయించుకుందనీ, అది ఎట్టి పరిస్థితుల్లోనూ మారదని భానుమతికి అర్థం అయిపోయింది.

"అమ్మా! నువ్వు వచ్చి మామూలు మర్యాదని పాటిస్తూ అత్తయ్యతో పెళ్ళి గురించి మాట్లాడితే బాగుంటుంది. లేదంటే నేను, వాసు రిజిష్టర్డ్ మేరేజ్ చేసుకుంటాం" అంది సంయుక్త.

భానుమతికి ఇష్టం లేకపోయినా తప్పనిసరిగా అంగీకరించింది. విమలమ్మ దగ్గరకి వచ్చి, పెళ్ళి ఎక్కడ ఏ విధంగా జరగాలో సూచనలు చేసింది. సంయుక్త వివాహానికి అందరినీ పిలిచి, తానూ తన పిల్లలూ బాగానే వున్నామని లోకానికి చాటుకోవాలని భానుమతికి తహతహగా ఉంది. పెళ్ళి నిరాడంబరంగానే అయినా, ముచ్చటగా వుంది.

పేపరు ప్రొప్రయిటర్ సంయుక్తకి, వసంత్‌కి సౌత్ అంతా ఇరవై రోజులు తిరిగి రావడానికి సదుపాయం చేసి ప్రయాణపు టికెట్లు బహుమతిగా యిచ్చాడు.

ముహూర్తం అప్పుడే ముగిసింది. అందరూ అక్షింతలు వేస్తున్నారు. చక్రపాణి ఆలస్యంగా వచ్చాడు. కారణం అడిగితే, పాతబస్తీలో పెద్ద ఫైర్ యాక్సిడెంట్ అయిందనీ, ఇద్దరు చిన్నపిల్లలమధ్య తగాదా ఇరువర్గాల కొట్లాటకి దారితీసిందనీ, తన్నుకోవడాలు, ఇళ్ళు తగలబెట్టడం చేస్తూ జనం రెచ్చిపోతున్నారనీ చెప్పాడు. క్షణంలో ఈ వార్త అందరికీ తెలిసిపోయింది. ప్రొప్రయిటర్ బ్రాహ్మణుడిని "నీ మంత్రాలు తొందరగా పూర్తిచేయవయ్యా! అవతల ఈ పిల్లలు వెళ్ళి ఫోటోలు తీసి, నా పేపర్‌కి న్యూస్ తీసుకురావాలి" అంటూ తొందరపెట్టేశాడు.

అందరూ భోజనానికి కూర్చున్నారు. వడ్డనలు జరుగుతున్నాయి. "పెళ్ళికూతురు, పెళ్ళికొడుకు ఎక్కడ?" త్వరగా రమ్మనమని ఎవరో కేకపెట్టి పిలుస్తున్నారు. పందిరి అంతా పెళ్ళివంట గుమగుమలాడిపోతోంది.

సంయుక్త, వసంత్ వెళ్ళి పెళ్ళి బట్టలు మార్చుకుని వచ్చేశారు. "మీరు కానీండి. మేం ఇప్పుడే వస్తాం. సారీ, అర్జెంట్‌గా వెళ్ళాలి" అంటూ ఇద్దరూ చెయ్యీ చెయ్యీ పట్టుకుని పరుగెత్తేశారు. మరుక్షణం వాళ్ళు ఎక్కిన మోటార్ సైకిల్ రంయ్‌మంటూ అక్కడ నుంచి దూసుకుపోయింది.

రాత్రి పన్నెండు గంటలు దాటింది. వసంత్, సంయుక్త ఎక్కిన మోటార్ సైకిల్ ఆనందా ప్లాట్స్ ముందువచ్చి ఆగింది. సంయుక్త, వసంత్ ఇద్దరూ ఒంటినిండా మట్టి, మసి మరకలు అంటి, ముఖం అంతా అక్కడక్కాడా మసి నల్లగా రాచుకుపోయి, బొగ్గు గనిలో కార్మికుల్లా ఇంటికి తిరిగి వచ్చారు. వాళ్ళ ముఖాలు అలసటగా వున్నా ఆనందంగా ఉన్నాయి. "అన్ని పేపర్లకంటే మన పేపరులోనే బెస్ట్ కవరేజ్ వస్తుందని నా నమ్మకం" అన్నాడు వసంత్.

ఇద్దరూ లిఫ్టులో వస్తుంటే, లిఫ్ట్‌లో వున్న అద్దంలో మసి మరకలు అంటుకున్న ముఖాలు చూసుకుని నవ్వేసుకున్నారు. "ఓహ్! పెళ్ళి అయిన మొదటిరోజు" అంది సంయుక్త. వసంత్ ఇష్టంగా సంయుక్త చేతిని తన చేతిలోకి తీసుకున్నాడు. సంయుక్త అతని భుజంమీద తల ఆనించి, అద్దంలో కనిపిస్తున్న వసంత్‌ని చూస్తూ, "మనకి నిజంగా పెళ్ళి అయింది అంటావా" అంది.

"అదే నాకూ అనుమానంగా వుంది" అన్నాడు వసంత్.

ఇద్దరూ ఇంట్లోకి వచ్చారు.

విమలమ్మ నిద్రపోయింది. వసంత్ స్నానం చేసి వచ్చాడు. సంయుక్త స్నానంచేసి వచ్చేసరికి అతను కూర్చుని టేబుల్ దగ్గర వ్యాసం రాసేస్తున్నాడు. సంయుక్త ప్లేట్‌లో స్వీట్ తెచ్చింది. వేడి వేడి కాఫీ కప్పులో తెచ్చింది. వెనుకనుంచి వచ్చి అతని భుజం మీద చెయ్యివేసి, అతను రాస్తున్న ఆర్టికల్ చూస్తూ మధ్య మధ్య జత చేయాల్సిన వాక్యాలు, తీసి వేయాల్సిన మాటలు చెబుతోంది. అతను కరెక్ట్ చేస్తున్నాడు. వ్యాసం రాయడం పూర్తి అయింది.

"మనం వెంటనే ఏం చేయాలో తెలుసా సంజూ?" వసంత్ తలెత్తి అడిగాడు.

సంయుక్త అతని కుర్చీ చేతిమీద ఆని కూర్చుంది. "ఏం చెయ్యాలి!"

"ఒక డార్క్‌రూమ్ మన ఇంట్లోనే ఏర్పరచుకోవాలి. ఫోటోలు రాగానే మనమే కడిగివేసుకోవచ్చు" అన్నాడు వసంత్.

"ఈ ఐడియా బాగుంది. నాకూ నచ్చింది" అంది సంయుక్త. వసంత్ కాగితాలు మడిచి ఫైలు చేశాడు. సంయుక్త అతనికి కాఫీ అందించింది.

అతను కాఫీ తాగబోతూంటే, అక్కడ ప్లేట్లో స్వీట్లు కనిపించాయి. అవి పెళ్ళిస్వీట్లు. వసంత్ క్షణం సేపు వాటివైపు చూశాడు. "సంజూ! నేను నీకు కనీసం స్వీటయినా ఇవ్వలేదు" అంటూ అందులో నుంచి ఒకటి తీసి సంయుక్త నోటికి అందించాడు. సంయుక్త సగం వసంత్‌కి తినిపించింది.

వసంత్ సంయుక్తని దగ్గరికి తీసుకున్నాడు. "సంజూ! నాతో జీవితం ఇలాగే వుంటుంది. చూడు, ఈ రోజు మన పెళ్ళి అయింది. ఆ సంగతి పట్టించుకునేందుకు టైమ్ లేకుండా పని పని! ఎప్పుడు ఏ పని వచ్చి పడుతుందో తెలియదు."

సంయుక్త అతని గుండెల్లో తల దాచుకుంది. "ఏమిటిది కొత్తగా చెబుతున్నావు. పనిలో బిజీగా వుండడం నాకిష్టం. ఈ వ్యాపకం నన్ను అహర్నిశలూ నీకు దగ్గరగా వుంచుతుంది. అందుకని మరీ ఇష్టం" అంది.

వసంత్ సంయుక్త తలని ఇంకా దగ్గరకి హత్తుకున్నాడు.

20

మూడు నెలలు గడిచాయి.

సంయుక్త టైప్ చేస్తోంది. ఇంతలో కాలింగ్‌బెల్ మోగింది. విమలమ్మ ఇంట్లోలేదు. పక్కింటి మామి సినిమాకి వెళుతుంటే సంయుక్త తానే బలవంతంగా పంపించింది. ఆవిడకి థియేటర్‌లో సినిమా చూడడం అంటే చాలా యిష్టం. సంయుక్త వెళ్ళమనగానే జరీచీర కట్టుకుని తయారై, "సంజూ! నిజం చెప్పు. నువ్వు పనిలో వున్నావు. కాఫీ ఏమైనా కావాల్సి వస్తుందేమో! నువ్వు టైప్‌చేస్తూ మధ్యలో లేవాలికదా! నీకు ఇబ్బంది కలుగుతుందేమో" అంది విమలమ్మ.

"అత్తయ్యా! నువ్వు హాయిగా, నిశ్చింతగా వెళ్ళిరా. ఇన్నాళ్ళూ కష్టపడ్డావు. ఇప్పుడు సుఖపడే అవకాశం వచ్చింది. నీ సంగతి నువ్వు ఆలోచించుకోక మా గురించి ఆలోచిస్తావేమిటి? అందుకే నీలాంటివాళ్ళు సుఖపడలేరు" అంటూ భుజాలుపట్టి గుమ్మం బయటకి పంపి వచ్చింది.

ఆవిడ కళ్ళలో చిన్నపిల్ల సంబరం చూస్తుంటే సంయుక్తకి జాలివేస్తుంది. అత్తయ్యలాంటివాళ్ళు జీవితం అంతా గంధపుచెక్క అరిగినట్టు పనితోనే మునిగితేలే వ్యక్తులు. సుఖాలు కావాలని వాళ్ళు కోరుకోరు. అసంతృప్తి అంటే ఏమిటో వాళ్ళకి తెలియదు. అలాంటివాళ్ళు వున్నారు కాబట్టే ఈ కుటుంబాలు ఇంత సునాయాసంగా పెరిగి పెద్దయినాయి. కుటుంబాన్ని పెంచడమే వారి జీవన ధ్యేయంగా బతికేస్తారు. తాను టైప్ చేస్తుంటే, వసంత్‌తో కలసి ఆర్టికల్ చర్చిస్తుంటే, తానేదో కష్టపడి పోతున్నానని ఆవిడ విలవిలలాడిపోతుంది.

సంయుక్త జీతం రాగానే తెచ్చి ఆవిడ చేతికిచ్చేస్తోంది. కావాల్సినప్పుడు అడిగి తీసుకుంటుంది. ఆవిడకి సంయుక్త సంపాదన అంటే అపురూపం. దాన్ని పైసా పైసా జాగ్రత్త చేసి, ప్రతి నెలా ఎంత పెరిగిందో చెబుతుంది. అర్థం చేసుకుని, అరమరికలు లేకుండా ఆపేక్షగా వుండే అత్తయ్య, తన మనసుకి ప్రతిబింబంలాంటి వసంత్, ఒక ప్లాట్, ఎప్పుడయినా బయటకి సరదాగా తీసే కారు, రోజూ పనికివచ్చే మోటార్ సైకిల్, బ్యాంక్‌లో లక్ష రూపాయల నికర ఆదాయం లేకపోయినా, సంయుక్తకి జీవితం చాలా హాయిగా వుంది. సంతోషంతో ఎక్కువ పని చేయగలుగుతోంది.

సంయుక్త, వసంత్ ఇద్దరి పేర్లూ కలిపి వ్యాసాలు రాయడంతో యిద్దరి పేర్లూ పాపులర్ అయినాయి. ఇంటికి ఈ మధ్యనే ఫోన్ కనెక్షన్ వచ్చింది.

కిటికీలో నుంచి చల్లటి గాలి వీస్తోంది. సంయుక్తకి ఈ ప్రపంచం ఏమిటో చాలా బాగుంది. ఎటు చూసినా ఆనందమే కనిపిస్తోంది. తనలో ఏమిటో ఈ ఆనందపు పొంగు వుండి వుండి శరీరం అంతా తెరలుగా వస్తోంది.

కాలింగ్‌బెల్ మోగగానే వెళ్ళి తలుపు తీసింది. "వాసూ...!" అని ఏదో చెప్పబోయిన సంయుక్త ఆగిపోయింది.

ఎదురుగా సౌందర్య.

"సౌ...నువ్వా...?రా...!" సంయుక్త లోపలికి ఆహ్వానించింది. సౌందర్యకి నిండు నెలలు. వచ్చేవారంలో డెలివరీ అని చెప్పారు.

సౌందర్య లోపలికి వచ్చి కూర్చుంది.

"ఏం తాగుతావు? ఓవల్టీన్ ఇవ్వనా?"

ఆ మాట వినగానే సౌందర్య ముఖం చిట్లించింది. "మా ముసలాయన అవన్నీ నాచేత కుడితిలా తాగిస్తూ నా ప్రాణం తీసేస్తున్నాడు. స్ట్రాంగ్ కాఫీ ఇవ్వు సంజూ" అంది.

"సరే" సంయుక్త వెళ్ళింది. ఇంతలో కాలింగ్‌బెల్ మళ్ళీ మోగింది. సంయుక్త వెళ్ళి తలుపు తీసింది. వసంత్ వచ్చాడు. వస్తూనే "భోజనం చేశావా నువ్వు?" అని అడిగాడు.

"లేదు" అంది సంయుక్త

"చేయలేదా? ఎన్నిసార్లు చెప్పాను సంజూ? ఇదివరకులా ఒట్టి మనిషివి కాదు. పాపాయికి ఆకలి వేయదా-!" వసంత్ నాజూకుగా చెయ్యి సంయుక్త పొట్టమీద ఆనించాడు.

"హుష్..." అంది సంయుక్త. అప్పుడుగాని వసంత్ తలెత్తి డ్రాయింగ్ రూంలో కూర్చుని వున్న సౌందర్యని చూడలేదు. లోపలికి వచ్చాడు .సౌందర్యని కుశల ప్రశ్నలు వేశాడు. "సంజూ భోజనం చేయడం లేదు" అంటూ ఫిర్యాదు చేశాడు.

"ఒక్క నిమిషం సౌ...ఇప్పుడే వస్తాను..." అంటూ సంయుక్త వెళ్ళింది.

వసంత్, సంయుక్త ఏదో ఆర్టికల్ గురించి చర్చించుకుంటున్నారు. సంయుక్త టైప్ చేసిన కాగితాలు చూస్తున్నాడు వసంత్. సంయుక్త నిలబడి ఏదో చెబుతుంటే, అతను ఆమె చెయ్యిపట్టి సున్నితంగా కుర్చీలో కూర్చోపెట్టాడు. ఇద్దరూ ఆ గదిలో సౌందర్య వున్న విషయం ఒక్క క్షణం మర్చిపోయినట్టే తమ పనిలో మునిగిపోయారు. ఇద్దరూ జోక్స్ వేస్తూ హాయిగా నవ్వేస్తున్నారు.

వసంత్ కాగితాలు ఫైల్ చేస్తుంటే సంయుక్త, "అయ్యో! సౌ కాఫీ అడిగింది" అంటూ గబగబా వంట ఇంటివైపు వెళుతుంటే వసంత్ వారించి తీసుకువచ్చి సోఫాలో కూర్చోబెట్టాడు. "నేను చేస్తాను కాఫీ" అని లోపలికి వెళ్ళి అయిదు నిముషాల్లో కలిపి తెచ్చాడు.

ముగ్గురూ తాగారు. సంయుక్త, వసంత్ ఎదురుగా సోఫాలో పక్క పక్కన కూర్చుని మాట్లాడుతున్నారు. వాళ్ళ ముఖాలు ఆనందంతో కళకళ లాడి పోతున్నాయి.

'తాను సంయుక్త కంటే నాలుగేళ్ళు పెద్దది. తన వయసు అతన్ని చేసుకుంటే ఇలా ఆనందంగా వుండేది. అప్పుడు డబ్బే ప్రధానం అనుకుంది. తర్వాత తర్వాత ఆ ఖరీదయిన డ్రెస్‌లూ, నగలు అవేవీ సుఖంగా అనిపించడంలేదు. పరమబోర్‌గా వున్నాయి. తన జీవితాన్ని తాను తెలివి తక్కువగా, తొందరపాటుతో, అదిరిపాటుతో అస్తవ్యస్తం చేసుకుంది.' సౌందర్య సంయుక్త ఇంటిని కళ్ళారా చూసింది. 'ఈ యింట్లో ఏం కొరత వుంది? ఇద్దరు మనుషులకి సరిగ్గా సౌకర్యంగా సరిపోతుంది. పెద్ద ఇల్లు వల్ల ఒరిగేదేముంది? నౌకర్లవల్ల తలనొప్పి,చిరాకు అనిపిస్తోంది. సుఖం తక్కువే. వాళ్ళిద్దరూ ఎంత హాయిగా వున్నారో! సంజూకి బ్యాంక్ లాకర్లో లక్షల ఖరీదు చేసే డైమండ్ సెట్టు లేకపోవచ్చు. వాసే వంద డైమండ్ సెట్లకంటే విలువయిన ఆనందం ఇచ్చేలా వున్నాడు.

సౌందర్యకి హఠాత్తుగా అర్థం అయింది. ముంజుకంపులా ముసలి వాసన కొడుతున్న ఇంట్లో తన జీవితం మగ్గిపోతోంది. అమ్మకి డబ్బుకావాలి. అందుకే తనని అబార్షన్ చేయించుకోనీయలేదు. అసలు తప్పంతా మమ్మీదే! డాడీ వున్నప్పుడే తనకి ఎవరో ఒకరిని తన ఈడువాడితో పెళ్ళి జరిపించాల్సింది. సంయుక్త జీవితం చక్కగా దిద్దుకుంది. ఆ స్వచ్ఛమైన ఆనందంలో సంజూ ముఖం మరింత ప్రశాంతంగా, మరింత ఆకర్షణీయంగా వుంది. సౌందర్యకి తాను రక్కసి పొదలో వున్నట్లుగా అనిపిస్తోంది.

"సౌ...ఏమిటి? ఏదయినా బాధగా వుందా...?" సంయుక్త అడిగింది.

"లేదు. ఈ భారం, ఈ పీడ ఎప్పటికి పోతుందో నాకు తెలియడం లేదు" సౌందర్య కళ్ళలో నీళ్ళు వచ్చాయి.

"ఛా...అదేం మాట!" సంయుక్త లేచి వచ్చి పక్కన కూర్చుంది.

వసంత్ వెళ్ళి భోజనం చేసేశాడు.

"నీకు తెలియదు సంజూ! నేనెంత నరకం పడుతున్నానో..." సౌందర్యకి ఏడుపు వచ్చేసింది. ఆ క్షణంలో వెళ్ళిపోయి ఆ ముసలాయనకి డైవోర్స్ ఇచ్చేసి, ఎవరయినా తన వయసు అతన్ని చేసుకుని సంయుక్తలా ఆనందంగా వుండాలని పించింది.

తన అయిదుకోట్ల రూపాయల ఆస్తి సంయుక్త ముఖంలో ఆత్మ సంతృప్తి నిండిన చిరునవ్వు ముందు వెలవెల పోతున్నట్లుగా వుంది. పనికిమాలిన ఈ ఆస్తి తనకి అసలయిన ఆనందం ఇవ్వదని సౌందర్యకి ఇప్పుడిప్పుడే బాగా అర్థం అవుతోంది.

వసంత్ ఆఫీసుకి వెళ్ళడానికి లేచాడు. సౌందర్యకి వెళతాననిచెప్పి, సంయుక్త భుజంమీద చెయ్యి ఆనించి, "నేను వచ్చేంతవరకూ బుద్ధిమంతురాలిలా విశ్రాంతి తీసుకో" అని హెచ్చరించి వెళ్ళాడు. సంయుక్త గుమ్మంవరకూ వెళ్ళి అతన్ని సాగనంపి వచ్చింది.

సౌందర్యకి ఆ క్షణంలో సంయుక్తని చూస్తే చాలా ఈర్ష్యగా అనిపించింది. సంయుక్త స్వెట్టరు అల్లుతోంది. ఆ అల్లడంలో, ఆ కళ్ళలో అరమోడ్పుగా ఏదో కమ్మటి కల. సౌందర్య ఇక అక్కడ కూర్చోలేక పోయింది.

వసంత్ సాయంత్రం వచ్చాడు.

"మధ్యాహ్నం నుంచీ ఏం చేశావు? పని చాలా వుంది. ఫోన్ చేయలేక పోయాను" అన్నాడు బాధగా.

"నాకసలు ఆ విషయమే గుర్తులేదు. సౌందర్య వెళ్ళిన తర్వాత సంగీత వచ్చింది" అంది సంయుక్త.

"ఏమిటి విశేషాలు?" అడిగాడు వసంత్.

"సంగీత తల్లి కాబోతోంది. కాని చక్రపాణి వద్దని అబార్షన్ చేయించు కోమన్నాడట" సంయుక్త చెప్పింది.

"అదేమిటి?"

"కెరీర్‌కి అడ్డువస్తుందని! ఇప్పుడిప్పుడే కాంట్రాక్టులు బాగా వస్తున్నాయి. కెరీర్ బాగా అందుకుంటోంది. ఈ టైమ్‌లో న్యూసెన్స్ అంటున్నాడు."

"పాటలు పాడటానికి ప్రెగ్నెన్సీ ఏమి అడ్డు?" అన్నాడు వసంత్.

"పిల్లలు పుడితే సంగీత ఇక ఆ మోజులో పడుతుందని భయం అంటున్నాడు. అమ్మ కూడా చక్రపాణినే సమర్థిస్తోంది. అబార్షన్ చేయించు

కోమంటోంది. సంగీత ఒకటే ఏడుస్తోంది. మనిద్దరినీ చక్రపాణికి, అమ్మకి గట్టిగా చెప్పమని అంటోంది."

"ఇలాంటి విషయాలు ఒకళ్ళు కల్పించుకునేవా! ఎవరికి వాళ్ళు నిర్ణయించుకోవాలి" అన్నాడు వసంత్.

సంయుక్త వెనుకనుంచి వచ్చి అతని వీపుమీద తల ఆనించుకుంది.

"ఏమిటీ?" అన్నాడు వసంత్.

"నేనెంతో అదృష్టవంతురాలిని కదూ?" అంది.

"దేనికి?"

"నాకలాంటి బాధలు లేవు."

వసంత్ చెయ్యి పోనిచ్చి సంయుక్త చెంప నిమిరాడు. "అదృష్టం మాటకు వస్తే - అది నీకంటే నాకే ఎక్కువ. నా జీవితం ఇంత ఆనందంగా, ఇంత తృప్తిగా వుంటుందని నేను కలలో కూడా అనుకోలేదు" అన్నాడు వసంత్.

"డాడీ పోయిన తర్వాత నేను చాలా బెంబేలు పడ్డాను. నాకు ఆ సమయంలో సరైన తోడుగా దొరికావు. అత్తయ్యా, నువ్వూ - అంత ఓర్పు ఎలా చూపారో నాకిప్పటికీ అర్థంగాదు" అంది సంయుక్త.

"అమ్మ భాషలో చెప్పాలంటే, భగవంతుడే అర్హతలని బట్టి మనకి దారి చూపిస్తాడు కాబోలు" అన్నాడు వసంత్.

ఇంతలో ఫోన్ మోగింది. సంయుక్త తీసింది.

"సంజూ! త్వరగా వస్తావా! సౌందర్యకి నొప్పులు వస్తున్నాయి. హాస్పిటల్‌కి తీసుకువెళుతున్నాను" అంది భానుమతి.

"వస్తున్నాను అమ్మా" అంది సంయుక్త.

21

ఆ రాత్రే సౌందర్యకు సుఖప్రసవం అయింది. ఆడపిల్ల పుట్టింది. పిల్ల ఆరోగ్యంగా, అందంగా వుంది. కానీ, పుట్టుగుడ్డిగా, కనుగుడ్లు లేకుండా పుట్టింది. అందరూ షాక్ తినేశారు. సౌందర్య ఈ వార్త వినగానే అసహ్యంగా చూసి ముఖం తిప్పేసింది.

"ఇదేం ఖర్మ" అంటూ భానుమతి బాధపడింది.

సహదేవవర్మ మాత్రం, "ఎందుకమ్మా! శాపగ్రస్తురాలివై నా కడుపున పుట్టావు. నాకు నలభై సంవత్సరాల వయసు అయితే నీ భవిష్యత్తు గురించి

బాధపడేవాడిని కాదు. అరవై అయిదేళ్ళు" అంటూ ఏడ్చేశాడు. అందరూ ఉయ్యాలలో ఏడుస్తున్న పిల్లని వదిలేసి విచిత్రంగా ఇదే మాట్లాడుకుంటున్నారు. సహదేవవర్మకి తెలిసినవాళ్ళు, భానుమతి ఫ్రెండ్స్ వచ్చి ఉయ్యాలలో పసిపాపని విచిత్రమైన వస్తువులా తొంగి చూస్తున్నారు.

"నా గదిలో నుంచి ఆ వెధవ ముఖాన్ని తీసి అవతల పడేయండి" సౌందర్య అరిచేసింది.

సహదేవవర్మ- "అలా అనకు సౌ" అని బతిమాలుతూ ఏడుస్తున్నాడు.

సంయుక్త ఉయ్యాల దగ్గరకి వచ్చింది. ఏడుస్తున్న పిల్లని చేతుల్లోకి తీసుకుంది. అక్కడున్న అందరి శూలాల్లాంటి చూపుల మధ్య నుంచి ఆ పసికందుని సిస్టర్స్ వున్న గదిలో తీసుకువెళ్ళింది. పాప ఎంతో అందంగా అచ్చు సౌందర్య, సహదేవవర్మల పోలికలతో వుంది. అందరూ అందాన్ని అభినందించడం లేదు. ఆ లోపాన్ని ఎత్తి వేయింతలు చేసి భూతద్దంలో నుంచి చూస్తున్నారు.

సంయుక్త పిల్లని ఎత్తుకుని కూర్చున్న చోటుకి సహదేవవర్మ వచ్చాడు.

"థ్యాంక్స్ సంజూ" అన్నాడు. ఈ పిల్ల చాలా దురదృష్టవంతురాలు" దిగులుగా, డగ్గుత్తికతో అన్నాడాయన.

"అందరిలా మీరూ మాట్లాడకండి. ఈ పిల్ల చాలా అదృష్టవంతురాలు అని నేను అనుకుంటున్నాను. దివ్య అదృష్టవంతురాలా, దురదృష్టవంతురాలా అన్నది మీరు పెంచడంలో - కేవలం మీ చేతుల్లో వుంది. సౌందర్యకి-కొన్ని విషయాలు తెలియవు. అది మీరు అర్థం చేసుకోవాలి" అంది సంయుక్త.

"అవును. నిజం. చిన్నదానివైనా పెద్ద సలహా చెప్పావు. అంతా నా చేతిలోనే వుంది" అన్నారాయన. ఆయనకి సంయుక్త మాటలు ధైర్యం యిచ్చాయి.

పాపకి దివ్య అని నామకరణం చేసి ఆడంబరంగా వేడుకలు జరపాలని సహదేవవర్మ ఎంతో ఉబలాటపడ్డాడు. కానీ, సౌందర్య అంగీకరించలేదు. "ఇంకో పదిమందిని పిలిచి నాకూతురు గుడ్డిది, చూడమని అందరికీ ఎగ్జిబిషన్ పెట్టాలా" అంటూ మండిపడింది. భానుమతి కూడా నచ్చ చెప్పలేకపోయింది. సౌందర్య కూతురుని సహదేవవర్మ మీద ఒక ఆయుధంగా ప్రయోగించసాగింది. ఏది చెప్పినా ఆయన అంగీకరించి తీరాలి. ఒప్పుకోకపోతే "ఈ పిల్లని తీసుకువెళ్ళి అనాథాశ్రమంలో యిస్తాను" అని బెదిరించసాగింది. సౌందర్య అన్నంత పనీ చేస్తుందని ఆయన భయం.

సౌందర్య బరితెగించినట్లు భాస్కర్‌తో తిరుగుతుంటే ఆయన వారించ లేకపోయాడు. భానుమతికి కూడా ఈ భాస్కర్ వ్యవహారం అసలు నచ్చలేదు. కాని, ఆవిడ కూడా సౌందర్యని అదుపు చేయలేకపోతోంది. సహదేవవర్మ బంధువులు, స్నేహితుల గుసగుసలు ఆయన చెవి వరకూ వస్తున్నాయి. ఆయన ఇటు భరించలేకపోతున్నాడు. అటు సౌందర్యని కంట్రోల్ చేయలేకపోతున్నాడు. కూతుళ్ళు ఆయనని వెలివేసి ఇంటికి రానీయకుండా సంబంధ బాంధవ్యాలు తెంచేసుకున్నారు. సహదేవవర్మ ఒంటరివాడు అయిపోయాడు.

ఎంతో కష్టపడి సంపాదించుకున్న ఈ ఆస్తి ఈ వయసులో సుఖం, నీడ ఇవ్వాల్సిందిపోయి, ముళ్ళకంపలా మారి హింసించసాగింది. సౌందర్య డైవోర్స్ ఇవ్వమని ప్రాణం తీసేస్తోంది. అది భాస్కర్ ప్రోద్బలం అని ఆయనకు బాగా తెలుసు. అందుకే అన్నారు-ఏ వయసులో ముచ్చట్లు ఆ వయసులోనే వుండాలని. నిశ్చింతగా, బాదరబందీ లేకుండా హాయిగా ఉండాల్సిన ఈ వయసులో ఈ పడుచు పెళ్ళాంలంపటం తాను కావాలని తగిలించుకున్నందుకు బాగా శాస్తి జరిగింది. ఆయన చెంపలేసుకున్నా, పశ్చాత్తాపంతో కుంగిపోతున్నా ఆయన్ని జీవితం తప్పుపని చేసి భ్రష్టత్వం చెందినందుకు శిక్షించక మానడంలేదు.

పేపర్‌లో ఆయా కోసం ప్రకటించాడు. నలుగురైదుగురు ఆర్నెల్లలో మారిపోయారు. సౌందర్య నోటి దురుసుతనానికి ఒక్కరు కూడా నిలవలేదు. దివ్యకు ఆయనే అవస్థపడుతూ పాలు తాగిస్తూ, రాత్రివేళ లేచి భుజం మీద వేసుకుని నిద్రపుచ్చుతున్నాడు. దివ్య ముఖం చూస్తుంటే ఆయనకు ఆనందం, దుఃఖం వెలుగు నీడల్లా ముసురుకు వచ్చేస్తాయి. ఇంత ఐశ్వర్యం వుండి ఈ పిల్ల అనాథలా బతకాల్సి వస్తుందా అని ఆయనకు దిగులుగా వుంది. కీళ్ళవాతం ఎక్కువై ఆయన ఈ మధ్య లేవలేకపోతున్నాడు. పక్కన ఉయ్యాలలో దివ్య ఏడుస్తుంటే, ఆయనకు లేవాలనిపిస్తుంది. కానీ నడుం సహకరించదు. చేతివేళ్ళు సరిగ్గా రావు. పిల్ల ఉయ్యాలలో కుక్కటిల్లి పోతూ వుంటుంది. ఆయనకి పెద్దగా దుఃఖం ముంచుకు వచ్చేస్తుంది. పగలు సంయుక్త ఆఫీసు పనిమీద వచ్చినప్పుడు ఆయన ఉయ్యాల ఆఫీసు గదిలోనే వుంచుతాడు. సంయుక్త చూస్తుంది. సంయుక్త దయతో దివ్యని ప్రేమగా లాలిస్తుంటే, ఆయనకి సంయుక్త పాదాలు తాకి దణ్ణం పెట్టాలని అనిపిస్తుంది.

నెల రోజుల నుంచి ఆ సాయం కూడా పోయింది. సంయుక్త సెలవులో వుంది. సంయుక్తకి డెలివరీ అయింది. మగపిల్లాడు పుట్టాడు. సంయుక్త వసంత్‌ల పోలికలతో అందంగా, ఆరోగ్యంగా వున్నాడు.

సంయుక్త పిల్లాడికి తేజ అని నామకరణం చేశారు. కొద్దిమంది దగ్గర వాళ్ళని పిలిచి వేడుకలు చేసుకున్నారు. ఉయ్యాల అందంగా అలకరించారు. వసంత్, సంయుక్తలకి కావాల్సిన వాళ్ళు వచ్చారు. భానుమతి మనుమడిని ఒడిలో పెట్టుకుని, "వీడికి వాళ్ళ తాతగారి ముక్కువచ్చింది" అని తన స్నేహితు రాళ్ళకి చెబుతూ మురిసిపోతూ ఒకటే ముద్దాడుతుంది."

సంయుక్త కాబట్టి సహదేవవర్మకు వెళ్ళక తప్పలేదు. సౌందర్య, భానుమతి విడిగా వెళ్ళారు. ఆయన వేడుక సమయానికి దివ్యని ఎత్తుకుని వచ్చాడు. సౌందర్య కూడా కొడుకుని ఎత్తుకున్న సంయుక్తనే చూస్తోంది. సంయుక్త పక్కన వసంత్, ఇద్దరి ముఖాలూ ఆనంద గర్వంతో మెరిసిపోతున్నాయి. తనకి ఆ ఆనందం ఏమిటో ఒక్క క్షణం కూడా తెలియదు. తేజని చూసి ప్రశంసించినవారు దివ్యని చూసి ముక్కుమీద వేలేసుకుంటున్నారు. "ఎంత దురదృష్టం" అంటున్నారు. సౌందర్యకి కడుపు అగ్నిగుండంగా మారింది. ఆ పిల్లని వేసుకుని తగుదునమ్మా అని ఈ ముసలాయన రాకపోతే ఏమైంది? తన భర్త ఒక నవ్వులాట. తన కూతురు ఒక వెక్కిరింత. సౌందర్యకి ఒళ్ళు మండిపోతోంది. మనసంతా కసికసిగా కత్తి నూరుతున్నట్లుగా వుంది. సంయుక్తని చూస్తుంటే, తన దురదృష్టం వేయి ముఖాలతో వెక్కిరించినట్లు వుంది. ఆ కళ్ళులేని కబోదిగా పుట్టిన పిల్లని గొంతు నులిమి చంపి కిటికీలో నుంచి విసిరేయాలని అనిపిస్తోంది.

సంగీత, చక్రపాణి కూడా వచ్చారు. సంగీతకి చక్రపాణి అబార్షన్ చేయించాడు. ఆమె కేరీర్ రానురానూ ఆకాశానికి ఎదుగుతోంది. ఆమె మనసు మాత్రం పాతాళానికి కుంగిపోతోంది. అబార్షన్ చేసినప్పుడు ఏదో పొరపాటు జరిగింది. సెప్టిక్ అయి నాలుగు నెలలు బాధపడింది. మళ్ళీ ఆపరేషన్ చేశారు. గర్భసంచీ తీసేయాల్సిన పరిస్థితి వచ్చింది.

సంగీత పిల్లల గురించి కన్న కలలు మట్టిలో కలిసిపోయాయి. మనిషి దిగులుగా వుంటోంది. ఇప్పుడు విషాదగీతాలే చాలా గొప్పగా పాడగలుగుతోంది. వేరేవాటికి ఆ కంఠం మూగపోయినట్లు రావడం లేదు. పాటల మధ్యలో వెక్కి వెక్కి ఏడ్చేస్తుంది. కాల్‌షీట్ వేస్ట్ అయి పోతోందని ప్రొడ్యూసర్స్ విసుక్కుంటున్నారు. చక్రపాణి ఇంత విషాదం అవుతుందని కలలో కూడా అనుకోలేదు. అతను సంగీత పాదాల మీదచేయి ఆనించి, "నన్ను క్షమించు" అన్నాడు. సంగీత పాదాలు లాక్కుంది. "ఇందులో మీ తప్పేంలేదు. అంతా నా రాత" అంటూ నుదుట వేళ్ళతో గీసి చూపించింది.

సంగీతకి డబ్బు విపరీతంగా వస్తోంది. రానురాను చక్రపాణికి ధైర్యం వచ్చింది. భానుమతికి డబ్బు విషయంలో ఎదురు తిరగసాగాడు. సంగీత అతని మాట జవదాటదు. సంగీత పూజలు ఇంకా ఎక్కువ అయిపోయినాయి. చక్రపాణికి కోరస్ పాడే ఉష అనే వేరే ఒక అమ్మాయితో రహస్య ప్రణయం వుందని అందరూ అంటున్నారు. సంగీత నమ్మదు. "నా భర్త అలాంటివాడు కాదు" అంటుంది. సంయుక్త కొడుకు బారసాలకి వచ్చినప్పుడు దుఃఖం పట్టలేక సంగీత మేడ పైభాగానికి పోయి కూర్చుని ఏడవసాగింది. చక్రపాణి అక్కడకు వచ్చాడు. భార్యను చూస్తుంటే అతనికి మనసు తరుక్కుపోతోంది. తనకి జీవితంలో కావాల్సిన సుఖాలు అన్నీ ఆమెద్వారా పుష్కలంగా లభించాయి. కానీ, తాను మాత్రం సంగీతకి ఇష్టమైన పిల్లల్ని ఇవ్వలేకపోయాడు. అతనికి చాలా పశ్చాత్తాపంగా వుంది. కానీ, ఇప్పుడిక యేం చేయలేని పరిస్థితి. అతను ఏం చేసినా, ఏం మాటలు చెప్పినా సంగీతని పిల్లల గురించి మరిపించలేకపోతున్నాడు.

సౌందర్య సోఫాలో కూర్చుని పుస్తకం చదువుకుంటోంది. వెనక నుంచి ఎవరో కళ్ళు మూశారు. సౌందర్య ఆ చేతులు ఎవరా అని తడమలేదు. తన వెనకనుంచి తన తలకి ఆనిన ఆ వక్షస్థలం సన్నగా, పీలగా వుండే సహదేవవర్మ కాదు. ఆయన దగ్గర వయసు మళ్ళిన వారి దగ్గిరనుంచి వచ్చే వాసన. సౌందర్యకి బలిష్టమైన చేతుల స్పర్శ, రాయిలాంటి వక్షస్థలం తాకిడి అతను భాస్కర్ అని అర్థం అయింది. అతనికే ఈ ధైర్యం! సహదేవవర్మకి ఆ చనువు తీసుకోవాలనే ఆలోచన్లే వణుకు పుట్టిస్తాయి.

"ఎవరు?" అన్నాడు భాస్కర్.

సౌందర్య సమాధానంగా చేయి ఎత్తి ఠపీమని అతని భుజం మీద ఒకటి కొట్టింది.

"అబ్బా! చేతికి ఎంత చురుకు! కొడ్తావేమిటి?" సౌందర్యని వదలకుండానే వచ్చి పక్కన కూర్చున్నాడు.

"దొంగలా వచ్చావు. దొంగని కొట్టాల్సిందేగా!" ఇంకోటి కొట్టింది. అతనూ కొట్టాడు. సౌందర్య అతన్ని కాలితో తన్నింది. అతను ఆ కాలుపట్టుకున్నాడు. సౌందర్య కాలు పైకెత్తి మళ్ళా తన్నింది. ఆ కాలుపట్టుకుని వంచాడు.

సహదేవవర్మ బీరువాలో డబ్బుకోసం ఆఫీసు గదిలోనుంచి అటుగా వచ్చాడు. కిటికీకున్న పల్చటి కర్టెన్ల మధ్య నుంచి కోడెతాచుల్లా కల్లబడుతున్న ఆ

యిద్దరినీ చూశాడు. ఒక్క నిముషం అతను నిలువెత్తు ఆగ్రహ జ్వాలగా అయ్యాడు. బి.పి. పెరిగి ఒంటినిండా సడన్‌గా చెమటలు పట్టాయి.

ఆవేశం నిగ్రహించుకున్నాడు. సౌందర్యని కంట్రోల్ చేయలేడు. భయపెట్టలేడు. ఏదయినా అంటే శివంగిలా మీద పడుతుంది.

అవతల బెడ్‌రూమ్‌లో దివ్య వుయ్యాలలో గుక్కపెట్టి ఏడుస్తోంది. ఆయన అక్కడికి వెళ్ళాడు. ఆయా బాత్‌రూమ్‌లో నుండి వచ్చింది.

"సారీ సర్" అంటూ దివ్యని తీసుకోబోతుంటే ఆయన వారించాడు. తనే ఎత్తుకుని పాలు పట్టాడు. దివ్య బంగారు బొమ్మలా అందంగా వుంది, కానీ అంత అందం ఆ కనుగుడ్లు లేకపోవడంతో వికారం అయిపోయింది. భగవంతుడు ఎందుకిలా చేశాడు?

"వెళ్ళి అమ్మగారిని పిలు" అన్నాడు.

పది నిముషాల తర్వాత సౌందర్య విసుగ్గా వచ్చింది.

"ఏమిటి?"

"పిల్ల ఏడుస్తోంది. విన్పించటంలా? ఏం రాచకార్యం చేస్తున్నావు?"

"భాస్కర్ ఆఫీసు ఫైలు అడుగుతూంటే చూస్తున్నాను."

"భాస్కర్‌ని ఈ లోపలకి రావద్దని చెప్పాను" అన్నాడాయన కఠినంగా చూస్తూ.

"ఏనుండి వచ్చాడు తప్పా!" ఎదురు ప్రశ్న వేసింది. నదురుబెదురు లేకుండా అడిగింది.

"తప్పే! అతను నా సెక్రటరీ! అతనకి ఏదయినా ఫైల్ తెలియకపోతే నన్ను అడగాలి."

"నాన్సెన్స్! నీ కోపం ఎందుకో నాకు తెలుసు. ఒట్టి ముసలి అనుమానం."

"నోర్మూయ్" అరిచాడు.

"ఎందుకా కోపం? ముసలివాడివి కాకపోతే పడుచువాడివా?"

అవతల ఆయా వింటోంది. వంటమనిషి తొంగిచూస్తున్నాడు. ఆయన ప్రాణం బిక్క చచ్చిపోతోంది. తను వయసు మళ్ళినవాడు అయినందుకు ఆయనకేం బాధలేదు. కానీ సౌందర్య చీటికిమాటికి ఆ మాట ఎత్తి అదేదో కోపంలా తనని యీసడిస్తుంది. ఆయన అవమానంతో కృంగిపోతుంటాడు. చేయి ఎత్తితే చాలు. శివంగిలా వచ్చి మీదపడి ఎక్కడ తగిలేది తెలియకుండా కొట్టేస్తుంది. పనివాళ్ళు చూస్తున్నారన్న సంకోచం కూడా వుండదు.

"సర్! ఆ ఫైల్ దొరకలేదు" భాస్కర్ వచ్చి వినయంగా చెప్పాడు. అతని నక్క వినయానికి ఆయనకి మండిపోతోంది. కాని ఏమీ అనలేని నిస్సహాయత.

ఆ సమయంలో ఇటు భాస్కర్. అటు సౌందర్య. రెండు తాచుపాముల్లా కన్పిస్తున్నారు.

వారిద్దరినుంచి ఎలా రక్షించుకోవాలా అనే ప్రాణభీతి ఆయనలో మొదటిసారిగా కదిలింది.

"డాడీ! డాడీ!" ఇంతలో గది బైటనుండి పిలుపు వినిపించింది.

ఆయన ఉలిక్కిపడ్డాడు. ఆయన కూతురు సరిత గొంతు అది.

"గ్రాండ్‌పా!" మనుమడు విక్కీ లోపలికి పరిగెత్తుకు వచ్చేసాడు.

"గ్రాండ్‌పా!" మనుమరాలు రీనా వచ్చింది. ఇద్దరూ సంతోషంతో ఆయనని పట్టుకున్నారు.

సరిత లోపలకి వచ్చింది.

"ఇదేమిటి సరూ! ఫోన్ చేయలేదు నాకు. ఎలా వచ్చావు?" ఆయన ఆదుర్దాగా అడిగారు "నేను ఎయిర్‌పోర్టుకి వచ్చేవాడిని కదా!"

"ఓ డాడీ! నేనేమన్నా చిన్నపిల్లనా! నా సంగతలు నేనే మేనేజ్ చేసుకోగలను అని ఎన్నిసార్లు చెప్పాను? మా ఆయన వస్తున్నాడు. మెడికల్ కాన్ఫరెన్స్ వుంది. సరదాగా హాలిడేగా గడపవచ్చని మేం వచ్చేసాం.

నాకేదో చెల్లెలు పుట్టిందని లోకం కోడైకూస్తుంటే- అదేమిటో చూద్దామని కూడా సగం వచ్చాను. ఏది ఆవిడగారు?" అంది ఆరాగా.

సహదేవవర్మ చేతుల్లో వున్న బేబీని అపురూపంగా చూపించాడు.

సరిత చేయి చాచి బేబీని అందుకోలేదు, ఎత్తుకోలేదు.

"ఇదేమిటి-కళ్ళు లేవా?" అంది ఆశ్చర్యం నటిస్తూ.

"అది నా దురదృష్టం సరూ!" అన్నారాయన బాధగా.

"దురదృష్టం కాదు డాడీ! మహాపాపం" చేతులారా చేసుకున్న పాపం. వయసు వుడిగిన చెట్టుకి కుక్క మూతి పిందెలు అంటారు. ఇదే."

"సరూ! నీకు పుణ్యం వుంటుంది. ఆయన తగ్గుకంఠంతో బ్రతిమిలాడాడు. ఆయన కళ్ళు భయంగా సౌందర్యవైపు చూశాయి.

సౌందర్య, సరిత ఒకరిని ఒకరు అవతల వాళ్ళ ఉనికిని పట్టించుకోనట్టే నిర్లక్ష్యవైఖరి కనపరిచారు తప్ప, కనీస మర్యాదని పాటిస్తూ "హలో" అని కూడా అనలేదు.

సరిత ఆగకుండా అంటూనే వుంది. "ఈ వయసులో నీకు పెళ్ళి, పిల్లలు! భేషుగ్గా వుంది. అందరూ నవ్వటంలో తప్పులేదు" అంది.

"నవ్వాలంటే అందరి బ్రతుకులూ అలాగే వున్నాయి. ఆయా దివ్యని అవతలకి తీసుకువెళ్ళు" సౌందర్య అరిచింది.

ఆయా సహదేవవర్మ దగ్గరికి వచ్చింది. ఆయన పిల్లని ఇవ్వలేదు.

"నిన్నే ఆయా! అలా గుడ్లు పెట్టుకుని చూస్తావేమిటి? దివ్యని తీసుకో" సౌందర్య గద్దించింది.

ఆయా తటపటాయిస్తూ సంకోచంగా చూస్తోంది.

సౌందర్య చరచరా వచ్చింది. ఆయన చేతుల్లో పిల్లని లాక్కుని ఆయా చేతుల్లో పెట్టింది.

ఆయా వెళ్తుంటే పిలిచింది. "ఆయా! దివ్యకి వెంటనే దిష్టి తీసెయ్యి. పాపిష్టికళ్ళు పడితే సుస్తీ చేయవచ్చు. నరుఢి కంటికి నల్లరాయి పగులుతుంది అని మా అమ్మ ఎప్పుడూ చెబుతూ వుంటుంది". అంటే "నావి పాపిష్టి కళ్ళా?" సరిత దూకుడుగా సౌందర్యవైపు వచ్చింది.

సౌందర్య చూపుడువేలు చూపిస్తూ సహదేవవర్మని, "మీరంతా నా గదిలో నుంచి అవతలకి వెళ్తారా?" అంటూ హుకుం జారీ చేసింది.

విక్కీ వెళ్ళి ఉయ్యాలకున్న బొమ్మ చూస్తున్నాడు.

సౌందర్య చరాలున వచ్చి అతని రెక్కపట్టి ఈడ్చుకొని వెళ్ళి గది గుమ్మం బైటకి తోసేసింది.

క్రిందపడిన విక్కీ ఘొల్లున ఏడ్చాడు. సరిత పరిగెత్తుకు వెళ్ళి కొడుకుని లేవదీసి ఎత్తుకుని గుండెలకి అదుముకుంది.

మండిపాటుగా చూస్తూ "డాడీ! నేను 5 సంవత్సరాల తర్వాత ఇంటికి తిరిగి వచ్చాను. ఎన్నిసార్లు నువ్వు ఇంటికి రమ్మని నన్ను బ్రతిమిలాడావు? రాకరాక నేను వస్తే ఇదా నాకు స్వాగతం" అరిచింది.

సౌందర్య కూడా అరుస్తూ "5 సంవత్సరాలు ఈ ఇంట్లో అడుగుపెట్టనివాళ్ళు తండ్రి బ్రతికాడో, చచ్చాడో పట్టించుకోని వాళ్ళకి ఇప్పుడు ప్రేమలు కారిపోతున్నాయి. జాగ్రత్త? ప్రేమలో మీరు మునిగిపోయి ఊపిరాడక చచ్చిపోగలరు" అంది.

"ఆ! ఏమిటీ! మా డాడీని అంతమాట అంటావా! చచ్చిపోతావు అని అంటావా? నీ నోటికి హద్దులేదా?" అంది సరిత.

"మర్యాదగా మాట్లాడు. ఆయన నా భర్త? ఇది నా ఇల్లు! నా ఇష్టం. నువ్వు వుండదల్చుకుంటే, వంటమనిషికి చెప్పి, నీకూ నీ పిల్లలకి మొహాన ఇంత తిండి పడేయమంటాను. ఉండి వెళ్ళు. అనవసర ప్రసంగం చేస్తే నీ కొడుక్కి పట్టిన గతి నీకూ పడ్తుంది.

సౌందర్య చరచరా ఆ గదిలోనుంచి వెళ్ళిపోయింది.

సరితకి మాటలు అనడమే తప్ప పడటం అలవాటులేదు. అవమానం, ఆగ్రహం భరించలేక ఏడుపువచ్చింది.

సౌందర్య సరితల పోట్లాటని చూసిన భాస్కర్ సగర్వంగా మీసం దువ్వుకున్నాడు. అతనికి ఇదంతా చాలా వినోదంగా అన్పించింది.

"సరూ!" తండ్రి ఓదారుస్తున్నాడు,

సరిత తండ్రి చెయ్యి విదిలించి పారేసింది. "ఈ దయ్యాన్ని తెచ్చి ఇంట్లో ఎలా పెట్టావు డాడీ! ఈ ఇల్లు మాది. ఈ గది నాది! ఈ గదిలోనేగా నేనూ, అక్క అన్నయ్య ఆడుకున్నాం. మీరు మాకు కథలు చెప్పి నిద్రబుచ్చేవారు. నా గదిలో నుంచి నన్ను వెళ్ళగొడతానని అంటుందా! దానికెంత ధైర్యం? నేనెవరు అనుకుంటోంది రాస్కెల్! పళ్ళురాలగొట్టే వాళ్ళు లేక."

"వూరుకో సరూ! వూరుకో! కానిరోజులు వస్తే పాము తాడుగ కన్పిస్తుంది.

"డాడీ! ఈ అవమానం భరించేకంటే నేను చావటం నయం! నన్ను గేటు బైటకి నెట్టివేస్తానంటోంది. నువ్వు మా డాడీవి కదా! నేను యీ ఇంటికి రాకూడదా?"

సరిత ఆయనని కౌగిలించుకుని ఏడుస్తోంది. ఆయన గాఢంగా నిట్టూర్చారు.

"మీదే సరితా! ఈ ఇల్లు మీదే! నేను మీ వాడినే! మీ కోసం తపించి ఎన్ని సంవత్సరాలు ఒంటరిగా గడిపాను! మీ ముగ్గురిలో ఒక్కళ్ళయినా ఈ దేశంలో, కనీసం నాకు అండగా వుండమని ఎంత ప్రాధేయపడ్డాను. మీరు విన్నారా, నా

మాట వినలేదు! నన్ను వదలి మీ జీవితాల వెంట పరుగెత్తారు, అమ్మలేదు. డాడీ ఒంటరివాడు అని ఒక్కరోజు అయినా నా గురించి ఆలోచించారా?"

"అందుకు ఇది మాకు పనిష్మంటా డాడీ!"

"కాదమ్మా! కాదు! పిల్లల్ని శిక్షించాలని ఏ తల్లితండ్రులు అనుకోరు. ఎన్నేళ్ళో ఒంటరిగా, మీరు నాకున్నారు అనే ధైర్యంతో గడిపాను. రాను రాను మీరు కనీసం ఫోన్ చేయాలనే ఆలోచన కూడా మర్చిపోయి నన్ను వదిలేశారు. నా అంతట నేను చేస్తే మీరు బిజీ బిజీ అంటూ "మేం బాగానే వున్నాం. మా గురించి చాదస్తంగా వర్రీ అవకండి. 'అనే తప్పు' నువ్వెలా వున్నావు డాడీ అని ఒక్కసారి కూడా అడగలేదు. నేను తప్పు చేశానో ఒప్పు చేశానో నాకు తెలియదు. నాకు ఇక చేసుకోవాలనిపించింది."

"డాడీ! నువ్వు చాలా అబద్దాలు చెబుతున్నావు. నీకు కావాల్సింది తోడే అయితే వయసుమళ్ళిన వ్యక్తినో, విడోనో ఎందుకు చేసుకోలేదు" నిలదీస్తున్నట్టు అడిగింది.

ఆయన తల అడ్డంగా తిప్పాడు. నీకిప్పుడిప్పుడు అర్థం గావటంలేదు. సరూ! నాకు ఇంకో సోఫానో, కుర్చీనో తెచ్చుకున్నట్టు అలాంటి మనుష్యులు వద్దు! నాకు సందడి కావాలి. నవ్వులు, కేరింతలతో ఈ ఇల్లు ప్రతిధ్వనించాలి! లేకపోతే యీ గోడల్లో నేనూ ఒక గోడగా, యీ కుర్చీల్లో నేనూ ఒక కుర్చీగా అన్పిస్తున్నాను.

"అందుకని ఈ కొరివిని తెచ్చి మా అందరి జీవితాలకి అంటిస్తావా?"

"అది నా తెలివితక్కువ నిర్ణయం! నేను వూహించింది వేరు. జరిగింది వేరు. ఆశించింది వేరు, ఎదురయిన అనుభవం వేరు."

"నువ్వు ఇంతకీ ఏమంటావు? మేం నిన్ను నిర్లక్ష్యం చేశాం కాబట్టి దీనికి మేమే బాధ్యులం అంటావా!"

"కాదు! చెట్టుని జాగ్రత్తగా చూసుకోకపోతే, దాని పువ్వులైనా కాయలైనా ఎవ్వరైనా తెంపేసుకుంటారు. మనదేకదా బిల్డింగ్ అని వదిల్తే కుక్కలు, పిల్లులు, ఎలుకలూ చేరతాయి."

"డాడీ! నువ్వేనా ఇలా మాట్లాడేది? మమ్మల్ని సదా తప్పు పడుతున్నావు? నీ వివేకం ఏమైంది. నీ వ్యాపారంలో నువ్వు ఎంత చతురుడివి! ఎంత తెలివిగలవాడివి! మనుషుల్ని ఇట్టే పసికట్టగల చాకచక్యం నీకు ఎంత వుంది?

ఈ విషయంలో ఎందుకింత దిగజారావు?" సరిత నిలదీసినట్టు ఆవేశంగా అడిగింది. ఆయన ముఖం వడిలినట్లయింది.

"నా వ్యాపారంలో నాకు బలహీనత లేదు."

"ఈ సౌందర్యని చూడగానే జావకారిపోయావు. చెప్పటానికి నీకు సిగ్గులేదా డాడీ! ఏం బావుకున్నావు? ఈ గుడ్డిపిల్లని కని."

"సరూ!" ఆయన చెయ్యి సరిత చెంపని చెళ్ళుమనిపించింది. ఆయన కళ్ళెర్రజేశారు. "దివ్య నీ చెల్లెలు. దివ్యని ఏదయినా అన్నావా వూరుకోను. కళ్ళులేని పిల్లని కరుణతో ఇంకా దయగా చూడాలి. అదే జన్మ నువ్వు ఎత్తివుంటే?" ఆయన స్వభావానికి విరుద్ధంగా కంఠం ఎత్తి గద్దించాడు.

సరిత చెంప పట్టుకుని ఏడుస్తూ వెళ్ళి భర్తకి ఫోన్ చేసింది. "నేను ఇక్కడ ఒక్క క్షణం వుండను. వచ్చేస్తాను" సరిత అంటూంటేనే విక్కీ ఫోన్ ఎత్తి లాక్కుని 'డాడీ' అమ్మని గ్రాండ్‌పా కొట్టాడు. మీరు త్వరగా కర్ర తీసుకురండి. వీడి బుర్ర బద్దలు కొడతాను..." అన్నాడు.

❄ ❄ ❄

నాలుగోరోజుకి ఆయన పెద్దకూతురు ఉమ, భర్త, పిల్లలు దిగారు. సరిత ఉమ, సౌందర్య కలిసి ఆ ఇంటిని నరకం చేసి సహదేవవర్మ మనసు ముక్కలు చేయసాగారు.

కూతుళ్ళిద్దరూ ఆస్థిని తమ పేరిట పెట్టేయాల్సిందిగా ఆల్టిమేటమ్ ఇచ్చేశారు. సౌందర్య వాళ్ళని ఇంట్లోంచి వెళ్ళకొడతావా లేదా అని పట్టుదల పడ్తోంది. దివ్యపట్ల ఎవ్వరికీ ప్రేమలేదు. ఆ పసిపిల్ల గురించిన ధ్యాసే అసలు ఎవ్వరికీ లేదు. భాస్కర్ తన మంచితనం నిలుపుకుంటూ అటూ ఇటూ మాటలు ఎక్కిస్తూ వారి మధ్య మంట ఎగదోస్తున్నాడు. ఆ ఇల్లు అనుమానాలతో, కక్షలతో, కార్పణ్యంతో కుతుకుతలాడుతూ బడబాగ్నిలా తయారైంది. సహదేవవర్మ ఈ సమస్యలకి తట్టుకోలేకపోతున్నాడు. కూతుళ్ళకి ఎంత ఇచ్చినా ఇంకా తన పేరిట వున్నదంతా కావాలని అంటున్నారు. భర్తలు పిల్లల్ని ముందుకు తోసి ఏం జరగనట్టుగా, పట్టనట్టుగా మామగారితో కలిసి క్లబ్‌కి వెళ్ళి డిన్నర్లు సేవిస్తున్నారు.

సరిత, ఉమ ఇద్దరూ తండ్రికి మతిలేదని, సైక్రియాట్రిస్ట్‌ని సంప్రదించాలని వత్తిడి తెచ్చారు. ఆయన వాళ్ళనోరు మూయించేసరికి తలప్రాణం తోకకి వచ్చింది.

"మీ బి.పి. ఇలా పెరిగిపోతే ఎప్పుడో ఒకేసారి గుండె పేలిపోతోంది." ఫ్యామిలీ డాక్టరు మందలించాడు.

"పీడా పోతుంది" అన్నాడాయన.

"సమస్యలు ప్రతి మనిషికీ వుంటాయి. ధైర్యంగా నెట్టుకురావాలి" అన్నారు డాక్టరుగారు.

"ఏం ధైర్యం డాక్టరుగారూ! నా చిన్నప్పటి నుంచి , డబ్బు సంపాదించాలని ఆరాటపడ్డాను. డబ్బు సంపాదన తర్వాత కుటుంబం బాగుండాలని ఆరాటపడ్డాను. ఒంటరితనం భరించలేక ఒక తోడు అనుకుంటే ఆ చిన్నభార్య కొరివి అయి నా నెత్తిన కూర్చుంది.

ఇంట్లో వీరూ వారూ చేరి యుద్ధకాండ! ఛీ! అసలు నా కుటుంబమేనా ఇది, రోత పుడుతోంది నాకు" ఆయన ఏవగింపుగా అన్నారు.

"నేను రెండో పెళ్ళి చేసుకోవటం కన్నా, ఆ రెండో భార్యకి పిల్లని కనటం చాలా పెద్ద తప్పు. దివ్య నా బిడ్డ. నా బాధ్యత వుంది. నాకు ఆయుష్షులేదు. నాకేదయినా అయితే ఆ పిల్ల ఈ రాక్షసుల చేతుల్లో ఎంత నరకం పడ్తుందో."

"దానికేదయినా గట్టి ఏర్పాటు చేసుకోండి. దిగులుపడి బి.పి. పెంచుకున్నందువల్ల సమస్య పరిష్కారం కాదుకదా?"

"యూ ఆర్ కరెక్ట్" సహదేవవర్మ అంగీకరించాడు.

"సర్! ఈ చెక్‌మీద సంతకం పెట్టండి" భాస్కర్ వచ్చాడు.

"మొన్ననేగా 15వేలు ఇంటి ఖర్చులకి ఇచ్చాను" అన్నారాయన. మళ్ళీ 10 వేలకి తెచ్చాడు చెక్.

"ఇంట్లో జనం పెరిగారు కదా! ఖర్చులు పెరిగాయి సర్!" సహదేవవర్మ మాట్లాడలేదు. ఇందుకా తను రాత్రింబవళ్ళు కష్టపడి ఈ డబ్బు సంపాదించింది! చిల్లి కుండలో నీరులా వెళ్ళిపోతోంది డబ్బు! దాన్ని నియంత్రించే మార్గం ఆయనకి కనిపించడంలేదు.

ఈ కుండని విసిరేసి ఇంకో కొత్త కుండ తెచ్చుకునే సమయం తన జీవితానికి లేదు. ఎవరి సొమ్ము ఎవరికి ప్రాప్తమో అంటారు ఇదే కాబోలు.

"సౌందర్యగారు, బట్టలషాప్ నుంచి ఫోన్ చేశారు. క్యాష్ నేను తీసుకుని వెళ్ళాలి సర్" భాస్కర్ గుర్తుచేశాడు. ఆయన ముఖం చిట్లించినట్టు పెట్టాడు.

జీవితంలో మూడువంతుల ఆయుష్షని యీ డబ్బు వేయింతలు పెంచడంకోసం, రూపాయి రూపాయి జమచేశాడు. భాగస్వాములపట్ల, కంపెనీలో పనిచేసినవారిపట్ల ఎంత నిర్దయగా, ఖరా ఖండీగా ప్రవర్తించేవాడు

ఎదురుమాట ఎవ్వరూ చెప్పటానికి సాహసించలేనంతగా హడలెత్తించేవాడు. వాళ్ళు తనని చూస్తే చాలు పక్క పక్కకి వెళ్ళిపోయేవారు. ఆ శివయ్య అయితే మరీను! తనమాట, అధికారం వాడికి నచ్చేదికాదు!! పైన ఆ భగవంతుడు వున్నాడు సర్. ఆయన మన జమా ఖర్చులు వ్రాస్తాడు' అనేవాడు. తను యీడ్చికొడితే వణికిపోతూ తలెత్తకుండా నిలబడేవాడు. అందరినీ అలా గడగడలాడించిన తనే వాళ్ళ ఎదుట యిలా నోరు లేనట్టు అయిపోతున్నాడా!

సహదేవవర్మకి ఏడుపు వస్తోంది!

తన డబ్బుని పీక్కుతినేవారే తప్ప తనకోసం ఆలోచించేవారెవ్వరూ లేరు. ఒక్కరు కూడా లేరు! ఒక విధంగా పిల్లల్తో విసుగెత్తిపోయి, జీవితంలో ఒక నిండుతనం, ఒక ఆసరా వస్తాయని సౌందర్యని వివాహం చేసుకున్నాడు. ఆమెకి కావాల్సినవి ఆమెకిస్తే తనని సుఖపెడుతుందని భావించాడు. సౌందర్య తనవల్ల అన్నీ పొందింది. కానీ తనకి దక్కిందేమిటి నలుగురిలో నవ్వులపాలయిన జీవితం.

ఆయన దివ్యని ఎత్తుకుని వున్నాడు. దివ్య ఆయన ఆత్మీయమైన స్పర్శ పసిగట్టినట్టే బోసినవ్వులు నవ్వుతుంది.

ఆయన కన్నీళ్ళతో దివ్యని చూస్తూ "నేనెవరికీ అన్యాయం చేయలేదమ్మా! ఎవరి నుంచి అయినా కాస్త ఆశిస్తే కొండంత వారికి ఎదురివ్వాలని తహతహలాడేవాడిని! ఈ ప్రపంచంలో ఎవ్వరికైనా అన్యాయం చేస్తే అది నీ ఒక్కదానికే తల్లీ! నీకు కళ్ళు లేవనికాదు. ఇంత వయసు పండిన నేను పిల్లలతో ఆనందం కావాలనుకున్నాను. నా చిన్నతనంలో నా పిల్లల దగ్గర వృత్తిరీత్యా క్షణం తీరికలేక నేను పొందలేకపోయిన ఆనందం యిప్పుడు నా బిడ్డగా నీ చిన్న చిన్న అడుగులు, ముద్దు ముద్దు మాటలతో ఆ వెలితి పూడ్చుకోవాలని అనుకున్నాను. నాది మరో అపరాధం! నిన్ను నా చేతులతో పెంచుకోగల ఆయుష్షు నాకు లేనప్పుడు, నిన్ను యీ లోకంలోకి తెచ్చే అధికారం నాకేం వుంది.!" దివ్యని, అందులో కనుగుడ్లు లేకుండా పుట్టిన దివ్యని చూస్తున్న కొద్దీ ఆయనకి దుఃఖం వచ్చేస్తోంది. తన పాపానికి నిష్కృతిలేదు అన్పిస్తోంది.

మేడమీద వున్న ఆయనకి క్రింద సరిత, ఉమ, సౌందర్య ఎందుకో గొడవ పడ్తూ పెద్దగా అరవటం విన్పించింది.

ఆయన దివ్యని ఎత్తుకుని క్రిందికి దిగి వచ్చాడు.

ఆయన గుండె రాయి చేసుకున్నాడు. ఆ పెద్ద పిల్లలతో అనుబంధం గుండెల్లో ఎవరో గొడ్డలితో నరికేస్తున్నారు.

"సరితా, ఉమా! ఏమిటి గొడవ?"

"చూడు డాడీ! నీ చిన్న పెళ్ళాం బజారునుంచి చీరెలు తెచ్చింది. గదిలోకి తీసుకువెళుతుంటే నేను చూసి గుంజుకున్నాను. ఒక్కొక్కటీ 15వేలు పట్టుచీర. ఈ పింక్ కలర్ నాకు లేదు. బాగుందని తీసుకున్నా. ఈ గ్రీన్ ఉమ కావాలంది."

"కావాలంటే షాపులో చీరెలు లక్ష రకాలున్నాయి. నేనేమన్నా మీ పని మనిషినా, మీకు చీరెలు తేవటానికి?" అంది సౌందర్య మండిపడుతూ.

"అంతకంటే ఎక్కువ స్థానం యీ ఇంట్లో వుందని అనుకుంటున్నావా?" ఉమ ఈసడించింది.

"డాడీ! ఈ గ్రీన్ నేను తీసుకుంటున్నాను" అంటూ తండ్రికి చూపించటానికి వెళ్ళింది ఉమ. ఇంతలో సౌందర్య వెనకనుంచి శివంగిలా వచ్చి ఉమ చీరకొంగు పట్టి చిరిగేంత గట్టిగా లాగింది. ఉమ చేతుల్లో చీర అందుకుని దూరంగా వెళ్ళింది.

ఉమ క్షణం సేపు దిమ్మెరపోయింది. చిరిగిన జరీ పయిట కొంగు చూసింది. వెంటనే వెళ్ళి సౌందర్య జుట్టు పట్టుకుంది. ఇద్దరూ పెనుగులాడుతుంటే సరిత వచ్చి సౌందర్యని ఎడాపెడా కొట్టింది.

ఆయన దివ్యని ఎత్తుకొనివచ్చి వారిని లాగుతుంటే ఉమ ఆయన చేతుల్లో దివ్యని లాగి విసిరింది. ఆ విసరటంలో సోఫాలో పడిన దివ్య ఘొల్లున ఏడవసాగింది.

సౌందర్య ఏడవలేదు, భయపడలేదు.

విస్ఫులింగాలు వెదజల్లుతున్న చూపులతో అందరనీ కలియచూసింది.

చరచరా వెళ్ళి ఫోన్ తీసింది. డయల్ చేసి "పోలీస్‌స్టేషన్?" అడిగింది. సరిత, ఉమ నిశ్చేష్టులయినట్టు చూస్తున్నారు.

❄ ❄ ❄

సహదేవవర్మ పోలీసులు అరెస్టు చేసిన కూతుళ్ళు ఇద్దరినీ విడుదల చేయించాడు.

"మీ ఇళ్ళకి మీరు వెళ్ళండి. మీకు ఏం కావాలో చెప్పండి. ఇచ్చేస్తాను" అన్నాడు. వారడిగిన డబ్బు, ఆస్థి ఇచ్చేసాడు.

సౌందర్యకి తెలియదు. కూతుళ్ళిద్దరూ పిల్లలతో, భర్తలతో వెళ్ళిపోయారు.

"జన్మలో నీ ముఖం చూడం డాడీ! ఇక నీవు మాకు చచ్చినవాళ్ళతో సమానం..." అని శపథం చేసి మరీ వెళ్ళారు. ఆయన వెళ్ళి అలిగి కూర్చున్న సౌందర్యని, భానుమతిని బ్రతిమలాడి తీసుకువచ్చాడు. జీవిత నావ పూర్తిగా ఆయన అదుపు తప్పిపోయింది. ఆయన తన ప్రయత్నాలు లోలోపల రహస్యంగా తయారు చేయసాగాడు. ముందు ఆ భాస్కర్‌ని సౌందర్య నుంచి దూరం చేయాలి. సగం వెర్రి వాడి సలహాల మూలంగానే వస్తోంది.

భానుమతి సహదేవవర్మని చెడామడా తిట్టింది. "కుటుంబాన్ని ఆ మాత్రం అదుపులో పెట్టుకోలేనివాడివి. అసలు రెండో పెళ్ళి ఎందుకు చేసుకున్నావు? పిల్లని ఎందుకు కన్నావు?" అంది.

ఆయన కృంగిపోయినట్టు కూర్చున్నాడు.

చాలా ఏళ్ళ తర్వాత ఆయన వెళ్ళి బీరువాలో వున్న భార్య పాతఫోటో తీసుకుని చూడసాగాడు. శాంతమూర్తి! ఇల్లు, బాధ్యత సాంప్రదాయం ప్రధమ కర్తవ్యం అని నమ్మిన పాతకాలపు స్త్రీ.

ఆ వయసులో తనకి ధనం యిచ్చిన రెక్కలు ఆ సర్వలోకాలు తన కాలి దగ్గరకి తెప్పించుకోగలనని అహంభావం వున్న రోజులవి! ఆవిడని చూస్తే విసుగేసేది. ఆవిడ పిల్లల తల్లి అయిన తర్వాత ఇంకా ఒద్దిక పెరిగింది. ఇంటికివస్తే సరదా లేదని చిటపటలాడిపోయిన తను ఆవిడ ఇచ్చే ప్రశాంతతని గమనించలేని మూర్ఖుడయ్యాడు. ఆవిడ ఎదురుగానే తన అందమయిన సెక్రటరీని గదిలోకి తీసుకువెళ్ళి తలుపులు మూసేవాడు. అది బుద్ధి తక్కువతనంకంటే, వయసు పొగరు అని చెప్పవచ్చు. ఈ రోజు తను పోగొట్టుకున్నదేమిటో అర్థం అవుతోంది. ఆవిడ కన్నీళ్ళే తనకి శాపాలయినాయి. ఆవిడ ముఖవేదనే తనని కాల సర్పంగా చుట్టేసిందేమో! ఎంతటివాడు కూడా ముదమి పిడికిలిలో బలహీనుడే! ఆ వయసు, అహం, ఆ దర్పం శాశ్వతం అనుకున్నాడు. ఛీ! తనలో అసలు సంస్కారంలేదు. స్త్రీని తోడు అని నమ్మాల్సిందిపోయి, గౌరవించాల్సిందిపోయి, ఒక సుఖం అనుకున్నాడు. అందుకే యిలా శాపగ్రస్తుడు అయ్యాడు. తను చేసిన పాపం యీ జన్మలోనే అనుభవిస్తున్నాడు. 'శాంతా! నన్ను క్షమించు!' కన్నీటి తెర మధ్య అనుకున్నాడు.

❄ ❄ ❄

"హమ్మయ్య! రాక్షసులు వెళ్ళిపోయారు. ఇల్లు ప్రశాంతం అయింది. మనకి ఒంటరితనం దొరికింది" భాస్కర్ సౌందర్య భుజం చుట్టూ చేతులు వేస్తూ అన్నాడు.

సౌందర్య ఆ చేతిని విసిరికొట్టింది. ఆ ప్రదేశంలో గుడ్డివెన్నెల వస్తోంది. ఇద్దరూ తోటలో బెంచీమీద గుబురుగా ఎదిగిన క్రోటన్ చెట్ల చాటున కూర్చున్నారు.

"ఏమిటో దేవిగారి ఆగ్రహం?"

"నువ్వు షాపు దగ్గరికి బిల్లు చెల్లించడానికి ఆయన దగ్గరనుంచి పాతికవేలు తెచ్చి నాకు 15వేలే ఇచ్చావేమిటి?"

"అదా! నా ఖర్చులుంటాయి కదా!" అన్నాడు చిరునవ్వుతో.

"నీ ఖర్చులా! నీకేం ఖర్చు. మా ఇంట్లోనే తిండి గిండి అంతా" అంది సౌందర్య కోపంగా.

"ఒక్క తిండితో అయిపోతుందా? మీ ఇంట్లో తిన్న తిండికి అరాయించుకోవటానికి ఎక్సర్‌సైజ్ కావాలి అసలు."

దానికి జిమ్‌కి వెళ్ళాలి.

"నీకెందుకు జిమ్? రోడ్డునపడి పరిగెత్తు."

సౌందర్య అన్నదానికి భాస్కర్ ఫకాల్న నవ్వాడు.

ఆ నవ్వు సౌందర్యకి యిష్టం అని తెలుసు. అతను కావాలని దూరంగానే కూర్చున్నాడు. సౌందర్య ఎక్కువసేపు తనమీద పడకుండా కూర్చోలేదని అతనికి బాగా తెలుసు.

"రోడ్డునపడి పరుగెత్తుతుంటేనే నువ్వు దొరికావు."

"చాల్లే! బూటకపు మాటలు."

"కొందరు ఏది చెప్పినా నమ్మరు" అతను భుజాలు ఎగరేశాడు. సౌందర్య చేయి చాచి అతనికి దగ్గరలో అందేలా వుంది. అతను అందుకోలేదు. చూడనట్టు వూరుకున్నాడు. సౌందర్యకి కోపం వచ్చేసి చేయి తీసేసుకుంది దగ్గరకి.

"ఇకనుంచి మనం యిద్దరం కలిసి రోడ్డునపడి పరుగెత్తాలి" అంది.

"అదేమిటి?"

"మొన్న ఈ గొడవ బాగా అయిందికదా! నేను ఆయనకి డైవోర్స్ యిచ్చేస్తానని చెప్పాను."

"తొందరపడకు!"

"ఇప్పటికే చాలా ఆలస్యం చేసాను."

"దేనికైనా కాస్త ఓపిక పట్టాలి!"

"ఎందుకు?"

"ఆయన్ని వదిలేస్తే నీకు డబ్బు ఎక్కడినుంచి వస్తుంది?"

"నువ్వున్నావుగా!" సౌందర్య సడన్‌గా, యిక దూరం కూర్చోలేనట్టు దగ్గరకి జరిగి భుజం మీద తల ఆనించుకుంది.

"నాకు సరైన అడ్రస్సే లేదు."

"సంపాయించుకో" గోముగా అంది.

"అదే ప్రయత్నంలో వున్నాను. టైమ్ కావాలి." "తొందరపడకు" అనునయంగా అన్నాడు. "ఇలాంటి విషయాల్లో ఆచి తూచి అడుగు వేయాలి." తల నిమిరాడు.

"నాకు తోచింది చేయటమే తప్ప ఆగటం, ఆలోచించటం అలవాటు లేదు."

"ఆ అలవాటు మానుకోవాలి."

సౌందర్య అతని గుండెల్లో తల దాచుకుంది. "ఇంకా ఎన్నాళ్ళు నాకీ నరకం? నేను పడలేను. నాకు పిచ్చి ఎక్కిపోతోంది. రాత్రివేళ ఆయన వచ్చి నా పక్కన పడుకుంటుంటే-"

సౌందర్య ఏడ్చేసింది.

"ఐ హేట్ ఇట్."

"చూడు సౌందర్యా! జీవితంలో అన్నీ మనకి వీలుగా జరగవు. కొన్నింటిని మనం ఓర్చుకోవాలి.'

"నా ఓపిక నశించిపోయింది భాస్కర్. అసలు నీవేం ఆలోచిస్తున్నావో తెలుసా? ఏమైతే అది అవుతుంది." "ఆయన్ని వదిలి నీతో వచ్చేద్దామని చూస్తున్నాను. నీతోవుంటే, ఏదయినా భరించగలను."

"అలా అనకు. నువ్వు సరైన ఆలోచన చేయటంలేదు."

"ఏం, నేను రావడం నీకిష్టంలేదా!"

"అదుగో! తర్కం వద్దు.

"నేనంటే నిజంగా నీకు ప్రేమ వుంటే వచ్చెయ్యి అనేవాడివి. నీకు లేదు."

"అదుగో! నా ప్రేమకి పరీక్షలు పెట్టవద్దు."

"ఏం? పరీక్షలో ఫెయిల్ అవుతావని భయమా?"

"నేనసలు పరీక్ష వ్రాస్తే కదా!"

"నేను మాత్రం వుండను. ఆస్తి కోసం దివ్యని కన్నాను. అయిపోయింది."

"నువ్వు ఆ ఇంట్లోంచి బయటకి అడుగు పెట్టకూడదు."

"అదెలా భాస్కర్?"

"నేను మార్గం ఆలోచిస్తున్నాను."

"సరే ఆలోచించు. నీ ఆలోచన తెగేసరికి మనిద్దరి తలలూ నెరిసి పళ్ళూడి పోతాయి."

"అది అమర ప్రేమ."

"ఛీ, నాకవసరంలేదు. త్యాగాలు మన రక్తంలో లేవు" అంది.

సడన్‌గా భాస్కర్ జుట్టు ఎవరో గట్టిగా పట్టుకున్నారు. అతను బాధతో గట్టిగా 'అబ్బా!' అన్నాడు.

సౌందర్య తిరిగి చూసింది. వెనకనుంచి, క్రోటన్ గుబురు వెనక నుంచి సహదేవవర్మ వచ్చాడు.

"ఏరా! రాస్కెల్! నా ఉప్పు తిని!" ఆయన చేతికర్రతో భాస్కర్‌ని ఎడాపెడా కొట్టి, పడేసి కాలితో తన్నాడు. "నా ఇంటిని పందికొక్కులా తవ్వుతున్నావా? ఆయన పిచ్చి ఆవేశంలో వున్నాడని తెలిసిపోయింది. చిత్రంగా సౌందర్య తిరగబడలేదు.

తల్లి ముందు తప్పుచేస్తూ పట్టుబడిన బిడ్డలా, ముడుచుకుపోయినట్టు నిలబడింది. "భాస్కర్! నిన్ను దయతలచి వదిలేస్తున్నా! పోరా స్కాండ్రల్" జుట్టుపట్టి తోసారాయన.

❄ ❄ ❄

వచ్చిన అతిధులంతా వెళ్ళిపోయారు. విమలమ్మ మనుమణ్ణి ఒడిలో పెట్టుకొని సోఫాలో కూర్చుని వుంది. సయుక్త యింట్లో సామాను సర్దుతోంది. వసంత్ కూర్చుని ఆఫీసు పని చూసుకుంటున్నాడు. భర్త, అత్తగారు- ఇటు కొడుకు, ముచ్చటైన యిల్లు. వెతుకులాటలేని ఆర్థిక పరిస్థితి. గొప్ప గ్లామరస్ జీవితం కాదు. డబ్బున్న జీవితం అసలేకాదు. అయినా సంయుక్తకి చాలా తృప్తిగా

వుంది. ఇంతకంటే ఆనందం ఇంకేం లేదని స్పష్టంగా తెలుస్తోంది. జీవితం అమృతకలశంలా తనకి అందివచ్చింది. ఇందులో తన కష్టం వుంది. ఏదీ సునాయాసంగా రాలేదు. శ్రమపడింది. కష్టాలు తట్టుకుంది. దరిద్రాన్ని ఓరిమితో భరించింది. ఆ బాధలు అన్నీ తీరినట్టే అనిపిస్తోంది. వసంత్ రాయడం ఆపి తల్లి ఒడిలో వున్న కొడుకుని ఎత్తుకుని వచ్చాడు. సంయుక్త ఆనందంగా చూస్తోంది. ఇంతలో వీధి తలుపు ఎవరో దబదబా బాదడం వినిపించింది.

ఎదురుగా సహదేవవర్మ! ఆయన చేతుల్లో కూతురు. ఆయన షర్ట్ చిరిగి వేలాడుతోంది. ఆయన జుట్టు పిచ్చుక పడేసిన పరకల్లా వుంది.

"సంజూ! నేను లోపలికి రావచ్చునా?" ఆయన అడిగాడు.

"రండి!" సంయుక్త దారి తీసింది.

ఆయన సరాసరి వచ్చి సోఫాలో ఆయాసపడుతూ కూర్చున్నాడు. "దివ్యకు పాలుపట్టి చాలాసేపయింది. ముందు పట్టమ్మా!" అర్థించాడు. సంయుక్త దివ్యని చేతుల్లోకి తీసుకుంది. దివ్యకి ఇప్పుడిప్పుడే సంయుక్త స్పర్శ, మాట బాగా తెలుస్తున్నాయి. సంయుక్త ఎత్తుకోగానే ఏడుపు మానేసింది. సంయుక్త దివ్యని తీసుకుని సోఫాలో అత్తగారి పక్కన కూర్చుని పాలు పట్టసాగింది.

"ఏమిటి అలా వున్నారు?" విమలమ్మ అడిగింది. సహదేవవర్మ పెద్దగా ఒక్కసారి భోరున ఏడ్చేశాడు.

"ఏమైంది?" విమలమ్మ అడిగింది.

వసంత్ దగ్గరకు వెళ్ళి భుజంమీద చెయ్యివేశాడు. "ఆర్ యూ ఆల్‌రైట్?" అడిగాడు.

ఆయన కాసేపటికి ఏడుపు నిగ్రహించుకున్నాడు. జేబురుమాలు తీసుకుని అందులోనే చీదేస్తూ జరిగినదంతా చెప్పసాగాడు. "మేం ఇక్కడ నుంచి ఇంటికి వెళ్ళగానే సౌందర్య నాతో పెద్దగా పోట్లాట పెట్టుకుంది. నేను ఆ పిల్లని షో బిజినెస్ చేస్తున్నానట. సౌందర్య మీద నాకున్న పగ ఆ విధంగా తీర్చుకుంటు న్నానట. ఆ పిల్లని చంపేస్తానని గొంతు నులమడానికి సిద్ధం అవుతుంటే, భానుమతిగారు వచ్చి, 'ఏమిటి ఈ పోట్లాటలు' అంటూ నన్నూ,కూతుర్ని తిట్టింది. 'నేను దాన్ని చంపి తీరతాను. ఈ రోజు కాకపోయినా రేపు తప్పదు. అది చస్తేగాని నాకీ బాధ తప్పదు' అంది సౌందర్య. 'నన్ను చంపు మొదట' అని అరిచాను నేను. సౌందర్య వచ్చి నామీద పడి పిల్లని లాక్కుపోయింది. భానుమతి

గారు 'ఆ పిల్లని ఏ అనాథాశ్రమంలో అయినా పడేయ'మని అంది. భానుమతిగారు సౌందర్యని అవతలకి లాక్కుపోయింది. "నాకు భయం వేస్తోంది సంజూ! ఈ రోజు మీ ఇంట్లో ఈ వేడుక చూసిన సౌందర్యకి పిచ్చిపట్టినట్టు అయింది. ఈర్ష్యతో కుతకుతలాడిపోతోంది. నేను ఇచ్చిన డబ్బు, సుఖాలు, సౌందర్యని శాంతపరచటం లేదు. యింట్లో వుంటే దివ్యని ఎప్పుడో చంపి అవతల పడేస్తుంది, నాకు తెలుసు. అందులో ఏమాత్రమూ సందేహంలేదు. నేను మీ భార్యాభర్తలని చేతులు జోడించి ఒకటి అర్థించడానికి వచ్చాను. దివ్యని మీ ఇంట్లో ఉండనీయండి. సంజూ! దివ్య నీకు అలవాటు అయింది. నువ్వు దయగా చూస్తావు. కొద్దిరోజులు ఉంచితే నేనేదైనా మార్గం చూస్తాను. ప్లీజ్! కాదని అనకండి" అంటూ చేతులు జోడించాడు. ఆయన కళ్ళవెంట నీళ్ళు కారిపోతున్నాయి.

సంయుక్త, వసంత్ ఈ మాటలు వినగానే ముఖాలు చూసుకున్నారు. 'నీ యిష్టం, నిర్ణయం నీదే!' వసంత్ కళ్ళలో సమాధానం దొరికింది సంయుక్తకి.

సంయుక్త అత్తగారివైపు చూసింది. "ఏమంటావు అత్తయ్యా?" అంది.

"అదేమంత పెద్దమాటే! పినతల్లివి. దాన్ని ఆ మాత్రం ఆదుకోకపోతే ఎలా? నాలుగు రోజులుపోతే ఆ సౌందర్య కోపం అదే పోతుందిలే. అనాథా శ్రమానికి యివ్వమనటం ఎంత తప్పు...." అంది విమలమ్మ.

సంయుక్త, వసంత్‌లు దివ్యని అట్టిపెట్టుకోవడానికి అంగీకరించారు. "సౌందర్య వచ్చి గొడవ చేస్తుందేమో!" సహదేవవర్మ భయంగా అన్నాడు.

"అదంతా నేను చూసుకుంటాను. మీరు భయపడకండి." అంది సంయుక్త.

"ఇంటికి జాగ్రత్తగా వెళ్ళండి. నేను వచ్చి దింపనా?" అన్నాడు వసంత్.

"నేను ఇంటికి వెళ్ళటంలేదు. మా లాయరుగారి దగ్గరకి వెళుతున్నాను" అన్నాడాయన.

22

సరిగ్గా రెండురోజుల తర్వాత 'సహదేవవర్మ హత్య చేయబడ్డారు' అనే వార్త సంయుక్త, వసంత్‌లను దిగ్భ్రాంత పరచింది. ఆయన బాత్‌రూమ్‌లో పొడిచి వేయబడి రక్తపు మడుగులో వున్నాడు. పోలీసులు సౌందర్యని హత్యానేరం మీద అరెస్ట్ చేశారు. అంతక్రితం సౌందర్యకి, సహదేవవర్మకి బాగా వాగ్యుద్ధం జరిగిందని, తాము పనిలోకి వెళితే 'ఈ రోజు పనిలేదు, మీకు సెలవు. ఇంటికి వెళ్ళిపోండి' అని సౌందర్య అరిచిందని పనివాళ్ళు పోలీసులకి చెప్పారు. హత్య

సమయానికి సౌందర్య ఇంటిలోనే వుంది. కానీ, "నేను హత్య చేయలేదు" అని ఏడుస్తోంది.

క్రితం రోజు సాయంత్రం సహదేవవర్మ సంయుక్త వాళ్ళ ఇంటికి వచ్చి దివ్యకి బోలెడన్ని ఆటబొమ్మలు, పాలడబ్బాలు, గౌన్లు కొనుక్కుని వచ్చి యిచ్చాడు. కాఫీ తెచ్చిన సంయుక్తతో, "నాకు సౌందర్యతో కలిసి ఆ ఇంట్లో వుండాలంటే చాలా భయం వేస్తోంది. ఒకటే తగాదా. నోటికి ఏం వస్తే అది మాట్లాడుతుంది. చేతికి ఏది అందితే అది నామీద విసురుతుంది. 'ముసలాయన! ఇంకా చావకుండా ఎన్నాళ్ళు బతుకుతావు' అంది. నాకు చాలా కష్టం వేస్తున్నాయి ఆ మాటలు" అంటూ ఆయన ఏడ్చేశాడు.

"నేను చాలా వ్యాపారాలు చేశాను. ఎంతోమంది అనుభవజ్ఞులైన వ్యాపారులని, ప్రత్యర్థులని ఢీ కొట్టాను. కానీ - సౌందర్యని జయించడం నావల్ల కావటంలేదు. ఈ దివ్య పుట్టిన తర్వాత మరీ నా కాళ్ళూ, చేతులూ కట్టేసినట్టయి పోయింది." అన్నాడు."సంజూ! నాకేదయినా అయితే, దివ్యని నీ కొడుకుతోపాటు పెంచి పెద్దచేస్తానని మాట ఇస్తావా?" అన్నాడు సహదేవవర్మ.

"అదేంమాట? సౌందర్యకి కూతురు అంటే ప్రేమ లేకుండా వుంటుందా? ఏదో చిన్నతనం. తానే మారుతుందిలెండి. మీరు బాధపడకండి" అంది విమలమ్మ.

"లేదు సంజూ! నేను నిజంగా అర్థిస్తున్నానమ్మా. నీ దగ్గరయితే దివ్య క్షేమంగా వుంటుందని నాకు ధైర్యం" అన్నాడాయన.

"మీరు అధైర్యపడకండి. ధైర్యంగా వుండండి. దివ్యను నేను చూసుకుంటాను." సంయుక్త ఆయనకి ధైర్యం చెబుతూ హామీ ఇచ్చింది.

ఆయన కూతురితోపాటు కాసేపు ఆడి టాటా చెప్పి వెళ్ళిపోయాడు. మర్నాడు ఈ వార్త ఇది తెలియగానే ఇద్దరు పిల్లలని, విమలమ్మ దగ్గర వదిలి సంయుక్త, వసంత్ సౌందర్య ఇంటికి పరుగెత్తారు. భానుమతి ఊళ్ళోలేదు. బంధువుల ఇంట్లో పెళ్ళి వుంటే మద్రాసు వెళ్ళింది. ఈ వార్త తెలియగానే ఫ్లయిట్‌లో ఆవిడకూడా వచ్చేసింది.

సంయుక్తా వాళ్ళు వెళ్ళేసరికి సహదేవవర్మ శవం హాలులో వుంది. ఇంటినిండా పోలీసులు. ఇసుకవేస్తే రాలనట్లు ఆయన సన్నిహితులు, బంధువులు.

పోలీసులు సంయుక్తని, వసంత్‌ని ప్రశ్నలు వేశారు. "దివ్య మీ ఇంట్లో ఎప్పటినుంచి వుంది? ఆయన మీ ఇంటికి చివరగా ఎప్పుడు వచ్చారు" అని ఆరాలు తీశారు.

"భార్యాభర్తలకి పడకపోతే పడకపోవచ్చు. కానీ, దివ్యని మీరెందుకు అట్టి పెట్టుకున్నారు? సౌందర్య మీ సొంత అక్క. ఆమెని బాధపెడుతున్నానని మీకు తెలియలేదా?" అంటూ యక్షప్రశ్నలు వేశారు. వాళ్ళు అడిగినవాటికి ఉన్నది ఉన్నట్టుగా, తడబాటు లేకుండా సంయుక్త, వసంత్‌లు సమాధానాలు చెప్పారు.

ఊరంతా ఈ వార్త గుప్పుమంది. రకరకాల వదంతులు, గగ్గోలు పుట్టిపోయినాయి. వసంత్, సంయుక్తలు సౌందర్యచేత హత్య చేయించారనీ, భానుమతి కావాలనే పెళ్ళికి పరాయి ఊరు జారుకుందనీ - ఒకమాట, ఒక కథకాదు, ఒక విషయానికి వేయి కోణాలు అన్నట్టు పుకార్ల వలయాలు తిరగసాగినాయి.

పోలీసులు సౌందర్యని అరెస్ట్ చేశారు. ఆయన ఒంటిమీద సౌందర్య రక్కిన గాట్లు వున్నాయి. సౌందర్య గాజు చిట్లి అక్కడ పడి కనిపించింది.

వసంత్, సంయుక్తల ఉద్యోగాలు ఊడిపోయాయి. ప్రొప్రయిటర్ "ఇంత గొడవలో మీరు ఇరుక్కున్నారు. నేను మిమ్మల్ని దోషులని అనడంలేదు. ఇదేదో తేలిన తర్వాత మళ్ళా ఉద్యోగంలో జాయినవండి" అనేశాడు.

సంయుక్త, వసంత్‌లు దిమ్మెరపోయి మతిపోయినవాళ్ళలా ఉన్నారు. ఇద్దరూ ట్యాంక్‌బండ్ దగ్గరకి వచ్చి కూర్చున్నారు. అస్తమిస్తున్న సూర్యుడి కిరణాలు పడి ట్యాంక్‌బండ్‌లో నీళ్ళు బంగారు తరంగాల్లా కదులుతున్నాయి.

స్తబ్దుగా కూర్చుని వుంది సంయుక్త.

వసంత్ చెయ్యిచాయి సంయుక్త చేతిని తన చేతుల్లోకి తీసుకున్నాడు. అసలే ఈ మధ్య డెలివరీ, బారసాలకు డబ్బు చాలా ఖర్చయింది. నెల వచ్చేసరికి రెండువేల అయిదు వందల రూపాయలు ప్లాట్‌కి కట్టాలి. అదీగాక తేజ, దివ్యల ఖర్చు. నెలకి ఏడెనిమిదివేలు ఎక్కడనుంచి తీసుకురావాలి? ఈ సమయంలో ఇంకో ఉద్యోగానికి మాత్రం ఎవరు రానిస్తారు? ఈ కేసు ఎప్పుడు తేలుతుందో! ఇదంతా తేలేవరకూ దివ్య తన దగ్గరే వుంటుంది. ఒక మంచి మనసుతో దివ్యని తాను ఒడిలోకి తీసుకుంటే, సౌందర్యే తనని 'డబ్బుకోసం గడ్డి తింటున్నావు' అంటూ తిట్టేసింది. ఆ మాటలే శూలాల్లా తగులుతుంటే, ఇప్పుడు ఈ గాలిదుమారం ఒకటి వచ్చి మీద పడింది. "భగవంతుడు ఎందుకిలా మనల్ని పరీక్ష చేస్తున్నాడు" అంది సంయుక్త.

"అది నాకు తెలియదు సంజూ! ఒకటి మాత్రం బాగా తెలుస్తోంది. మనలో ఏదయినా ధైర్యం, సహనం వున్నాయా, లేవా అనేదానికి యిది పెద్ద విషమ పరీక్ష. మనం తప్పు చేయలేదు. ధైర్యంగా వుందాం." అన్నాడు వసంత్.

సంయుక్త తలని అతని భుజం మీద ఆనించింది. వసంత్ చెప్పింది నిజమే. తమలో ఏ కపటమూ లేదు. తాను అసలు ఎందుకు భయపడాలి? చిన్నప్పుడే ఎక్కడో తన అభిమాన రచయిత రాసింది చదివింది. 'సత్య నిష్ఠావ్రతుడు అయిన మనిషిని ఈ ప్రపంచంలో ఈ సంఘంగాని ఈ న్యాయవ్యవస్థగాని భయపెట్టలేదు. ఎందుకంటే, వాటి మూలాధారం మనుష్యులే కాబట్టి.' సంయుక్తకి ఆ వాక్యాలు చాలా నచ్చాయి. ఆ విధంగానే తన ప్రవృత్తిని మలచుకుంది. ఎప్పుడూ ఎవ్వరికీ భయపడకూడదు. భయపడాల్సిన అవసరమూ లేదు-నువ్వు నిజాయితీగా వుంటే! సంయుక్త ఆ పథమే జీవనమార్గంగా ఎన్నుకుంది. వసంత్ మాటలతో ధైర్యం వస్తోంది. అతను చెప్పింది చాలా కరెక్ట్. మనలో ధైర్యం, సహనం వున్నాయా లేవా అన్నదానికిది విషమపరీక్ష.

"ఇంటికి వెళ్దాం రా సంజూ" అన్నాడు వసంత్.

సంయుక్త లేచింది. జీవితంలో వసంత్ పక్కన వుంటే, ఈ కష్టం తనని ఏమంతగా భయపెట్టడంలేదు.

ఇంటికి వచ్చేసరికి విమలమ్మ ఇద్దరు పిల్లల్నీ ఎత్తుకుని, "ఎక్కడి వెళ్ళావురా వాసూ! నీ కోసం పోలీసులు రెండుసార్లు వచ్చి వెళ్ళారు. నువ్వు అర్జెంటుగా స్టేషన్‌కి రావాలి అన్నారు" అంది భయంగా.

వసంత్ వెళ్తుంటే సంయుక్త "నేనూ వస్తున్నాను" అంది. "నువ్వు వద్దు. నేను వెళ్ళివస్తాను" అన్నాడు వసంత్.

"ఊఁహూఁ కష్టమైనా-సుఖమైనా కలిసే" అంది సంయుక్త. ఆ మాటలు నవ్వుతూ అనాలని ప్రయత్నించింది. కానీ నీళ్ళు ఉబికి వచ్చేశాయి.

23

నెల రోజులు గడిచాయి. భానుమతి తెలిసిన వాళ్ళద్వారా బెయిల్ ఇప్పించి, సౌందర్యని విడుదల చేయించి తనతో తీసుకువెళ్ళింది. సంయుక్తకి ఇంట్లో డబ్బుకి విపరీతమైన కష్టంగా వుది. తన కొడుకు కాకుండా దివ్య! ఇద్దరికీ పాల సంగతి చూసిన తర్వాతనే తమ భోజనం. వసంత్ నిత్య ఖర్చులకి, ఫ్లాట్‌కి కట్టటానికి ఎక్కడెక్కడో అప్పు తెస్తూనే వున్నాడు. విమలమ్మ "నాకీ పూట ఏకాదశి,

పౌర్ణమి" అంటూ వీలైనన్ని రోజులు ఉపవాసం చేస్తోంది. పెద్దప్రాణం! కళ్ళు తిరిగిపోతున్నాయి. ఇంట్లో ఇద్దరి పసిపిల్లలపని.

ఎంత కష్టం వున్నా తన పిలుపుకి, తన స్పర్శకి స్పందించి, హుషారుగా కాళ్ళూ చేతులు కదిపే దివ్యని చూస్తుంటే సంయుక్తకి ఎంతో ఆనందంగా అనిపిస్తుంది. రాత్రివేళ దివ్యలేచి ఏడుస్తుంది.

వసంత్ విసుక్కోడు. ఎత్తుకుని భుజాన వేసుకుని నిద్ర పుచ్చుతాడు.

దివ్యకి కళ్ళు లేకపోవడం ఒక్కటే తప్ప మిగతా చేష్టలన్నీ చురుకుగా వున్నాయి.

"పిల్లలకి తల్లిదండ్రులు ఎవ్వరన్నది ప్రశ్నకాదు. ఈ ప్రపంచంలో పెద్దవాళ్ళంతా పిల్లల బాధ్యత తీసుకోవాల్సినవాళ్ళే! భగవంతుడు తాను ప్రతిచోటా వుండి పిల్లల్ని చూడలేడు కాబట్టి, ఈ ప్రపంచంలో తల్లుల్ని సృష్టించి, ఆ బాధ్యత అప్పగించాడట." వసంత్, సంయుక్త ఈ మాటలు ఒకరికి ఒకరు గుర్తుచేసుకుంటూ వుంటారు.

ఆ రోజు సంయుక్త ఇద్దరు పిల్లల్నీ ఆడిస్తోంది. ఇంతలో కాలింగ్ బెల్ మోగింది. విమలమ్మ వెళ్ళి తలుపు తీసింది. "సంయుక్త వుందా" అని అడుగుతున్నారు.

సంయుక్త పరిచితమైన ఆ గొంతు వినగానే వెళ్ళి చూసింది. ఎదురుగా మాధవరావుగారు.

"బాగున్నావా సంజూ" అడిగాడు ఆయన.

"రండి అంకుల్" అంది సంయుక్త.

ఆయన వచ్చి కూర్చున్నాడు. దివ్య, సౌందర్యల సంగతి మాట్లాడాడు. ఆయనకు కాఫీ ఇవ్వటానికి కూడా పాలు లేవు ఇంట్లో. విమలమ్మ నిమ్మకాయ చెక్క పిండి అడుగున పంచదార డబ్బాలో నీళ్ళు పోసి, షర్బత్తు తెచ్చి ఇచ్చింది. అది చూడగానే సంయుక్త 'హమ్మయ్య' అన్నట్లు అత్తగారివైపు చూసింది.

ఆయన కబుర్లు అయిన తర్వాత "నీకో ముఖ్యమైన విషయం చెప్పడానికి వచ్చానమ్మా" అన్నాడు.

"ఏమిటి అంకుల్" అంది సంయుక్త.

ఆయన బ్యాగ్ తెరిచి, వంద రూపాయల కట్టలు తీసి సంయుక్తకి ఇస్తూ "నాన్న వున్నప్పుడు నాకు యాభైవేల రూపాయలు మా అల్లుడి వ్యాపారంలో పెట్టుబడికి చేతి అప్పుగా ఇచ్చారు. అది నీ పుట్టినరోజు డబ్బు జమచేసింది అని చెప్పారు. కాగితం రాసి యిస్తానంటే వద్దన్నారు. ఇదిగో ఆ కాగితం నా దగ్గరే పెట్టుకున్నాను. అది ఇద్దామని అనుకుంటుండగానే ఏవేవో ఖర్చులు వచ్చాయి. నేను ఇక్కడలేనుకదా. ఉద్యోగరీత్యా జంషెడ్‌పూర్‌లో వున్నాను. మొన్న మా అల్లుడు విదేశాల్లో ఉద్యోగం వచ్చి వెళ్ళిపోవడంతో, వ్యాపారం అమ్మేసి, ఎవరి డబ్బు వాళ్ళు తీసుకున్నాం. ఇదిగో నీ వాటా రెండు లక్షల 48 వేల 250 రూపాయలు వచ్చింది" అన్నాడు.

సంయుక్త కాగితం చూసింది. సంయుక్తకి ఆ డబ్బుని చూడగానే మనసులో పొంగివచ్చిన రిలీఫ్‌కి కళ్ళు తేలిపోతూ, కళ్ళలో నీళ్ళు తిరగసాగాయి.

"ఏమిటమ్మా! ఒంట్లో బాగాలేదా?" అని అడిగారాయన.

"లేదు అంకుల్! బాగుంది. చాలా బాగుంది." అంది సంతోషంగా.

సంయుక్త వద్దు అంటున్నా ఆయన బలవంతంగా డబ్బు లెక్కపెట్టించారు.

"వస్తానమ్మా" అని వెళ్ళిపోయారు. సంయుక్త తలుపు వేసి వచ్చింది.

సంయుక్త ఆ డబ్బు కట్టలు చేతిలో పట్టుకుని "అత్తయ్యా" అంటూ ఆవిడ గదిలోకి వచ్చింది. ఆవిడ చెంగు లాగి డబ్బు ఆ చెంగులో పెట్టేసి ఆవిడని గట్టిగా కౌగిలించుకుని ఒక్కసారిగా ఏడ్చేసింది. దుఃఖం ఆపుకోలేనట్టు వరదలా వచ్చేసింది.

"ఊరుకోవే అమ్మా ఊరుకో! నేను అంతా విన్నాను. చూశావా, మనుషులంతా చెడ్డవాళ్ళు కాదమ్మా. మంచివాళ్ళు కూడా చాలామంది వున్నారు. కానీ, చేతుల్లో డబ్బులేక కటకటలాడుతూ ఈ పసిపిల్లలనోళ్ళు ఎలా తడపాలా అని దిగులుపడుతున్న మనకి ధనదేవత ఎలా ప్రత్యక్షం అయిందో చూడు. అంతా ఆ ఏడుకొండలవాడి దయ. ఆ దేవుడి చల్లటి చూపులు వస్తే కష్టాలు ఇలాగే పోతాయి. ఇలారా! కూర్చో. నువ్వేమిటి? ఇలా ఏడవగా ఎప్పుడూ చూడలేదు నేను" అంటూ సముదాయించింది.

ఆ ఏడుపులో సంయుక్తకి గొప్ప రిలీఫ్ వచ్చేస్తోంది. ఇంతలో వసంత్ వచ్చాడు. తల్లి మెడ కౌగిలించుకుని ఏడుస్తున్న సంయుక్తని చూసి కంగారు

పడిపోయాడు. "ఏమైంది, ఏమైంది సంజూ! ఏమైంది అమ్మా" అంటూ గబగబా దగ్గరకి వచ్చాడు.

"ఏం లేదురా! ఇది చూడు" అంటూ కొంగులో మూటగా కట్టుకున్న డబ్బు కట్టలు చూపించింది.

"ఏమిటీ ఈ డబ్బు? ఎక్కడిది?" అయోమయంగా చూశాడు వసంత్.

"అలా కూర్చోరా చెబుతా! సంజూని సోఫాలో కూర్చోబెట్టు" అంది విమలమ్మ. ఆవిడ కోడలికి తేజని అప్పగించింది.

సంయుక్త క్లుప్తంగా జరిగింది వసంత్‌కి చెప్పింది. "నిజంగానా! నిజంగానా సంజూ!" వసంత్ ఆనందం పట్టలేనట్లు సంయుక్తని దగ్గరకి తీసుకున్నాడు.

"డాడీ!" సంయుక్త తండ్రిని తలుచుకుని ఏడ్చేసింది. అతని కళ్ళలో కూడా లీలగా తడి కనిపిస్తోంది. విమలమ్మ డబ్బు తీసుకువెళ్ళి బీరువాలో పెట్టి తాళం వేసి వచ్చింది.

పోలీసులు భాస్కర్‌ని కూడా అరెస్టు చేశారనీ, తనని మళ్ళీ పిలిచి భాస్కర్ గురించి అడిగారనీ చెప్పాడు వసంత్. ఇద్దరూ ఆ మాటల్లో పడిపోయారు. విమలమ్మ వేడి వేడి కాఫీ కలిపి తెచ్చి ఇద్దరికీ యిచ్చింది.

"హఠాత్తుగా మన ఇంట్లో పాలు ఎక్కడనుంచి వచ్చాయి...?" అన్నాడు వసంత్.

"పిల్లలకోసం నలభై రూపాయలు దాచానురా. దానితో కాఫీ కోసం పాలు కొనుక్కువచ్చాను. మీరు మాటల్లోపడి నేను తలుపు తీసుకుని బయటకి వెళ్ళడం, తిరిగి రావడం చూడలేదు" అంది ఆవిడ.

వసంత్ కాఫీ తాగి సోఫాలో జారగిలబడి రెండు అరచేతులూ తలకి ఆనించుకుని కూర్చున్నాడు. "సంజూ! మనం దరిద్రంలో నుంచి ఇంత హఠాత్తుగా, ఇంత విజయవంతంగా ఇలా సుఖంలోకి హైజంప్ చేస్తామని అనుకోలేదు కదూ?" అన్నాడు.

"అవునవును. మన అదృష్టం" అంది సంయుక్త.

"మనకంటే ముందు మన పిల్లలదమ్మా! వాళ్ళ అదృష్టం అది...అంతా ఆ ఏడుకొండలవాడి దయ" అంది విమలమ్మ.

"అత్తయ్యా! ఈరోజు ఏకాదశి! భోజనం చెయ్యరా?"

"లేదు చేస్తాను. అన్ని ఎక్కువ ఉపవాసాలు చేస్తే దేవుడే మందలిస్తాడు" అంది ఆవిడ. సంయుక్త, వసంత్ ఫక్కున నవ్వారు, విమలమ్మ కూడా హాయిగా నవ్వసాగింది.

24

వసంత్ ఫ్రీలాన్సర్‌గా వివిధ పత్రికలకి వ్యాసాలు పంపుతున్నాడు. అతని రచనా ప్రతిభ, పేరుగుర్తింపు తెలిసిన ఒకటి, రెండు పత్రికలు అతనికి ఎస్సైన్‌మెంట్స్ ఇవ్వసాగాయి. ఇందులో శ్రమ ఎక్కువ, రాబడి తక్కువ. అయినాసరే సంయుక్త వసంత్‌ని ఆ పని తీసుకుని చేయమని ప్రోత్సహించింది. వసంత్ పనిలో ఉంటే ఇదంతా అతణ్ని బాధించదు. అతనికి పని లేకపోతే నిస్పృహ వస్తుంది.

"మనకిప్పుడు చేతుల్లో డబ్బుంది కదా! ఆ లోపం లేదు. అప్పుడు డబ్బుకి ప్రాధాన్యం ఇచ్చాం. ఇప్పుడు పనికి ప్రాధాన్యం ఇద్దాం. ఇప్పుడు నువ్వు స్వతంత్రంగా నీకు నచ్చినవి, చేయాలనుకున్న ఆర్టికల్స్ చేయవచ్చు" అంది సంయుక్త.

వసంత్ మెల్లిగా తనకి నచ్చిన ఆర్టికల్ రాయడానికి కృషి చేయసాగాడు. ఆ ఎస్సైన్‌మెంట్స్ చేస్తుంటే వసంత్‌కి ఉత్సాహం రెట్టింపు అయినట్లు వుంది. ఒకటి, రెండు ప్రచురణలు వచ్చేసరికి బాగా పాపులర్ అయినాయి. వేరు వేరు పత్రికలవాళ్ళు వసంత్‌ని అతని దగ్గర వున్న వ్యాసం, ఫోటోలు ఇవ్వమని అర్థిస్తున్నారు. సంయుక్త, వసంత్ ఊహించని విధంగా డబ్బు రాబడి కూడా పెరిగింది. సంయుక్తకి కూడా ఇది చాలా వీలుగా వుంది. ఒకరి పని అంటే ఆ టైమ్‌తో పాటు పరుగులుతీసే ఆ పద్ధతి వేరు. ఇది సొంతం. టైమ్ నియంతకాదు. ఒక్కరోజు ఆలస్యంగా నిద్రలేవాలనిపిస్తే ఫరవాలేదు. తేజ, దివ్యలతో ఆడుకోవాలంటే ఆడుకోవచ్చు. కుటుంబం అంతా కలసి ఎక్కడికయినా వెళ్ళాలంటే వెళ్ళవచ్చు. వసంత్ ఏ అర్థరాత్రి వరకో పనిచేసుకుంటాడు. సంయుక్తకి కూడా ఆ టైమ్ వీలుగా వుంటుంది. జీవితం చాలా హాయిగా, స్వతంత్రంగా, చిన్న చిన్న ఆనందాలతో, ముద్దుముద్దుగా, పిల్లలతో సందడిగా, పెద్ద దిక్కులా వున్న విమలమ్మతో నిండుగా వుంది.

ఆరోజు వసంత్ పనిమీద వెళ్ళాడు. విమలమ్మ గుడికి వెళ్ళింది. సంయుక్త పిల్లలకి అప్పుడే పాలుపట్టి నిద్రపుచ్చుతోంది. ఇంతలో కాలింగ్ బెల్ మోగింది. సంయుక్త వెళ్ళి తీసింది.

ఎదురుగా సంగీత! మనిషి పాలిపోయి, రక్తహీనమైన ముఖంతో వుంది. కళ్ళకింద నల్లటి చారలున్నాయి. నిద్రలేమితో ఆ ముఖం కళాహీనంగా వడలిపోయి వుంది.

సంయుక్త సంగీతని సాదరంగా చెయ్యిపట్టి లోపలికి తీసుకుని వచ్చింది. సంగీత కంఠమాధుర్యం భగవంతుడి వరప్రసాదంగా దొరికింది. దానివల్ల డబ్బు బాగా సంపాదించగలుగుతోంది. ఆ వచ్చిన డబ్బు చక్రపాణి ఎటు ఖర్చు చేస్తాడో! సంగీతకి సుఖం అనేదేలేదు. చక్రపాణి ఆడంబరంగా ఇద్దరు చెల్లెళ్ళ పెళ్ళిళ్ళు చేసేశాడు. ఇల్లు కొన్నాడు. కారు కొన్నాడు. అత్తగారు సంగీతని ఆత్మీయంగా చూడదు. సంగీత తన సంపాదనతో ఆ ఇంటిని పోషిస్తున్నా ఆవిడ చీటికి మాటికి 'మీవాళ్ళేం ఇచ్చారు' అంటూ సాధిస్తుంది.

సంయుక్త ఎన్నిసార్లు చెప్పినా, అత్తగారికి సంగీత ఎదురు తిరగదు. "మావారికి కోపం వస్తుంది" అంటూ భయపడుతుంది.

"కోపం వస్తే ఏం చేస్తాడు?" అంది సంయుక్త.

"నాతో మాట్లాడడు. ఇంటికి రాడు." భయంగా అంది సంగీత.

"రాకపోతే?" అంది సంయుక్త.

"నేను బతకలేను" అంది సంగీత.

సంయుక్త పెద్దగా ఊపిరి పీల్చుకుంది. 'ఇలాంటి వాళ్ళని ఇక దేవుడు కూడా రక్షించలేడు' అనుకుంది. అబార్షన్ అయిన తర్వాత సంగీత చాలా పాడైపోయింది. కళ్ళలోకి ప్రాణాలు వచ్చినట్లుంది. అయినా చక్రపాణి పట్టించుకోవడంలేదు.

క్రితం సారి చూసినప్పుడే సంయుక్త చక్రపాణిని బాగా కేకలేసింది. "నేనేం చెయ్యలేను" అనేశాడతను. అతని ధోరణి చేతులు దులిపేసుకుంటున్నట్లుగా వుంది. ఉషని పాటలు పాడటంలో పైకి తీసుకువస్తున్నాడు. అతనికి జీవితం పైలాపచ్చీసుగా వుంది. చక్రపాణి ఇదివరకటికంటే బాగా ఒళ్ళు చేశాడు. చాలా బాగున్నాడు. డాబు, దర్పం పెరిగాయి. మనుషులతో పరిచయం పెరిగింది. మాటలు మారిపోయాయి.

సంగీతని చూడగానే ఏదో గొడవ అయిందని సంయుక్తకి అర్థం అయింది.

సంగీత రాగానే సోఫాలో కూర్చుని ఏడవసాగింది.

"ఏమైంది చెప్పు" అడిగింది సంయుక్త.

"ఆయన ఉషని పెళ్ళి చేసుకున్నారు" అంది సంగీత.

"పెళ్ళి చేసుకున్నాడా? ఎలా చేసుకుంటాడు మొదటి భార్యవి నువ్వు వుండగా? నీకు డైవోర్సు ఇవ్వకుండా వీలే కాదు..." అంది సంయుక్త ఆవేశంగా.

"నేనూ అదే అన్నాను. కానీ, ఉషని ఆయన భార్య అని చెప్పరు. మేనకోడలు అంటారు. ఇంట్లోనే తెచ్చి పెట్టుకున్నారు. మా పడకగది వాళ్ళ స్వంతం అయిపోయింది. నేను కనీసం ఆయనకి కాఫీ కూడా ఇవ్వడానికి లేకుండా పోయింది."

"దీనికంతటికీ కారణం ఎవరో తెలుసా?" అడిగింది సంయుక్త.

"నా ఖర్మ!"

"కాదు-నువ్వు! అసలు ఒక మనిషి మీద ఏమిటా పిచ్చి ప్రేమ! ఈ ప్రపంచంలో ప్రతి విషయానికీ ఒక హద్దు వుంది. అది మీరితే అంతా అస్తవ్యస్తమే! భగవంతుడు నీకు కంఠం వరంగా యిచ్చాడు. సంపాదన ఆశీర్వాదంగా యిచ్చాడు. అయినా, నువ్వు వెన్నెముక లేనిదానిలా బతుకుతున్నావు. నీ కష్టాలన్నింటికీ పాణికాదు. నువ్వే కారణం. ఇదంతా నువ్వు చేతులారా చేసుకున్నదే. అతను లేకపోతే బతకలేనంటావు. అదేం బలహీనత! కలసి వుండటానికి ఇద్దరిలోనూ నిర్వర్తించాల్సిన బాధ్యత ఉంటుందని నీకు తెలియదా? అతను చచ్చిపోతే ఏం చేసేదానివి? ఇప్పుడు వదిలేసి తన దారిన తాను పోతానంటాడు. అప్పుడేం చేస్తావు?"

"అదే ఆలోచిస్తున్నాను."

"ఆలోచిస్తున్నావా! ఏం చెయ్యాలని?"

సంగీత మాట్లాడలేదు.

"చెప్పు. ఏం చెయ్యాలని?"

"డాడీ గుర్తుకు వస్తున్నారు" శూన్యంలోకి చూస్తూ అంది సంగీత.

"డాడీ స్వర్గం నుంచి దిగిరారు కదా నిన్ను ఆదుకోవటానికి" అంది సంయుక్త.

సంగీత ఆ మాటలు విననట్లు శూన్యంలోకి చూస్తోంది. "నాకు డాడీ బాగా గుర్తొస్తున్నారు" అంది.

సంయుక్తకి సంగీతని చూస్తే భయం వేస్తోంది. ఆ కళ్ళలో జీవితం పట్ల విరక్తి కనిపిస్తోంది.

సంగీతని సంయుక్త ఆ సాయంత్రం తనకి తెలిసిన సైకియాట్రిస్ట్ వామనరావు దగ్గరకి తీసుకువెళ్ళింది. ఆయన సంగీతతో మాట్లాడారు.

తర్వాత సంయుక్తని ఒంటరిగా పిలిచి, "జాగ్రత్త...! అసలే మీ ఫ్యామిలీలో సూసైడ్ వుంది. ఈ అమ్మాయిలో అవే లక్షణాలు కనిపిస్తున్నాయి. కొద్దిరోజులు ఎవరయినా జాగ్రత్తగా చూసుకొనే వ్యక్తుల దగ్గర ఆ అమ్మాయి వుండడం మంచిది. సంగీత లాంటివాళ్ళకి ఎప్పుడూ ఎవరో ఒకరు పక్కన వుండి ధైర్యం చెబుతూ వుండాలి. వీళ్ళు మానసికంగా దుర్బలులు! ఏవేవో ఊహించుకొని భయపడతారు. వాళ్ళు సగం ఊహా ప్రపంచంలో, వారి ఆలోచనలతో బతికేస్తుంటారు. నిజ జీవితంలోని కాఠిన్యాన్ని వాళ్ళు తట్టుకోలేరు. ఎదరించలేరు. ధైర్యంగా నిలబడలేరు. 'చక్రపాణి లేకుండా నేను లేను' అని సంగీత చెబుతోంది. ఆమె ఎంత దుర్బలమైన, దయనీయమైన పరిస్థితిలో వుందో ఆమెకి తెలియడంలేదు. సంతోషం అయినా, సుఖం అయినా స్వార్జితంలా...నీ కష్టార్జితంగా పొందాలి. ఎదుటివాళ్ళ ఇచ్చేది పెద్దలిచ్చే ఆస్తిలాంటిది. మనకి వీలుగా అది వుండదు. దాన్నిబట్టి మనం బతకాలి. సంగీతని ఒకటి, రెండు నెలలు జాగ్రత్తగా కనిపెట్టి చూడాలి" అని అన్నాడు.

సంగీతని సంయుక్త తన యింటికి తీసుకువచ్చింది. మూడు రోజులు అయినా, చక్రపాణి సంగీత ఎక్కడికి వెళ్ళింది, ఏమైంది? అని కనుక్కోలేదు. అతనికి వసంత్ ఫోన్ చేస్తే "రికార్డింగ్‌లో వున్నాను. రేపు వస్తాను" అన్నాడు. మర్నాడు అతను ఉషతో బొంబాయి వెళ్ళిపోయాడు.

సంగీత మాత్రం 'తలుపు చప్పుడైతేచాలు, ఆయన వచ్చారా' అని ఒకటే చూస్తోంది. సంగీతకి జ్వరం. ఒంటి మీద స్పృహ లేనట్టు పడివుంది. నిద్రలో 'వద్దు. కొట్టకండి. నన్ను కొట్టకండి. మీ కాళ్ళకి దణ్ణం పెడతాను' అని ఏడుస్తోంది.

"చక్రపాణి రాగానే మనం మాట్లాడదాం" అంది సంయుక్త. "బాంబేలో నీ ఫ్రెండ్ ప్రసాద్ వున్నాడుగా. చక్రపాణి తెలుసు. అతను ఎక్కడ దిగాడో, ఎవరితో వుంటున్నాడో కనుక్కోమని చెప్పు" అంది.

వసంత్ ఫోన్ చేశాడు. చక్రపాణి-ఉష భార్యాభర్తలుగా రిజిష్టర్‌లో రాసి ఒకే గదిలో వుంటున్నారు. మర్నాటికి ప్రసాద్ ఫోన్ చేసి వివరాలు చెప్పాడు. సంయుక్త లాయర్ దగ్గరికి వెళ్ళింది.

25

చక్రపాణి, ఉష భార్యాభర్తలుగా ఊళ్ళో తిరుగుతున్న విషయం, సన్మానాలు పొందుతున్న విషయం సంయుక్త రుజువులు సేకరించి సంగీత చేత డైవోర్స్‌కి అప్లై చేయించింది.

సంగీత మొదట ఒక పట్టాన అంగీకరించలేదు. "ఛ...నేనా!" "విడాకులా. ..నా భర్తకి" అంటూ లెంపలు వేసుకుంది. "ఎందుకివ్వకూడదు" అంటే, "దేవుడు నిర్లక్ష్యం చేశాడని, భక్తుడు మరో దేవుడిని ఆశ్రయిస్తాడా? ఆశ్రయిస్తే అది వ్యాపారం తప్ప నిజమైన భక్తి కాదు" అంది. సంగీత విశ్వాసానికి అభినందించాలో, ఆ మూర్ఖత్వానికి బాధపడాలో తెలియకుండా పోయింది. సంయుక్త, భానుమతి నచ్చచెప్పి లాయరు దగ్గరికి తీసుకెళ్ళారు.

లాయరు వనజాక్షి ఇలాంటి కేసుల్లో మగవాళ్ళని చీల్చి చెండాడే మనిషి. సంగీతని ఆవిడ చడామడా చీవాట్లు వేసింది. సంగీత అయిష్టంగానే సంతకం పెట్టింది.

ఒకపక్క సంగీత విడాకులు ఒకకేసు. మరోపక్క సౌందర్య భర్త హత్య కేసు. భానుమతి ఇప్పుడు పరువుకోసం పాకులాడటంలేదు. ఎలాగైనా తన ఇద్దరు కూతుళ్ళని రక్షించుకోవాలని ఆరాటపడుతోంది. సౌందర్య పతనానికి తానే కారణం అనే ఆత్మ విమర్శ ఆవిడని నిరంతరం వేధిస్తోంది. భర్త పోయిన వెంటనే తాను ఆవిధంగా, ఎవరో ఏదో అనుకుంటారు అనుకుంటూ, అవ హేళనలకి తలవంచేస్తూ విమలమ్మ ఇంట్లో ఉష్ట్రపక్షి ఇసుకలో తల దూర్చుకుని, ఈ ప్రపంచం చూడనట్టు చేసింది.

అదే తాను చేసిన పెద్దతప్పు. తన దుఃఖాన్ని - బాధని అవతల పెట్టి ముందు ఈ ఆడపిల్లల భవిష్యత్తు చూడాల్సింది. తాను ఒక పిరికి మనిషి. తనకంటే చదువు రానివాళ్ళు, సమర్థత లేనివాళ్ళు అయిన ఎంతమంది ఆడవాళ్ళు జీవితం ఎంత ఒడిదుడుకులకు గురి అయినా పిల్లలని వదలలేదు. ఎవరో ఎందుకు? తన కళ్ళ ఎదురుగా విమలమ్మే వుంది. ఆవిడకి చదువురాదు. విపరీతమయిన తెలివితేటలులేవు. కొడుక్కి ఏడాది. అప్పుడు భర్త టి.బి.తో మరణించాడు. ఆయన అనారోగ్యానికి ఊరంతా అప్పులు చేసింది. ఇటు డబ్బు నీళ్ళలా ఖర్చయింది. అటు భర్తా దక్కలేదు. అయినాసరే ఆవిడ దిగులు పడలేదు. నానా కష్టాలుపడి కొడుకుని చదివించింది. ఉద్యోగం తన భర్త భరద్వాజనే

ఆశ్రయించి వేయించుకుంది. కానీ, తాను సరైన దోవలో వెళ్ళలేదు. పిల్లలకి తండ్రిపోతే తానే తల్లి, తండ్రి కూడా అయి పెంచాలి.

సౌందర్యని చూస్తుంటే ఆవిడ కడుపు చెరువు అయిపోతోంది. ఎక్కడో ఇంత పరువు ప్రతిష్టలు గల కుటుంబంలో, తనకి ఈడయిన వాడిని పెళ్ళాడి, పిల్లలతో నవ్వుతూ తుళ్ళుతూ వుండాల్సిన మేలుజాతి రత్నం యిలా మట్టిలో పడిపోయింది. సౌందర్య వయసు ఎంత చిన్నది! కానీ, ఆ వయసుకి ఎంత పెద్ద అనుభవాలు. పిల్లలు తప్పులు చేస్తారు. అది వారి వయసుకి సహజం. మనం ఒకోసారి వారిని వారించలేక అశక్తులం అవచ్చు. వారి కదం తొక్కే వయసు ముందు మన ముదిమి అశక్తతతో పరాజయం పొందవచ్చు. కానీ వారికి తోడుగా వుండాలి. అది తల్లిదండ్రుల కర్తవ్యం అని భావిస్తే పిల్లల మనోవ్యధని కాస్తయినా తప్పించవచ్చు.

భానుమతి సౌందర్యని బుజ్జగిస్తోంది. అసలే ఈ కుటుంబంలో ఆత్మహత్య అనేది వుంది. హత్యకేసు తరచి చూసినకొద్దీ, సహదేవవర్మని హత్య చేసేందుకు సౌందర్య, భాస్కర్‌ని ప్రోత్సహిస్తున్నట్టే ఆధారాలు వున్నాయి. ఆయన కూతుళ్ళు వచ్చారు. వాళ్ళకి సౌందర్య అంటే పరమ ద్వేషం. ఆస్తికోసం సౌందర్య ఈ పని చేసిందని వాళ్ళు కక్షతో ఉన్నారు. సౌందర్యని వదిలేది లేదని, ఈ రెండో పెళ్ళి చేసుకుని తాను ఎంత తప్పు చేశానో అని సహదేవవర్మ పశ్చాత్తాపంతో రాసిన ఉత్తరాలు కోర్టులో బయటపెట్టారు. సంయుక్త వాళ్ళని కూడా వాళ్ళు కోర్టుకు లాగారు. దివ్యని కావాలనే తండ్రికి ఎరవేసి, దివ్య పెంపకం బాధ్యత తీసుకున్నారని ఆరోపించారు. దివ్య వెళ్ళిన తర్వాత సంయుక్తకి, వసంత్‌కి ఉద్యోగం లేకపోయినా, వాళ్ళు ఖర్చు పెడుతున్న తీరు, ఇంట్లోకి వచ్చిన కొత్త సామాను, ఫ్లాట్ అప్పు తీసుకున్న వైనం–ఆ డబ్బు ఎక్కడిది అని నిలదీశారు. సంయుక్త, వసంత్ కోర్టులో ఆ డబ్బు ఎక్కడిదో ఋజువుచేసి చెప్పినా వాళ్ళు నమ్మడంలేదు. ఇది కట్టుకథ పుట్టించిన విషయం అంటారు.

సంయుక్తకి చాలా బాధగా వుంది. భానుమతి, సౌందర్య కూడా సంయుక్త దగ్గరకే వచ్చేశారు. భానుమతి ఎవరెవరినో సాయం చేయమని అర్థించడానికి అందరి గుమ్మాలూ ఎక్కిదిగుతోంది. ఒక్కరూ సహకరించలేదు. అందరూ తలుపులు మూసుకుని తెరవనట్టే ప్రవర్తించారు.

“మీరు పది రూపాయలు అడగండి ఇస్తాను. అంతకంటే మమ్మల్నేం అడగవద్దు. ఇది హత్యకేసు. సాక్ష్యాలు, కోర్టులు– బాబోయ్! పిల్లలు గలవాళ్ళం.

మా వల్లకాదు" అని చాలామంది నిర్మొహమాటంగా చెప్పేశారు. కొంతమంది అసలు మాట్లాడకుండా ముఖాలు చాటువేశారు.

"నేను మీకు అన్ని సాయాలు చేశాను. నా భర్త కష్టార్జితం అని కూడా లెక్కచేయకుండా మీ కోసం డబ్బు అలా నీళ్ళలా ఖర్చుచేశాను. మీరు... మీరు...మీరెవ్వరూ నన్ను ఆదుకోరా! మనిషికి మనిషి కష్టాలలోతోడు వుండ నవసరం లేదా! ఇవేనా మీ చదువులు? డాబులు, దర్జాలు" అంటూ విరుచుకు పడింది భానుమతి.

"ఆవిడకి కోపం వస్తే అలానే ఒళ్ళుపై తెలియకుండా అరుస్తుంది. భర్త దాసోహం అన్నట్లు అందరూ ఆవిడ కనుసన్నలో వుండాలని అనుకుంటుంది. ఆ మాటలు మనం పట్టించుకోవద్దు" అంటూ ఫోన్‌లో సంభాషణ కొనసాగింది.

న్యాయమూర్తి తీర్పు చెప్పేరోజు వచ్చింది. భాస్కర్‌కి, సౌందర్యకి ఇద్దరికీ యావజ్జీవకారాగార శిక్ష విధించారు. సహదేవవర్మని హత్యచేయడంలో సౌందర్య భాస్కర్‌కి సహకరించి, ప్రోత్సహించినదని నిర్ణయించారు.

"నో! నో! నో!" సౌందర్య పెడబొబ్బలుగా అరిచింది. కోర్టులో నుంచి పరుగెత్తి పారిపోబోయింది. రక్షకభటులు పట్టుకున్నారు. సౌందర్యని వాళ్ళు, బలవంతంగా తీసుకుపోయారు.

"మమ్మీ! మమ్మీ!" చేతులు చాపి సౌందర్య గుండెలు బద్దలయ్యేట్లు ఏడుస్తోంది.

భానుమతి స్పృహతప్పి పడిపోయింది.

సంయుక్త, వసంత్‌లకు కళ్ళల్లోనుంచి నీళ్ళు వచ్చేశాయి.

భానుమతిని సంయుక్త ఇంటికి తీసుకువచ్చింది. "సంజూ! ఇదంతా నా తప్పే. నాదే తప్పమ్మా! నేను మిమ్మల్ని గారాబంగా పెంచాను. మీరు ఎక్కడినుంచో దిగివచ్చినట్లు, ప్రత్యేక మనుషులు అన్నట్లు, మిగతా వాళ్ళంతా పురుగులు అన్నట్లు తృణీకరింపచేసేట్టు శ్రద్ధ తీసుకున్నాను. మీ నాన్న సంపాదనని, ఆయన కష్టార్జితాన్ని మీ భవిష్యత్తులకి రూపాయి, రూపాయి కూడబెట్టాల్సిందిపోయి, నాకేదో పరువు ప్రతిష్ట అంటూ వెర్రి వ్యామోహంలో పడి, ఎండమావులవెంట పరుగెత్తాను. దీనికంతటికీ కారణం నేనే. తల్లిదండ్రులు పిల్లలకి ఆస్థిపాస్థులు ఇవ్వకపోయినా ఫరవాలేదు కానీ, ఈ లోకంలో ఏది మంచో, ఏది చెడో తెలుసుకునే తెలివి నేర్పాలి. అదే నేను చేయలేకపోయాను. డబ్బు ఒక్కటే మనిషికి

సుఖం ఇస్తుంది. అది లేని బతుకులు నీచం అని నేను నమ్మాను. అదే మీ పాలిట శాపం అయిపోయింది" అంటూ ఏడవసాగింది.

"ఎందుకు మమ్మీ అలా బాధపడతావు? తల్లిదండ్రులు తెలిసో, తెలియకో అమాయకంగా నేర్పితే మా బుద్ధి ఏమౌతుంది? ఈ లోకం గమనించడానికి మాకు స్వతహాగా తెలివి వుండాలి. డబ్బుకి కక్కుర్తిపడే బలహీనత వుంటే మనిషికి పతనం తప్పదు..." అంటూ సయుక్త ఆవిడని అనునయించింది.

ఆ రాత్రి భానుమతికి స్ట్రోక్ వచ్చింది. మర్నాటి సాయంత్రానికి ప్రాణం పోయింది. వసంత్ ఆవిడకి దహన కార్యక్రమం తానే చేశాడు. ఎన్ని అభిప్రాయ భేదాలున్నా ఆవిడని చూడటంలో, మాట్లాడటంలో తెలియని నిండుతనం తన మనసులో వుండేది.

సంయుక్త ఏడుస్తుంటే వసంత్ దగ్గరకి తీసుకున్నాడు.

27

సంయుక్త గదిలోకి వచ్చింది. సంగీత మంచంమీద మోకాళ్ళ మధ్య తల దించుకుని కూర్చుని వుంది.

"సంగీతా!" సంయుక్త దగ్గరికి వచ్చింది.

సంగీత పలకలేదు. పక్కటెముకలు కదులుతున్నాయి. సంగీత ఏడుస్తోందని సంయుక్తకి అర్థం అయింది.

మంచంమీద కూర్చుని భుజం మీద చెయ్యి వేసింది.

"సంగీతా!" ఆత్మీయంగా పిలుస్తూ భుజంమీద చెయ్యి వేసింది. సంగీత ఆ చెయ్యిమీద తన చెంపని అనించుకుంది.

సంగీత ఆమె చేతిని తిరస్కారంగా తీసివేయలేదు. ఆ చెయ్యి పట్టుకున్నదల్లా ఒక్కసారి బావురుమంది.

"జీవితంలో ఎగుడు దిగుళ్ళు ప్రతి మనిషికీ వస్తాయి. ధైర్యంగా ఎదుర్కోవాలి" అంది సంయుక్త.

సంగీత తలెత్తింది. ముఖం, కళ్ళూ కన్నీటి వరదలో మునిగిపోతున్నట్లున్నాయి.

"ధైర్యమా! నాకా" ఏడుపు గొంతుతో అంది.

"నువ్వే" సంయుక్త కంఠం దృఢంగా పలికింది.

మరుక్షణం సంగీత సంయుక్త ఒడిలో వాలిపోయింది.

"నాకా! నాకు ధైర్యంలేదు. చక్రిని క్షణం కూడా మర్చిపోలేకపోతున్నాను."

"మగవాళ్ళని పట్టుకుని ఈ వేళ్ళాడే బలహీనతే ఆడపిల్ల కష్టానికి అంకురం" సంయుక్త కోపంగా అంది.

"నువ్వేమయినా అను. భగవంతుడు నాకసలు ఈ పాడే కంఠం ఎందుకు యిచ్చాడా అని బాధపడుతున్నాను."

"నోర్ముయ్!"

"నిజం సంయుక్తా! నేను మామూలు మనిషిని. నాకు భర్త, సంసారం కావాలి. అంతకంటే స్వర్గం నాకింకేం వుండదు."

" ఆ భర్త నిన్ను తన్ని తగలేస్తుంటే, నీ కళ్ళెదుటే ఇంకో అమ్మాయితో తిరుగుతుంటే..."

"నా ఖర్మ అనుకుంటాను. భగవంతుడు వ్రాసిన దురదృష్టాన్ని ఎవ్వరూ తప్పించుకోలేరు. చక్రీని చూడందే, అతనితో మాట్లాడందే నేను వుండలేను. అన్పిస్తోంది."

"సరే వెళ్ళు. నిన్నెవ్వరూ ఇక్కడ పగ్గాలు వేసి బిగించలేదే" సంయుక్త కోపంగా మంచంమీద నుండి లేవబోయింది.

సంగీత బలవంతంగా ఆపేసింది.

"సంజూ! నా మీద కోపం తెచ్చుకోకు ప్లీజ్!"

"నాకేం కోపం లేదు. నీ బుర్రలో కాస్త తెలివి నింపాలని ప్రయత్నం చేశాను. నీవో తెలివితక్కువదానివి అని ఋజువు చేశావు.'

"సంజూ! ప్లీజ్!"

"చక్రి నిన్ను ఎందుకు వదిలేశాడో నాకిప్పుడు అర్థం అవుతోంది. నీలాటి వాళ్ళు మనుష్యుల మెడలు పట్టుకొని వ్రేలాడతారు. వారికి గుదిబండలు అవుతారు. పెళ్ళి చేసుకున్న వాడితో కలిసి నడవాలి అనుకోవాలి కాని, కాళ్ళు లేనివాళ్ళులా వాళ్ళమీద భారం పడేద్దాం అని అనుకోకూడదు. చక్రీకి నువ్వు ఎందుకు లోకువ అయ్యావో తెలుస్తోంది. అతనికి ఒక పెంపుడు కుక్కలా బ్రతకాలని నీ మనసు కోరుకుంటోంది. అతను ఎలా తిరిగినా, ఏం చేసినా ఫర్వాలేదు. నువ్వు సర్దుకుంటానని అంటున్నావు. అదే నీకు ఇష్టం అయితే, నువ్వు తక్షణం అతని దగ్గరకి వెళ్ళు. నిన్నెవరూ వద్దని అనడంలేదు. వెన్నెముక లేనివాళ్ళని ఎవరూ నిలబెట్టలేరు." సంయుక్త అసహనంగా వెళ్ళిపోయింది.

"నీకర్థంకాదు సంజూ! నా మనసు, శరీరం చక్రి కోసం తపిస్తున్నాయి. అతనితో వుండటం తప్ప నాకింకే సంతోషం ఈ ప్రపంచంలో లేదు" సంగీత ఏడవసాగింది. చక్రి కేకలేస్తేనేం, ఒక్కోసారి ఎంత ప్రేమగా చూస్తాడు. పువ్వులు తెచ్చి జడలో పెడతాడు. స్వీట్లు తెచ్చి బలవంతంగా నోట్లో పెట్టి తినిపిస్తాడు. ఆ పాపిష్టి ఉష అతన్ని వలలో వేసుకుంది. ఏ మందో మాకో పెట్టింది. అందుకే చక్రికి తనంటే అస్సలు పడనట్టు అయ్యాడు. ఆ ఉష చేయించిన చేతబడి మూలంగానే చక్రి తనని గురించి అస్సలు పట్టించుకోలేదు. అతనికి వచ్చిన వ్యాధి పేరు ఉష! ఆ ఉషని వదిలేస్తే అతని రోగం నయం అవుతుంది. వ్యాధిలో వున్న వాళ్ళు ఏవేవో పిచ్చిపనులు చేస్తారు. వ్యాధి వచ్చినంత మాత్రాన భర్తని ఏ భార్య అయినా వదిలేసుకుంటుందా?"

ఉషని వదిలించే ఉపాయం చెప్పమని అంటే మొన్న రాత్రి సంయుక్త అంతెత్తున మండిపడింది.

"మతిమాలిన మాటలు మాట్లాడకు. నీ భర్తకి నీమీద ప్రేమ పోయిందని చెప్పుకోలేక, ఆ ఉషమీద పడి ఏడుస్తున్నావు. ఆ ఉష ఏం చేసింది? చక్రికి బుద్ధి వుండాలిగాని."

"చక్రికి బుద్ధిలేదు సంజూ! ఒప్పుకుంటాను. కానీ ఆ ఉషకయినా బుద్ధి వుండాలి కదా! చక్రి పెళ్ళి అయినవాడు కదా! చక్రి జోలికి రావచ్చునా?"

సంగీత కళ్ళ నీళ్ళతో అడుగుతుంటే సంయుక్త ఆర్టికల్ వ్రాస్తున్నదల్లా మతిపోయినట్టు తలపట్టుకు కూర్చుంది.

"సంజూ! నువ్వు వెళ్ళి ఆ ఉషని చక్రి జోలికి రావద్దని బెదిరిస్తావా?"

"నువ్వు ఈ గదిలోనుంచి వెళ్తావా? నాకు పిచ్చెక్కుతోంది." సంయుక్త చేతులు జోడించింది.

తల వంచుకుని ఆర్టికల్ కరెక్ట్ చేస్తున్న వసంత్ అంతవరకూ అక్కాచెల్లెళ్ళ వివాదం పట్టించుకోనట్టు వూరకుండిపోయాడు.

సంయుక్త ఆవేశం చూసి, మోచేతిమీద మెల్లగా తట్టాడు.

"సంగీతా! నువ్వు కొంచెం వెళ్ళమ్మా. మేం యీ ఆర్టికల్ పూర్తి చేయాలి. మా పని అయిన తర్వాత ఏం చేయాలో నిర్ణయం చేద్దాం." సంగీతతో అను నయంగా అన్నాడు. సంగీత అతనికి నమస్కరించింది. ఆనందంగా తల వూపింది. ఆమె కళ్ళలోకి సంతోషం, నమ్మకం, ధైర్యం వచ్చేసినాయి. బుద్ధిమంతురాలిలా తల వూపింది.

"అలాగే వాసూ! వస్తా సంజూ! మీ పని చూసుకోండి" అని తలుపులు దగ్గరకి చేరవేసి వెళ్ళిపోయింది.

"ఎందుకలా సంగీతని మభ్య పెట్టావు?" సంయుక్త వసంత్‌ని నిలదీసింది. కోపంతో ఆమె చెక్కిళ్ళు కందినాయి.

"అందరి దగ్గరా ఒకే భాష పనికిరాదు. నువ్వు చెప్పేది ఎదుటి వారికి అర్థం అవ్వాలి కదా! సంగీత మన లోకంలో లేదు. చక్రపాణి కోసం తపిస్తోంది. అతను లేందే ఆమెకి జీవితం అనవసరం అన్పిస్తోంది."

"అదో పిచ్చి!"

"ఏ మనిషి అన్నా ఇష్టం ఎక్కువ అయితే అది పిచ్చిక్రిందే వస్తుంది."

"తనేగా! మనకి చక్రపాణి సరిగా చూడటం లేదని చెప్పి ఏడ్చి శోకాలు పెట్టి, యీ సమస్య పరిష్కరించమని ప్రాణం తీసింది."

"అవును! మనని ఆశ్రయించింది చక్రపాణిని పట్టుకున్న ఉషని వదిలించమనిగాని, చక్రపాణితో అనుబంధం తెంచమని కాదు."

"వీళ్ళని భగవంతుడు కూడా రక్షించలేడు" సంయుక్త తల పట్టుకుంది. "తన జీవితం, తన టాలెంట్, తన స్వతంత్ర్యం ఏమీ నమ్ముకోదు. తనని గంగలో తోసే ఆ చక్రపాణే సర్వస్వం అంటోంది."

"ఏ మనిషి పట్లయినా ఇష్టం వస్తే అంతే!"

"అలాగా! సంయుక్త వ్రాస్తున్న పెన్ పెదవికి ఆనించుకుని నిశితంగా వసంత్‌ని చూసింది.

"అయితే నా పట్ల నీకు ఇష్టం లేదన్నమాట."

"అదేమిటి?"

"నువ్వు అసలెప్పుడూ ఇష్టాఇష్టాలు గురించిన చర్చలే ఎత్తవు, ఎందుకని?"

"నిన్ను కట్టిపడేసుకోవాలని నాకు లేదు" సీరియస్‌గా అన్నాడు. వసంత్.

"నువ్వు కూడా ఆ ఉషలాగా, ఏ నిషానో ఇష్టపడితే–"

"నీతో చెప్పేస్తాను."

"నేను ఒప్పుకోకపోతే."

"అసలు నిన్ను నా పక్కన చూసిన తర్వాత నన్నెవరు ఒప్పుకుంటారుట! ఆ ప్రమాదం నీతో నాకే వుంది అనుకుంటా" అతను అన్నతీరుకి సంయుక్త నవ్వింది.

కుర్చీలోనుంచి లేచి అతని కుర్చీ చెయ్యిమీద కూర్చుని అతని భుజంమీద చేయి వేసింది, "వాసూ! అలాంటి పరిస్థితులు మనకి వస్తే మనం ఏం చెయ్యాలి?" అంది.

"ఒకరి చెంప ఒకరు వాయించాలి."

సంయుక్త అతని భుజంమీద తల ఆనించుకుంది.

"నా కెప్పుడూ యీ ప్రేమలు-గీమలు యీ ఆలోచన్లు రావు. ఎందుకని?"

"ప్రేమ వూహించేవారే దాన్ని గురించి ఎక్కువగా మాట్లాడుతారు. ప్రేమలో వున్నవారు దాని గురించి అసలు మాట్లాడరు."

"వాసూ! అదేం నాకు తెలియదు. జీవితం నాకు చాలా బాగుంది. హాయిగా, స్వతంత్రంగా నేను కోరుకున్నట్టు వుంది."

"నువ్వు కోరుకునేవి నీకు దొరికినాయి." "ఆ అదృష్టం చాలామందికి వుండదు సంజూ!"

"ఉన్నా ఈ విలువ వాళ్ళకి తెలియదు" సంయుక్త తల నిమురుతూ అన్నాడు.

❄ ❄ ❄

విమలమ్మ వంట ఇంట్లో పని చేస్తోంది. సంగీత మెల్లగా వచ్చి వంట ఇంటి గుమ్మంలో నిలబడింది. ఇంట్లో ఎవ్వరూలేరు. ఎవరి పనిమీద వాళ్ళు వెళ్ళిపోయారు. ఇల్లంతా నిశ్శబ్దంగా వుంది.

"ఏమిటే అమ్మా! ఏం కావాలి? కాఫీ తాగుతావా? ఇవ్వనా!"

విమలమ్మ సంగీత పాదాల అలికిడికి తిరిగి చూసి అడిగింది.

"వద్దత్తయ్యా."

"రా! కూర్చో అలా."

సంగీత వచ్చి కుర్చీ పీటమీద కూర్చుంది. ఆవిడ పనిలో మునిగిపోయింది. 12 గంటలకి కుర్రవాడు వస్తాడు. వాడికి, సంయుక్తకి కేరేజ్ పంపాలి. ఆలస్యంగా లేచాను. ఈ రోజు పనే కాలేదు" అనుకుంటోంది.

"అత్తయ్యా!" సంగీత పిల్చింది.

"చెప్పమ్మా ఏమిటి?"

"రోజూ యీ పని చేస్తావు! నీకు విసుగురాదా అత్తయ్యా!" సందేహంగా అడిగింది సంగీత. ఉదయం లేచినప్పటినుంచి ఆవిడ పడుకోబోయే వరకూ

ఒకటే పనిచేస్తుంటుంది. అదే కాఫీ కలపటం, అదే నీళ్ళు పట్టటం, అదే వంట చేయటం, మళ్ళా సాయంత్రానికి కూరలు తరగటం, మధ్యలో ఎవరైనా వస్తే కాఫీ, టిఫిన్లు. ఆ గోడగడియారానికి, ఆవిడకీ తీరికయే లేదు. అసలు మనుష్యులు అంత విసుగు అనేది లేకుండా పన్లు ఎలాచేస్తారు? సంగీతకి ఆశ్చర్యం అన్పిస్తుంది. తండ్రి బ్రతికి వున్నంతవరకూ తమ ఇంట్లో ఈ పన్లకి నౌకర్లు వుండేవారు. వారిని చూసినా సంగీతకి ఆశ్చర్యంగానే వుండేది.

"విసుగుపడితే ఎలాగే అమ్మా! ఇంటికి పెద్ద - అందులో ఆడదానికి సంసారం పట్ల విసుగు వుంటే ఎలా? రోజూ సూర్యుడు ఉదయిస్తున్నాడు. ఆ మహానుభావుడికి విసుగువస్తే మనందరి గతి ఏమిటి? మనమూ అంతే! నేనేమన్నా ఎవరినైనా ఉద్ధరిస్తున్నానా? నా పిల్లలకి నేను వండి పెట్టుకుంటున్నాను. అయినా నాకు తెలియక అడుగుతాను! ఆ పెద్ద పెద్ద డాక్టర్లు, ఇంజనీర్లు, టీచర్లు అందరూ వాళ్ళుకూడా రోజూ చేసిన పనే చేస్తారు కాని కొత్తది పుట్టుకురాదు కదా! పనిచేయటం మన ధర్మం అనుకోవాలి. మనం ఒక్కళ్ళమే చేస్తున్నామా! మనకి నీళ్ళు యిచ్చే యీ పంపులవాళ్ళు, యీ కరెంట్ వాళ్ళు వీళ్ళంతా విసుగంటే మనం ఏం అయిపోతాం. కూరలువాడు విసుగు అని రాకపోతే మన పనేమిటి?" ఆవిడ బియ్యం కడుగుతూ, నీళ్ళు పట్టుకుంటూ తన ధోరణిలో చెప్పుకుపోతోంది. సంగీత సంభ్రమాశ్చర్యాలతో వింటోంది. అత్తయ్య చెప్పింది నిజమే! తన మట్టిబుర్రకి ఈ ఆలోచనే తెలియలేదు.

"అత్తయ్యా!" మళ్ళీ పిలిచింది.

"చెప్పు."

సంగీత వచ్చి కూర్చోవడంలోనే ఆవిడతో ఏదో సంప్రదింపుకి వచ్చిందని అర్థం అయింది.

"నాకు తెలిసిన బాబా ఒకరున్నారు" సంగీత నెమ్మదైన స్వరంతో చెప్పింది.

"ఆహా! అలాగా!"

"ఆయనతో నాకు పని వుంది. ఒకసారి వెళ్ళాలి."

"వెళ్ళు."

"నువ్వు తోడు రావాలి అత్తయ్యా."

"నేనా! ఎప్పుడో చెప్పు. సంజూకి చెప్పి వచ్చేస్తాను."

"అహహఁ! సంయుక్తకి చెప్పటానికి వీల్లేదు."

సంగీత కూర్చున్నదల్లా చేతులు తిప్పుతూ లేచి ఆవిడ దగ్గరకి వచ్చింది.

"చెప్పవద్దా? ఎందుకు?" ఆవిడ బిగ్గరగా అడిగింది.

"హుష్."

సంగీత మెల్లగా మాట్లాడమని సౌంజ్ఞ చేసింది.

"ఎందుకే?" ఆవిడ కంఠం తగ్గించి రహస్యంగా అడిగింది.

"సంయుక్త పడనివ్వదు అత్తయ్యా. వద్దు అంటుంది."

"బాబాగారితో నాకు ఒక పని వుంది. ముందు మనం వెళ్ళి వద్దాం. తర్వాత సంజూకి చెబుదాం."

"ఏం పని?"

సంగీత వెంటనే మాట్లాడలేదు. తర్వాత అంది. "ఆయన తాయత్తు యిస్తారు. దానికి చాలా మహత్యం వుంటుంది. మా అత్తగారు! ఆడబడుచు చాలాసార్లు వెళ్ళారు. ఆయన ఇచ్చిన తాయత్తు కట్టుకుంటే అనుకున్నపన్లు ఇట్టే అయిపోతాయి. నేనూ ఒక తాయత్తు తెచ్చుకుంటాను."

"సంజూ ఏమంటుందో!"

"ఏమీ అనదు. వచ్చింతర్వాత చెబుదాంలే!"

"మనం చేసేపని కరెక్ట్‌గా వుంటే సంజూ వద్దనదే సంగీతా."

"అత్తయ్యా!" సంగీత ఆవిడ చేతులు పట్టుకొంది. కళ్ళనుంచి నీళ్ళు జల జల రాలుతున్నాయి. "ఇది నాకూ నా భర్తకి సంబంధించినది! ఆయనకి నామీద ప్రేమ తగ్గింది. మరో స్త్రీ ఆయనని వశం చేసుకుంది. అది కామినీ పిశాచం అని కలలో కన్పించి స్వామీజీ చెప్పారు. నువ్వు నాకు తోడు రావాలి అత్తయ్యా! నా కాపురం నిలబెట్టినదానివి అవుతావు. సంజూ నన్ను ఒక్కదాన్ని బైటికి వెళ్ళనీయడంలేదు."

ఆవిడ సంగీత ఏడుపు చూడలేకపోయింది. జాలి కలిగింది.

"వస్తాన్లే, బాధపడకు. ఏదో ఎవరి భర్తకోసం వాళ్ళు ప్రయత్నించటంలో తప్పులేదు. మీ మామయ్యకీ వుంది ఒక రాక్షసి. ఆయన ఆవిడగారి ఇంటినుంచి కదిలివచ్చేవాడు కాదు. వసంత్ పసివాడు, నాకు అండలేదు."

"ఏం చేశావు అప్పుడు?"

"మీ నాన్నని వచ్చి సలహా అడిగాను. నేను లీగల్ భార్యనని ఆయనకు నాకు విడాకులు ఇవ్వకుండా ఆవిడని పెళ్ళిచేసుకోలేడని చెప్పాడు. ఇక ధైర్యంగా ఇంటికి వచ్చేశాను. నేను అగ్నిసాక్షిగా పెళ్ళాడిన ధర్మపత్నిని. ఆవిడగారేమో ఉంపుడుగత్తె మాత్రమే. ఆయన చచ్చిపోతే నా కొడుకే కొరివి పెట్టాలి. ఆవిడగార్కి ఒళ్ళు ఇవ్వటం తప్ప ఏ హక్కు లేదు, ఇచ్చుకోనీ! అదొక ఖర్మ అనుకొని తలెత్తుకొని ఠీవిగా తిరిగాను. భగవంతుడు నా కొడుకు రూపంలో నాకు అండగా, తోడుగా వున్నాడు. ఇక నాకెందుకు దిగులు? భార్యాభర్తల మధ్య పిల్లలకోసమే శరీరాలు కాని, తర్వాత ఆత్మల బంధం వుండాలి."

"తర్వాత ఏమైంది?"

"ఆవిడకేదో రోగం వచ్చి పోయింది."

"నిజంగానా?"

"సత్యమే ఎప్పుడూ జయిస్తుందని కృష్ణభగవానుడు చెప్పాడుగా! గీత నువ్వు చదవలేదా?"

"నిజంగానా! అయితే చక్రిపట్ల నా ప్రేమలో వున్న సత్యం గెలుస్తుందన్న మాట. స్వామీజీ చెప్పినట్టు ఉపవాస దీక్షచేసి తాయత్తు చక్రికి కడితే ఇంకా ఆ సత్యానికి వేగం, బలం వస్తాయి."

"ఛీ! స్వామీజీలని మనం వారు మహాత్ములు అని దణ్ణం పెట్టటానికి వెళ్ళాలిగాని, ఇలాంటివి కోరకూడదు. వారు కోరికలకి అతీతులు." ఆవిడ దణ్ణం పెట్టుకుంటూ అంది.

"మన కోరికలు ఎవరు తీరుస్తారు?"

"రేపు మధ్యాహ్నం వెళ్దాం అత్తయ్యా.!"

"సరే!" అంగీకరించింది ఆవిడ

"అత్తయ్యా! నువ్వు ఎంత మంచిదానివి!" సంగీత ఆవిడని కౌగిలించుకుని కళ్ళనీళ్ళు పెట్టుకుంది.

సంయుక్త మధ్యాహ్నం లంచ్‌కి ఇంటికి వచ్చేసింది.

సంయుక్త, వసంత్ ఏదో పని హడావుడిలో వున్నారు. డైనింగ్ టేబుల్ దగ్గర కూర్చుని భోజనం చేస్తున్నదన్న మాటేగాని, ఆ విషయమే తర్జనభర్జనలు.

"నేను సాయంత్రం స్వామీజీ దగ్గరకి వెళ్ళి వస్తాను సంజూ!" సంయుక్త ప్లేట్‌లో పెరుగు వడ్డిస్తూ అంది.

"వెళ్ళిరా అత్తయ్యా! నాకెందుకు చెబుతావు" అంది సంయుక్త. ఎడంచేత్తో టేబుల్‌మీద పెట్టి వుంచిన బాగ్ తీసుకుని డబ్బులు తీసి ఇచ్చింది. "చూడత్తయ్యా! నీకు తృప్తిగా ఏవి కొనుక్కుని ఆయనకి కానుకనిస్తే సంతోషంగా వుంటుందో, అవి కొనుక్కొని వెళ్ళు" అంటూ వందరూపాయలు ఇచ్చింది.

"ఒక్కదానివే వెళుతున్నావా? వెంట ఎవరైనా వస్తున్నారా?"

"సంగీతని తోడు రమ్మన్నానులే."

"సరే! నాకు నిశ్చింత" అంది సంయుక్త.

"దేనికమ్మా! ఏం కోరుకోటానికి వెళుతున్నావు?" చిరునవ్వుతో అడిగాడు వసంత్.

సంయుక్త వారించింది. "చెప్పద్దు అత్తయ్యా! అన్నీ మాకు చెప్పాల్సిన షరతేంలేదు. నువ్వు చెబితే మేము వినాలి తప్ప, నిన్ను అడిగే హక్కు మాకు లేదు."

"అబ్బా! సంజూ!" వసంత్ ఒప్పుకుంటున్నట్లు క్షమార్పణగా చూశాడు.

నగర శివార్లలో గుట్టలమీద వున్న ఆశ్రమానికి విమలమ్మ, సంగీత బస్సుదిగి అరమైలు లోపల కొండల్లోకి నడుచుకుంటూ వచ్చారు. చుట్టూ మైదానం. కుడివైపు కొండమీద దేవాలయం. దాని పక్కన ఆశ్రమం వున్నాయి.

వీళ్ళు వెళ్ళేసరికి భక్తులు చాలామంది వేచి చూస్తున్నారు.

ఆవరణ అంతా పాలరాయి పరిచివుంది. అక్కడక్కడా ఇనుప బెంచీలు వేసి వున్నాయి. చుట్టూ దిగువున లోయలో నుంచి చల్లటిగాలి అలలు అలలుగా వస్తోంది. మనుష్యులు ఆశ్రమం నిశ్శబ్దాన్ని గౌరవిస్తున్నట్లు మెల్లగా సంభాషిస్తున్నారు.

"అబ్బా! ఎంత హాయిగా వుందే అమ్మా. గొడవగొడవ లేదు. ప్రాణం తేరుకుంటున్నట్టుగా వుంది" అంటూ విమలమ్మ ఆనందంపడింది. అక్కడ ఆవరణలో చిన్న చిన్న దేవాలయాలుగా, లక్ష్మి, దుర్గ, ఆంజనేయస్వామి, వినాయకుడు, వెంకటేశ్వరస్వామి, నవగ్రహాలు, అయ్యప్ప, సాయిబాబా అందరివీ వున్నాయి.

ఎవరికి కావాల్సిన దేవుడి చుట్టూ వారు ప్రదక్షిణలు చేస్తున్నారు.

"ఇదేమిటి? మనకి దేవుడు ఒక్కడే అని చెప్పాలిగాని, ఇలా విభజనలు చేశారు" అంది సోద్యంగా చూస్తూ.

ఎక్కువమంది వయసులో వున్న యువతీ యువకులే, ఆశ్రమం డ్రెస్ అయిన ఎర్రటి అంచుగల తెల్లటి బట్టలు ధరించి తిరుగుతున్నారు. వచ్చినవారికి కూర్చోవడానికి సౌకర్యం వుందా లేదా అని కనుక్కుంటున్నారు. వాళ్ళంతా చాలా చదువుకున్న వాళ్ళని సంగీత చెప్పింది.

సంగీత పేరు వ్రాసి యిచ్చింది.

కొద్దిసేపయిన తర్వాత ఒక యువతి వచ్చి లోపల కూర్చోమని తీసుకెళ్ళింది. అక్కడా జనం బాగానే వున్నారు.

విమలమ్మ, సంగీత కూర్చున్నారు. దాదాపుగా ఎవ్వరూ మాట్లాడటం లేదు. అందరూ స్వామీజీ పిలుపుకోసం వేచి చూస్తున్నారు. లోపలనుంచి వచ్చిన వాళ్ళు ఎటూ చూడకుండా బయటికి వెళ్ళిపోతున్నారు, తనముందు ఇంకొక్క ఇద్దరున్నారు.

"అయిపోవచ్చిందిలే" అంది సంగీత.

ఇంతలో లోపలనుంచి యిద్దరు జంట బయటకి వచ్చారు.

ఇద్దరూ, ఒకరి నడుం చుట్టూ యింకొకరి చెయ్యి పెనవేసుకుని నడుస్తున్నారు. వాళ్ళని చూడగానే సంగీత కళ్ళు పెద్దవైనాయి. చక్రపాణి, ఉష ఒకరిని ఒకరు పట్టుకుని నడిచి బయటకి వెళుతుంటే, విమలమ్మ కూడా ఆశ్చర్యపోతున్నట్టు చూసింది.

వాళ్ళు వెళ్ళిపోయారు. సంగీత సర్పద్రష్టలా వారి వెనకే అడుగులు వేసింది. ఇంతలో ఎదురుగా కొంతమంది భక్తులు వచ్చారు. ఉష తప్పుకుంది. అక్కడ నుంచి రాతజాలీ కన్నాల్లో నుంచి చక్రపాణి-ఉష కనిపిస్తున్నారు. ఇద్దరూ సాయిబాబా గుడి ముందు ఆగారు. దణ్ణం పెట్టుకున్నారు. చక్రపాణి చేతిలో తాయెత్తు ఉష చేతికి కట్టాడు. ఆమె మెడలో నల్లపూసలు గొలుసు వేశాడు. ఇద్దరూ మళ్ళా దణ్ణం పెట్టుకున్నారు. సంగీత వాళ్ళనే చూస్తోంది. చక్రపాణి ఈ లోకంలో లేడు. ఉషే అతని సర్వలోకాలు అన్నట్టుగా వున్నాడు.

విమలమ్మ దగ్గరకి వచ్చింది. "నీ పేరు పిల్చారే సంగీతా!" రహస్యంగా అంది.

సంగీత తల వూపింది. "ఇంటికి వెళ్ళిపోదాం అత్తయ్యా!" అంది.

"ఇంతదూరం వచ్చి ఇదేమిటి?"

"నా వెతుకులాట అయిపోయింది." అంది.

ఆ క్షణంలో ఆ ముఖం చూస్తుంటే సర్వం కోల్పోయిన మనిషిలా వుంది.

"సంయుక్త చెప్పింది నిజమే అత్తయ్యా! చాలామంది మూర్ఖురాళ్ళు అయిన ఆడవాళ్ళులా, నా భర్తలో చచ్చిపోయిన శవంలాంటి ప్రేమని బ్రతికిరావాలని కలలు కంటున్నాను. నా కళ్ళు తెరిపిన పడ్డాయి" సంగీత ఒక్కసారిగా ఏడవసాగింది.

ఇద్దరు వాలంటీర్లు వచ్చి సంగీతని బలవంతంగా అవతలికి తీసుకువెళ్ళారు.

❄ ❄ ❄

సంగీత గదినిండా బొమ్మలు నింపుకుంది. వాటిని బుజ్జగిస్తోంది. ఎత్తుకుంటోంది. ఆడిస్తోంది. "నాన్నగారు వస్తారమ్మా. మీకు స్వీట్స్ తెస్తారు, మనల్ని సినిమాకి తీసుకువెళతారు. హోటల్‌కి తీసుకువెళ్ళి ఐస్‌క్రీం తినిపిస్తారు" అంటుండగానే సంగీతకి ఏడుపు వచ్చేసింది. వాటిని భుజాన వేసుకుని దిగులుగా శూన్యంలోకి చూడసాగింది.

కళ్ళముందు చక్రపాణి-ఉష ఆనందంగా వున్న సంఘటనే గుర్తుకు వస్తోంది. వాళ్ళిద్దరికీ పదిమంది పిల్లలు పుట్టినట్టు, వాళ్ళంతా చాలా సంతోషంగా వున్నట్టు అనిపిస్తోంది.

తనెందుకు యిలా అయిపోయింది? భర్తని ప్రేమించింది! అతనే దైవం అనుకుంది. అతని కోసమే బ్రతుకు అనుకుంది. అవన్నీ అతనకి వెగటు అయిపోయినాయి. తీపి ఎక్కువైతే రోత పుడుతుంది అంటారు. తన బ్రతుకూ అంతేనా!

సంగీత చేతిలో బొమ్మని విసిరికొట్టింది. అంతలోనే పరిగెత్తి దాన్ని తీసుకుని గుండెలకి ఆదుముకుంది.

"సంగీతా! నిన్ను వదిలి ఒక్కక్షణం కూడా నేను బ్రతకలేను!" 'సంగీతా! నువ్వు నా ప్రాణం!' 'సంగీతా ఇదుగో మనకి డబ్బు!' చక్రపాణి మాటలే చెవుల్లో గింగురుమంటున్నాయి.

తన గర్భంలో పెరిగి ఈ లోకంలోకి రావటానికి తహతహలాడిన శిశువుని అబార్షన్ పేరిట హత్య చేశారు. ఆ పాపమే తమ ఇద్దరికీ కొట్టిందేమో!

సంగీత ఆలోచించసాగింది. దీనికి పరిష్కారం ఏమిటి? సమాధానం దొరికింది. ఒక్కటే మార్గం! తను డబ్బు సంపాయించి అనాథ పిల్లలకు అమ్మ అవ్వాలి. వారి చిరునవ్వులే తన శాప విముక్తికి సూర్యకిరణాలు!

సంగీత బొమ్మ కళ్ళలోకి చూసింది.

కొద్దిసేపయిన తర్వాత బొమ్మని పక్కన పెట్టుకొని పడుకుంది.

"గీతా!" చక్రపాణి పిలిచాడు.

సంగీత ఉలిక్కిపడి లేచి కూర్చుంది.

"ఏవండి వచ్చారా మీరు?" అంటోంది ఆనందంగా.

"ఏమిటమ్మా! పడుకో! పడుకో!" అంది విమలమ్మ.

సంగీత పడుకుంది. పక్కదిండు ఖాళీగా వుంది. దాన్ని చేత్తో తడిమింది. చక్రపాణి తన పక్కన పడుకుని నిద్రపోతున్న సంఘటనలు గుర్తుకువచ్చాయి. సంగీతకి కోపం వస్తోంది. కానీ మళ్ళీ మనసు అవే గుర్తు చేసుకోవటానికి ఎంతో యిష్టపడుతోంది. తను పాటలు పాడటం మానేసి తప్పు చేస్తోందా! డబ్బు సంపాదించి దాచి వుంచితే! చక్రపాణికి ఏదయినా అవసరం వస్తే అప్పుడైనా తన దగ్గరకి వస్తాడేమో! తన మనసునిండా అతనే! అతన్ని మర్చిపోలేనని చెపితే సంయుక్తకి అర్థంగాదు. చడామడా తిడుతుంది. తను అసలు వాళ్ళ ముందు చక్రి పేరే ఎత్తకూడదు. ఇది చక్రికి, తనకిగల వియోగం! తను మానసికంగా తపస్సు చేయాలి. గురువుగారు ఒకసారి చెప్పారుగా! దీక్షగా శ్రమిస్తే ఈ ప్రపంచంలో మనిషి పొందలేనిదంటూ ఏమీ వుండదని. ఇదొక పీడకల! తెల్లవారుతుంది! తన అదృష్టం తనని నిద్రలేపుతుంది. చక్రి తన దగ్గరకి వస్తాడు. ప్రేమించే మనస్సుకి ఆశక్తి వుంది. చక్రపాణి తనని ప్రేమిస్తున్నాడా లేదా అనే రేషన్‌షాపు కొలతలు తనకి అవసరం లేదు. తనకి అతనంటే ప్రాణం! తండ్రిపోయి, దరిద్రంతో బాధలు పడుతున్నప్పుడు అతను తన కంఠానికి ప్రాణంపోసి, పావురంలా ఈ లోకంలోకి ఎగరవేశాడు. అతని ఋణం తను ఈ జన్మలోకాదు, ఎప్పుడూ తీర్చుకోలేదు. ఈ శరీరం, ఈ ప్రాణం అతనివే! అతను దగ్గర అట్టిపెట్టుకున్నా పరధ్యాసగా పారవేసినా ఈ శరీరం అతని సొమ్మే! తను అతని ధర్మపత్ని! ఆ ధర్మాన్ని ఈ కంఠంలో ప్రాణం వుండగా వదలదు తను.

"సంగీతా, సంగీతా! ఏమిటే కలవరిస్తున్నావు?" అంది విమలమ్మ కుదుపుతూ.

"ఆయన వచ్చి పిలిచారత్తయ్యా!" అంది సంగీత.

"ఆయనా! ఎవరే ఆయన? స్వాములవారా?"

"కాదత్తయ్యా! వారే."

"అంటే?"

"చక్రపాణి!"

"అతను వచ్చాడా!" ఆశ్చర్యంగా చూసింది.

"అవును! ఆయనకి నామీదనే ఇష్టం వుందిట."

"అలాగా! మరి ఆ ఉషతో ఎందుకు తిరుగుతున్నాడుట?"

"అదొక పనిట! ఆ పనిరోజులు త్వరలోనేపోయి, ప్రక్షాళనంఅయి నా దగ్గరకి వస్తారుట."

"నా బొందలా వుంది. పడుకో, నిద్రపో."

సంగీత పడుకుంది. ఐదు నిముషాల్లో హాయిగా నిద్రపోయింది.

"పిచ్చి సన్యాసి" అనుకుంది విమలమ్మ.

27

"సంయుక్తా! ప్లీజ్! నా మాట విను. అలాంటి గడ్డితినే పనులు ఇక నేను చేయను. సంగీతతో ఒక్కసారి మాట్లాడనివ్వు. నీకు దణ్ణం పెడతాను సంయుక్తా!" చక్రపాణి సంయుక్తకి పదే పదే దణ్ణాలు పెట్టసాగాడు.

చక్రపాణికి, సంగీతకి విడాకులు మంజూరు అయినాయి. వారం రోజులు అయింది. సంగీత సంపాదనతో కొన్నవన్నీ సంగీతకి వాపసు చేయాలని తీర్పు వచ్చింది. సంయుక్త వెళ్ళి ఇల్లు తాళం వేసి వచ్చింది. బ్యాంక్ ఎకౌంట్స్ సీజ్ అయినాయి. సంగీతని కలవడానికి చక్రపాణి వస్తే కలవనీయలేదు.

సంయుక్త సంగీతని సైకియాట్రిస్ట్ దగ్గరకి పంపిస్తోంది. అనుభవజ్ఞుడు అయిన రిటైర్డ్ కల్నల్ ఒకాయనని సంగీతకి పర్సనల్ సెక్రటరీగా వేసింది. సంగీత

వ్యవహారాలన్నీ ఆయనే చూస్తారు. సంయుక్త నెలకి ఒకసారి డబ్బు, ఎగ్రిమెంట్స్ చెక్ చేస్తుంది. సంగీతకి జీవితం బాగుంది. సొంత ఇల్లు, నౌకర్లు, వంటమనిషి పైయెత్తున పెద్ద దిక్కుగా కల్నల్ నాయర్.

సంయుక్త ఈ అరేంజ్‌మెంట్ చేయటానికి చాలా కష్టపడింది. చాలా జాగ్రత్తగా పరిశీలించి, రికమండేషన్స్ చూసి పనిలోకి తీసుకొంది. చక్రపాణి లేకపోయినందువల్ల పోయిందేమీలేదు. సంగీత జీవితం ఇప్పుడు ఇంకా విశ్రాంతిగా, పకడ్బందీగా వుంది. ఎగ్రిమెంట్స్ రాను రాను ఎక్కువ అవుతున్నాయి. చూస్తుండగానే డబ్బు రాబడితో ఖర్చులు పోనూ బ్యాంక్‌లో చాలా జమ అవుతోంది.

సంగీత జీవితం అలా సెటిల్ చేయగలిగినందుకు సంయుక్తకి ఎంతో ఆనందంగా అనిపించింది.

కల్నల్ ఫోన్ చేసి సంగీత చేత ఈ రోజు ఇంకో ఎగ్రిమెంట్ సంతకం చేయించానని చెప్పాడు.

"గుడ్! థ్యాంక్ యూ అంకుల్" అంది సంయుక్త.

మనం కష్టపడి ప్రయత్నించి వెతుక్కుంటే, ఈ ప్రపంచంలో మంచి మనుషులకి కొరతలేదు. కల్నల్ నాయర్‌కి పెన్షన్ వస్తుంది. ఆయన, భార్య వున్నారు. పిల్లలు ఆస్ట్రేలియాలో సెటిల్ అయ్యారు. ఆయన డబ్బు విషయంలో చాలా ఖచ్చితమైన మనిషి. ఒకరికి తన డబ్బులో ఒక్క రూపాయి ఇవ్వరు. ఎదుటివారిది తీసుకోడు. సంయుక్త ఆయనకి జీతం బాగానే ఎరేంజ్ చేసింది. ఆయనకి సంగీత వ్యవహారాలు చూడడం ఒక కాలక్షేపం. ఆ రూపేణా పది మందితో కలవవచ్చు. ఆయన పెద్ద దిక్కుగా వచ్చిన తర్వాత సంగీత జీవితం చాలా క్రమబద్ధం అయింది. రాక్షసుడిలా ఆయన వున్నాడు కాబట్టే చక్రపాణి సంగీత చుట్టుప్రక్కలకి వెళ్ళలేకపోతున్నాడు. అందుకే వచ్చి సంయుక్తని ఆశ్రయించాడు. అతనిలో యీ కొద్దిరోజుల్లోనే మార్పు వచ్చింది. మనిషిలో ఆ దర్జా పోయింది. బట్టలు మాసి, నలిగి వున్నాయి. డబ్బుకి కటకటపడుతున్న వాడిలా వున్నాడు.

"నువ్వు కొంచెం నా పట్ల కనికరం చూపించాలి" అన్నాడు చక్రపాణి.

"ఎందుకు చూపించాలి?" ఆ రోజు సంగీత శిశువు కావాలని నీ కాళ్ళా వేళ్ళాపడి అంత దేబిరించింది. నువ్వు కనికరించావా? నువ్వు అబార్షన్ చేయించటం వల్లనేగా దానికి సెప్టిక్ అయి, గర్భసంచీ తీసేసి, శాశ్వతంగా

పిల్లలకి దూరం అయింది. కనీసం అప్పుడయినా దానిమీద జాలి చూపించావా? నీ తప్పుకి దాని ఆనందం సర్వనాశనం అయింది. ఆ బాధతో అది కుంగి పోతుంటే, నువ్వు దర్జాగా సంగీత డబ్బు జల్సాచేస్తూ, ఉషని వెంటేసుకుని ఊళ్ళు తిరిగి ఆనందం జుర్రుకున్నావు. ఎందుకు కనికరించాలి నిన్ను? వెళ్ళు... ఆ ఉషతోనే వుండు. మీ ఇద్దరికీ ఒకరిమీద ఒకరికి ప్రేమ కదా!"

ఈ మాటలు వినగానే చక్రపాణి ముఖం మాడిపోయింది. జవాబు చెప్పలేక పోయాడు. దించిన తల ఎత్తి సంయుక్తవైపు సూటిగా చూడలేకపోయాడు. తర్వాత ఏమనుకున్నాడో ఏమో, కుర్చీలోనుంచి లేచి వచ్చి హఠాత్తుగా వంగి సంయుక్త పాదాలవైపు చెయ్యి వేశాడు. "నేను వెధవని, నన్ను క్షమించు సంయుక్తా" అన్నాడు.

సంయుక్త కంపరంగా పాదాలు దూరంగా జరిపింది. "దీనివల్ల నాకు సంతోషం కలుగుతుందని నువ్వు అనుకుంటున్నావా? ఇంకా...ఇంకా అసహ్యం వెయ్యిరెట్లు పెరుగుతోంది. నీలాంటి మగవాళ్ళని నమ్మకూడదసలు. వెళ్ళు" ఆగ్రహంగా అంది.

"నేను తప్పు చేశానని ఒప్పుకుంటున్నానా?" అన్నాడతను పెద్దగా. అతనిలో సహనం పోతోంది.

"నువ్వు ఒప్పుకున్నంత మాత్రాన ఇక్కడ ఒరిగిందేమిలేదు. సంగీతకి పిల్లలు పుట్టరు."

"పుట్టకపోతే ఎవరినైనా తెచ్చి పెంచుకుంటాం. అదే నాకు పనిష్మెంట్! ఆ పెంచుకున్న పిల్లని చూస్తుంటే, నేను సంగీతకి చేసిన అన్యాయం నిత్యం గుర్తుకువస్తూ వుంటుంది." సంయుక్త వింటోంది.

"ఇంతకంటే నన్నేం చేయమంటావ్ చెప్పు. ఉషని చేసుకున్న తర్వాత నాకు సంగీత విలువ తెలిసివచ్చింది. నేను ఒక వెధవని. నన్ను దేవుడిలా చూసుకునే సంగీతని కాలితో తన్నేశాను. నన్ను కాలితో నిత్యం తన్నే ఉషని దేవతలా కొలిచాను. సంయుక్తా! తప్పులందరం చేస్తాం. కానీ తెలుసుకుని దిద్దుకుంటానంటే, ఒక్క...ఒక్క చిన్న అవకాశం ఇవ్వాలి" చక్రపాణికి నిస్పృహతో ఏడుపు వచ్చేసింది. ఏడ్చేస్తున్నాడు.

సంయుక్త మౌనంగా తలుపువైపు వేలు చూపించింది.

"నేను చస్తాను. అది ఒక్కటే మార్గం" అన్నాడు బిగ్గరగా.

సంయుక్త పట్టనట్టు ఫైలులోకి చూసుకోసాగింది.

"నువ్వు పైకి మెత్తగా కనిపిస్తావు. కానీ, చాలా క్రూరం. మనుషులు చచ్చిపోతానని అంటున్నా పట్టించుకోవు! అందుకే–మీ నాన్న అలా చచ్చిపోయాడు.

సంయుక్త కుర్చీలోనుంచి లేచింది. కళ్ళలో ఆగ్రహం భగ్గుమంది. చక్రపాణి సంయుక్త కోపం చూసి తోకముడిచిన పిల్లిలా గుమ్మందాటి వెళ్ళిపోయాడు.

సంయుక్తకి ఆవేశం తగ్గడానికి ఒక్క నిమిషం పట్టింది. వసంత్ వచ్చాడు.

"ఏమైంది?" ఆదుర్దాగా అడిగాడు.

"ఏం లేదు" అంది.

"దివ్యని రెడీ చెయ్యి" అన్నాడు.

"ఎందుకు?" అంది.

"లాయరుగారు ఫోన్ చేశారు. సహదేవవర్మగారి విల్లు చదువుతారుట" అన్నాడు.

28

సంయుక్త దివ్యని ఎత్తుకుని హాలులోకి అడుగుపెట్టింది. తేజని ఎత్తుకుని వసంత్ వెనుకే వచ్చాడు.

"రామ్మా! రా!" లాయర్‌గారు పిలిచారు.

అక్కడ అప్పటికే సహదేవవర్మ కూతుళ్ళు, అల్లుళ్ళు, మనుమరాళ్ళు, మనుమలు వున్నారు. సంయుక్త దివ్యని ఒడిలో కూర్చోపెట్టుకుని కూర్చుంది. వసంత్ వెనక కుర్చీలో కూర్చున్నాడు. లాయరుగారు విల్లుతీసి చదివి వినిపించసాగారు. ఆయన చదువుతుంటే కూతుళ్ళు, అల్లుళ్ళ ముఖాలు మాడిపోసాగినాయి.

సహదేవవర్మ ఇండియాలో వున్న ఆయన ఆస్థిలో ఎక్కువ భాగం దివ్య పేరిట రాశారు. ఆయన ప్రస్తుతం ఉండే ఇల్లును సౌందర్య పేరిట రాశారు. ఈస్టర్న్ స్టార్ పేపరులో మెచ్యూర్ అయి వచ్చే తన ఇన్స్యూరెన్స్ పాలసీ మొత్తం డబ్బు, ఆబిడ్స్‌లో పాతికవేలరూపాయల అద్దె వస్తున్న షాపు- ఈ మొత్తం ఆస్థి దివ్యకి వస్తుంది. దివ్యకి మైనారిటీ తీరేవరకూ సంరక్షకులుగా సంయుక్త,

వసంత్‌లన్ను నియమిస్తూ, వారికి దివ్యని పెంచినందుకు తాను కృతజ్ఞతగా ఈస్ట్రన్ స్టార్‌లో తన భాగంగా వున్న ప్రెస్‌ని వారి పేరిట రాశారు. అది తేజకి తన కానుకగా ఇచ్చారు. దివ్య భవిష్యత్తుకి ఏది ఉత్తమం అనుకుంటే అది వారు నిర్ణయం చేయాలనీ, ఆ నిర్ణయంలో సౌందర్యకిగానీ, భానుమతికిగానీ, తన కూతుళ్ళకిగానీ, ఎలాంటి జోక్యమూ వుండకూడదనీ రాశారు.

అది చదువుతుంటే తన ఒడిలో ఆనందంగా, అమాయకంగా ఆడుకుంటున్న దివ్య తలని సంయుక్త నిమరసాగింది. కళ్ళ వెంట నీళ్ళు వచ్చేస్తున్నాయి.

ఈ విల్లు వినగానే కూతుళ్ళు ఇద్దరూ సంయుక్త మీద విరుచుకుపడ్డారు. "మా డాడీని వలలో వేసుకుని నువ్వే ఈ ఆస్థి అంతా మా నుంచి దోచేశావు" అన్నారు.

లాయరుగారు ఆగ్రహంగా "సంయుక్త ప్రమేయం ఇందులో ఏమీ లేదు. ఈ విల్లు గురించి ఈ క్షణం వరకూ మీకెలా తెలియదో, సంయుక్తకీ తెలియదు. ఆయన తాను మరణించిన మూడు నెలల తర్వాత దివ్య క్షేమంగా సంయుక్త దగ్గర వుంటేనే ఈ విల్లు బయటపెట్టమని, దివ్యకి ఏదయినా అయితే, అదంతా అనాథ ఆశ్రమానికి చెందాలని రాశారు. సంయుక్తని మీరేదన్నా అంటే నేను ఊరుకోను" అంటూ మందలించారు.

అందరూ ముఖాలు బాగా మాడ్చేసి వెళ్ళిపోయారు. సంయుక్త, వసంత్ లాయర్‌గారికి దివ్య విషయంలో ప్రతిదీ చేయబోయే ముందు మీతో చెప్పి, సంప్రదించి చేస్తామని అన్నారు.

ఆరోజు సాయంత్రమే లాయర్‌గారి ద్వారా ఈస్ట్రన్‌స్టార్ ప్రొప్రయిటర్‌తో కూడా సంప్రదింపులు అయినాయి. ఎక్కడయితే ఉద్యోగం చేశారో, ఎక్కడయితే సహదేవవర్మగారి హత్య మూలంగా తమ ఉద్యోగాలు ఊడాయో, అదే ఆఫీసులో ఈ పత్రిక ప్రింట్ చేయడానికి మూలాధారం అయిన ప్రెస్ మీద సంయుక్తకి, వసంత్‌కూ ఆధిపత్యం లభించింది. ఆయన "ఇంకా డబ్బు ఇవ్వాలి. మెల్లగా వాయిదాల పద్ధతిలో ఇస్తాను. నా పేపర్‌ని ఇక్కడే ప్రింట్ చేసుకుంటాను. బిల్లు చెల్లించుకుంటాను" అన్నారు.

సంయుక్త, వసంత్ అంగీకరించారు. మర్నాడు ఆఫీసులో అడుగు పెడుతుంటే వారికి తమకి తామే కొత్త మనుషుల్లా అనిపించసాగారు.

29

సంగీతకి ప్రసిద్ధమైన 'గాన విశారద' అవార్డు వచ్చింది. హైదరాబాద్‌లో సంగీత ప్రియులు ఏర్పరిచిన బహుమతి అది. ఏడాదికి ఒకసారి పెద్ద ఫంక్షన్ చేసి, బహుమతి ప్రదానం చేస్తారు. సంగీతకి ఇది రావడం సంయుక్తకి, వసంత్‌కి, కల్నల్ నాయర్‌కి ఎంతో ఆనందం కలిగింది.

ఫంక్షన్‌కి అందరూ వెళ్ళారు. తన కళ్ళ ఎదుట సంగీతకి అంత ఘనంగా సన్మానం జరుగుతుంటే, సంయుక్తకి చాలా ఆనందంగా అనిపించింది. తండ్రి గుర్తుకు వచ్చాడు. తన అభివృద్ధి, సంగీత అభివృద్ధి చూస్తే, తండ్రి బతికి వుంటే ఎంత బాగుండేది అని మరీ మరీ అనిపించింది. కానీ జైల్లో మగ్గుతున్న సౌందర్యని చూస్తుంటే ఆయన ఈ భయంకరమయిన స్థితి గమనించేకంటే అలా చచ్చిపోయి అదృష్టవంతులు అయ్యారని అనిపిస్తుంది. తల్లిదండ్రులెప్పుడూ తమ పిల్లలకి బాధలువస్తే, వాళ్ళని లోకం ఏదయినా అంటే వారు అంతర్యాలలో కుమిలి పోతారు.

సంగీతకి ఎవరెవరో వచ్చి శాలువలు కప్పి, దండలు వేసి అభినంది స్తున్నారు. కల్నల్ నాయర్, వసంత్, సంయుక్త ముందు సీట్లలో కూర్చుని చూస్తున్నారు. ఇంతలో వాళ్ళు చూస్తుండగానే చక్రపాణి నిలువెత్తు పూలదండ పట్టుకువచ్చి సంగీతకి వేశాడు. సంగీత అతన్ని చూడగానే ఆశ్చర్యపోయింది. తలవంచి ఆ దండ వేయించుకుంది.

"గొప్ప కళావిదుషీమణి, నాలో అర్థభాగం. కాదు, కాదు క్షమించండి. ఆమెలో నేను అర్థభాగం అని చెప్పడానికి గర్విస్తున్నాను. ఇలాంటి భార్య దొరకడం కేవలం నా పూర్వజన్మ సుకృతం. నేను మానవమాత్రుణ్ణి. నావల్ల పొరపాటు ఏదయినా జరిగి వుంటే, ఆమెని నన్ను క్షమించమని ఈ సభాముఖంగా వేడుకుంటున్నాను" అని సంగీతవైపు తిరిగి కళ్ళనీళ్ళతో చూశాడు. తర్వాత చేతులు జోడించి దణ్ణం పెట్టాడు. అందరూ ఈలలు వేశారు.

సంగీత అతని దగ్గరికి వచ్చింది.

అందరూ ఏం చేస్తుందా? అని చూస్తున్నారు.

సంగీత అడుగులో అడుగు వేసినట్లుగా చక్రపాణి వైపు వచ్చింది. అతను జోడించిన చేతుల్ని తన చేతులతో సున్నితంగా విడదీసింది. అతని కళ్ళలోకి

చూసింది. భర్త చూపుల్లో ఆమె కరిగి నీరయిపోయింది. వంగి అతని పాదాలకి దణ్ణం పెట్టింది, చక్రపాణి లేవదీశాడు.

కల్నల్ నాయర్ ఆవేశంగా కుర్చీలో నుంచి లేవబోతుంటే, సంయుక్త ఆయన చేతిమీద చెయ్యి ఆనించి వారించింది.

చక్రపాణి సంగీతని దగ్గరకు తీసుకున్నాడు. "ఈ క్షణం నుంచీ నా ఈ జీవితం నీ పాదాలకి అంకితం" అన్నాడు.

ఎవరో పెద్ద దండ తెచ్చి ఇద్దర్నీ బంధిస్తూ వేశారు, సభికులకి ఈ తతంగం ఏమిటో అర్థంకాకపోయినా చప్పట్లు కొట్టేశారు.

"మనల్ని గాడిదలని చేసిందమ్మా ఈ సంగీత. ఛీ-ఛీ" కల్నల్ నాయర్ ఆవేశంగా అనేశాడు.

"సంగీతలాంటి వాళ్ళు మారరు అంకుల్. సంగీతలాంటి వాళ్ళు ఈ సంఘంలో ఉన్నకొద్దీ మగవాళ్ళలో చక్రపాణి లాంటివాళ్ళు మారరు" అంది సంయుక్త.

కల్నల్ నాయర్ ఉదయం పది గంటలకు డ్యూటీకి సంగీత ఇంటికి వచ్చి, రాత్రి ఎనిమిదిగంటలకి తిరిగి వెళ్ళిపోతాడు. చక్రపాణి కల్నల్ నాయర్ డ్యూటీ నుంచి వెళ్ళిపోయే టైమ్‌కి వచ్చి, ఆయన ఉదయం వచ్చే టైమ్‌కి వెళ్ళిపోతాడు.

చక్రపాణి తన తెలివితక్కువ వల్ల సంగీత మీద అధికారం పోగొట్టుకున్నాడని అర్థం చేసుకున్నాడు. అతను రాను రాను మారసాగాడు. సంగీతని ఎవరైనా పిల్లని పెంచుకోమని సంయుక్త సలహా చెప్పింది.

సంగీత వసంత్, సంయుక్త, నాయర్‌గారి ద్వారా అనాథ ఆశ్రమములో కుర్రాడిని తెచ్చుకుని పెంచసాగింది. సంగీత ఇంట్లోంచి రికార్డింగ్‌కి వెళ్ళిపోతే, చక్రపాణి ఆ కుర్రాడి ఆలనా, పాలనా తానే చూస్తున్నాడు. సంగీతని పిల్లల్ని వద్దని తానెంత ఘోరమైన పని చేశాడో అతనికిప్పుడు అర్థం కాసాగింది. దానికి ఫలితం అనుభవిస్తున్నాను అనుకోసాగాడు.

30

సంయుక్త, వసంత్ ఆఫీసు నుంచి అప్పుడే ఇంటికి వచ్చారు. ప్రెస్ వాళ్ళచేతికి వచ్చిన తర్వాత ఊపిరాడని పని అయిపోయింది. జీవితంలో డబ్బు

రాబడితో పాటు వేగం కూడా పెచ్చింది. ఇద్దరికీ క్షణం తీరుబడి అవడంలేదు. ఆ రోజు కూడా అలాగే వచ్చారు.

వసంత్ ఫైల్స్ పట్టుకుని సరాసరి బెడ్‌రూంలోకి వెళ్ళిపోయాడు. విమలమ్మ సోఫాలో కూర్చుని టీవీ చూస్తోంది.

"పిల్లలు నిద్రపోయారా అత్తయ్యా?" సంయుక్త చెప్పులు విడుస్తూ అడిగింది.

"పిల్లలా-అదేమిటి?" పిల్లల్ని పంపమని నువ్వు డ్రైవర్‌ని పంపావుగా! ఇద్దరినీ పంపానుగా" అంది.

"ఏమిటీ?" సంయుక్త నిరుత్తురాలు అయింది. దగ్గరికి వస్తూ -

"ఏంటత్తయ్యా, ఏమంటున్నావు?" అంది.

"నువ్వు పిల్లల్ని పంపమన్నావనీ, ఆఫీసు నుంచి రావడం లేటు అవుతుందనీ డ్రైవర్ చెప్పాడు."

"ఏ డ్రైవర్?"

"ఎప్పుడూ వచ్చే అతనే, రాము."

"మైగాడ్!"

అప్పటికే వసంత్ ఈ మాటలు విని ఆదుర్దాగా బయటకి వచ్చాడు. "ఏమిటమ్మా?" అన్నాడు.

"అత్తయ్య దగ్గరనుంచి మనం పిల్లల్ని తీసుకురమ్మనాం అని, రాము వచ్చి తీసుకువెళ్ళాడుట" అంది సంయుక్త.

"రామూ! వాడు సెలవులో వున్నాడుగా" అన్నాడు వసంత్.

"అదే నాకు అర్థం కావడంలేదు." సంయుక్త హఠాత్తుగా వసంత్ షర్ట్ పట్టుకుంది. "వాసూ! నాకు భయం వేస్తోంది. పిల్ల లేమయిపోయ్యారో" అంది కళ్ళు పెద్దవి చేసి చూస్తూ.

"ఉండు సంజూ! భయపడకు." భార్యకి ధైర్యం చెప్పాడేగానీ, వసంత్‌కి కూడా చాలా భయంగా వుంది. ఆస్థి చాలాభాగం దివ్య పేరిట రాసి గార్డియన్ షిప్ తమకి సహదేవవర్మ అప్పచెప్పారని ఆయన కూతుళ్ళకి, బంధువులకి చాలా ఈర్ష్యగా వుంది.

వసంత్ అప్పటికప్పుడు పోలీస్ స్టేషన్‌కి రిపోర్టు చేశాడు.

"ఓహో! మీరేనా మహానుభావా! మీరేకదూ మా డిపార్ట్‌మెంట్ సరిగ్గా పనిచేయకపోవడం వల్లనే సమాజంలో ఇన్ని అరాచకాలు అని వ్యాసం రాశారు. దానివల్ల మీకు పేరుకూడా చాలా వచ్చింది కదా" అన్నాడాయన కినుకుగా. "ప్రతి వ్యవస్థలోనూ కొన్ని లొసుగులుంటాయి. మా కర్తవ్యం మేం నెరవేర్చడానికి మాకు ఎన్నో అడ్డంకులున్నాయి. మా బాధలు మీలాంటి వాళ్ళు వినకపోతే ఎవరు వింటారు! ఈ ప్రజలకి ఎలా తెలుస్తుంది మా సంగతి? మేమూ మనుషులమే. మాకు కుటుంబాలూ, బాధలూ వున్నాయి. మీరేమో ఇలా వ్యాసాల ద్వారా మమ్మల్ని దులిపేస్తూ వుంటారు. మేమేమో మీకు అన్ని సాయాలు చేయాలి, అవునా?" అన్నాడాయన.

ఆయన ముఖంలో ఆగ్రహంలేదు. వసంత్ రాసిన వ్యాసానికి ఆయన చాలా నొచ్చుకుంటున్నట్లుగా వుంది.

"మిమ్మల్ని ప్రత్యేకంగా, వ్యక్తిగతంగా అనలేదు నేను. వ్యవస్థ గురించి రాశాను" అన్నాడు వసంత్.

"ఎవరో ఒకరం ధైర్యం చేసి వ్యవస్థ లోపాలు తెలియజెప్పకపోతే ఎలా సార్! మీరు మమ్మల్ని మా సాహసానికి పెద్దవారుగా అభినందించాలి గాని, తప్పులు పట్టకూడదు. మీకూ పిల్లలున్నారు. పిల్లలు గలవాళ్ళం అని మన కర్తవ్యం మనం నిర్వర్తించడం మానేస్తామా?" అట్లా అయితే ఈ ప్రపంచంలో ఏ మనిషీ ఏ పని చేయలేడు సర్" అంది సంయుక్త.

ఆయన తల వూపాడు. వాళ్ళ ఆదుర్దా ఆయనకి వాళ్ళు వచ్చిన క్షణంలోనే అర్థం అయింది. "మేం చేయగలిగింది తప్పకుండా చేస్తానమ్మా" అన్నాడాయన.

రాత్రి అయింది.

గడియారం నత్తనడకలా టిక్కు టిక్కు మంటోంది. టైమే గడవడం లేదు. పోలీస్ ఆఫీసర్ వెంకటేశ్వరరావు బాగా ప్రయత్నిస్తున్నాడు. వసంత్ మాటిమాటికి ఆయనకి ఫోన్ చేస్తూనే వున్నాడు. విమలమ్మ సోఫాలో మూటలా ముడుచుకుపోయి మోచేతి వంపులో తలదాచుకుని ఏడుస్తోంది.

"న్నా చేతులు పడిపోనూ, నేనే స్వయంగా పిల్లలిద్దరినీ ఆ రాక్షసుడి చేతి కిచ్చానుకదా! నాకేం తెలుసు, ఇంత ప్రమాదం జరుగుతుందని. నోరు లేని పసిపిల్లలు" అంటూ కుమిలి కుమలి ఏడుస్తోంది.

పోలీస్ అధికారులు టీవీలో, రేడియోలో ప్రకటనలు ఇస్తున్నారు.

అర్థరాత్రి అయింది.

వసంత్ తల పట్టుకుని కూర్చొని వున్నాడు.

సంయుక్త అతని ఒళ్ళో తలదాచుకుని ఏడ్చేస్తోంది. "నాకు తెలుసు. ఇక తేజాని, దివ్యని మనం కళ్ళతో చూడలేం. వాళ్ళు చంపేస్తారు. దివ్య చచ్చిపోతే ఆస్థి వాళ్ళకి వచ్చేస్తుంది. దివ్యని మనం దగ్గరకి తీసిన పుణ్యానికి మన తేజాని కూడా చంపేస్తున్నారు."

"సంజూ! వసంత్ మాట్లాడలేకపోతున్నాడు. వాళ్ళు సంతోషంగా వున్న సమయమేదీ గుర్తుకురావడంలేదు. ఇది మరో భయంకరమైన బాధ.

డ్రైవరు ఎక్కిన కారు ఊరు పొలిమేరలు దాటిందని తెలిసింది. కానీ, ఎక్కుడున్నాడో తెలియడం లేదు.

సంయుక్త ఏడుపు నిగ్రహించుకుంటోంది. తనకి తాను ధైర్యం చెప్పుకుంటోంది. "నేనేం చేయగలను? నేనేం చేయలేను, విధి నా ముఖాన రాసిన రాత అనుభవించడం తప్ప ఇంకేం చేయలేను. అత్తయ్య ఇలా అంటే చాదస్తురాలు అని నవ్వేదాన్ని. అంతా నా జాగ్రత్తలో వుంటుందని నమ్మాను. పొద్దుట ఇద్దరికీ స్నానం చేయించి పాలు పట్టాను. అదే ఆఖరు అనుకోలేదు. రుణం తీరిపోయిందని కలలో కూడా అనుకోలేదు." ఏడుస్తూ అంటున్న సంయుక్త భుజాలు గుచ్చిపట్టుకుని వసంత్ బలవంతంగా లేవదీశాడు.

చెంపలమీద తడుతూ, "సంజూ, సంజూ! నువ్వు అంటున్న మాటలు వింటే నాకు పిచ్చెక్కుతోంది. నా ధైర్యం ఇంకా నీరుకారిపోతోంది. నువ్వు ధైర్యంగా వుంటేనే నేనేమైనా ఎంక్వయిరీ చేయగలుగుతాను" అన్నాడు ఆవేశంగా.

సంయుక్త ఒంటిమీద తెలివి తెచ్చుకుంటున్న దానిలా చూసింది.

"నేను, నేను ధైర్యంగా వుండాలనే ప్రయత్నం చేస్తున్నాను వాసూ! కానీ-కానీ-నావల్ల-" సంయుక్త బావురుమని ఏడ్చేసింది.

వసంత్ కూడా సంయుక్త తలని గుండెలకి అదుముకుని ఏడ్చేస్తున్నాడు. ఏం చేయగలరు ఇద్దరూ. కష్టపడి, నిజాయితీగా బతకగలరు. ఎవరినీ బాధ పెట్టకుండా, దోపిడీ చేయకుండా, తమ జీవితములో తమకి చేతనైన ఆనందం పండించుకుని, దక్కిన దానితో తృప్తిగా బతికే అతి సామాన్యులు. వాళ్ళకి

అవ్వాల్సిన పనికోసం ఎవరెవరినో పట్టుకుని, ఏదేదో చేసేసి, భూమి, ఆకాశం తలకిందులు చేయగల కార్యదక్షత వాళ్ళ ఇద్దరికీ లేదు. ఇలాంటి ప్రమాదాల పాలిట అసలు ఎవరి జీవితాలు పడకూడదు. పడితే అందులోనుంచి కోలుకోలేం. కుటుంబంలో మిగతా జీవితాలు కూడా ఆ దుఃఖంలో మట్టికొట్టుకుపోతాయి.

నిశ్శబ్దంగా వున్న ఆ రాత్రి ముగ్గురూ రోదిస్తున్నారు. భగవంతుడిని వేడుకుంటున్నారు. ఆశ్రయిస్తున్నారు. అంతకంటే ఇంకేం చేయలేని నిస్సహాయస్థితి వారిని పాతాళానికి కుంగదీస్తోంది.

తెల్లవారుజామున మూడు గంటలు అవుతోంది.

కాలింగ్‌బెల్ మోగింది.

వసంత్ వెళ్ళి తలుపు తీశాడు. ఎదురుగా పోలీసు అధికారి వెంకటేశ్వర రావు. ఆయన వెంట వచ్చిన కానిస్టేబులు ఇద్దరు పిల్లల్ని ఎత్తుకుని వున్నాడు.

వాళ్ళని చూడగానే సంయుక్త పరుగున వచ్చి అమాంతం ఇద్దరినీ చెరో చేత్తో కౌగిలించుకుంది. వసంత్ వచ్చేశాడు. అలవాటుగా వసంత్ తేజాని, సంయుక్త దివ్యని అందుకున్నారు.

"మీరు చాలా అదృష్టవంతులు. అరగంట వ్యవధిలో ఈ పిల్లలిద్దరూ చావునుంచి తప్పించుకున్నారు. వాడి కారు మట్టి రోడ్డుమీద చెడిపోయింది. వెనుకనుంచి వెళుతున్న ఒక జీప్ డ్రైవర్ చిన్న పిల్లలున్నారని వద్దన్నా వినకుండా ఆగి సాయం చేయసాగాడు. ఇంతలో మేము వాళ్ళని పట్టుకున్నాం" అంటూ పిల్లల్ని అందించారు.

సహదేవవర్మ పెద్దల్లుడు ఈ పాడుపనికి పాలుపడి డ్రైవర్‌కి డబ్బు ఆశ చూపించాడు.

వసంత్, సంయుక్త ఆయనని లోపలికి రమ్మనమని ఆహ్వానించారు. వసంత్ చప్పున వంగి ఆయన కాళ్ళకి దణ్ణం పెట్టేస్తుంటే ఆయన ఆపుచేసేశాడు.

"మీరిద్దరూ చాలా ధైర్యంగల దంపతులని అనుకున్నాను" అన్నారాయన.

"ధైర్యం చాలానే వుంది, కానీ, ఆ ధైర్యం ఆయువుపట్టుమీద దెబ్బ తగిలింది ఈ సంఘటనతో" అన్నాడు వసంత్.

విమలమ్మ వచ్చి ఆయనకి దణ్ణం పెట్టింది. "మీ ఋణం తీర్చుకోలేను బాబూ! ఈ రోజు మీ దయవల్ల ఈ చిన్నపిల్లలే కాదు, ఈ పెద్దపిల్లలు కూడా నాకు దక్కారు" అంది కన్నీళ్ళతో.

విమలమ్మ ఆయనకి కాఫీ కలిపి తెచ్చి ఇచ్చింది.

"ఆహా! ఈ తెల్లవారుజామునే! ఒక అతి మామూలు కుటుంబం, ఘా వ్యవస్థ మూలంగా మళ్ళా ఎంత నిశ్చింతగా వుందో తలుచుకుంటే నాకు చాలా హాయిగా వుంది. సంయుక్తా, నేను నీకు తెలియదు. నువ్వు భరద్వాజ అమ్మాయివని నాకు తెలుసు" అన్నారాయన చిరునవ్వుతో.

"ఈసారి తప్పకుండా మీ కోణం నుంచి సాధక బాధకాలు రాస్తాం" అంది సంయుక్త.

"మంచీ, చెడూ ప్రతిచోటా, ప్రతి వ్యవస్థలో వుంటాయి. మనిషి దానిని క్షీరనీర న్యాయంగా విడదీసుకునే తెలివి ఏర్పరుచుకోవాలి. అది చేయలేనివాళ్ళే ఎదుటివారిని నిందిస్తుంటారు" అన్నారాయన.

ఆయనకి ఈ చిన్న కుటుంబం ముచ్చటగా వుంది.

"ఒక్కోసారి మన ఖర్మ కూడా కలిసిరాదులెండి! ఆ దేవుడి చేతిలో ఆటబొమ్మల్లా మనమంతా ఆడాల్సిందే" అంది విమలమ్మ.

ఆయన వెళ్ళిపోయారు.

తూర్పున తెలతెలవారుతోంది.

వసంత్ తేజాని ఎత్తుకుని, సంయుక్త ఓవ్యని ఎత్తుకుని అరుణరేఖలు గమనిస్తున్నారు.

సౌందర్యని చూడడానికి వెళ్ళాల్సిన రోజు రేపే. జరిగినది చెప్పి దివ్య లేకుండా వెళ్ళడం ఎలాగా అని భయపడ్డాను" అంది సంయుక్త.

సౌందర్యని చూడడానికి వెళ్ళినప్పుడల్లా సౌందర్యలో ఒక్కో మార్పు చూస్తోంది సంయుక్త. ఎప్పటికప్పుడు జరిగినది సౌందర్యకి వివరంగా చెబుతోంది.

సహదేవవర్మ విల్లులో ఆ పెద్ద ఇల్లు, చాలా డబ్బు సౌందర్య పేరిట రాసి కూతుళ్ళ కోపానికి గురి అయ్యాడని చెప్పగానే సౌందర్య ఒక్కసారిగా ఏడ్చేసింది. "బంగారు గుడ్లు పెట్టే బాతుని నేనే చంపుకున్నాను. నా మీద నాకే అసహ్యంగా వుంది. నా ఈ పతనానికి నేనే కారణం. నేను ఈయనని, దివ్యని పెట్టిన ఉసురు ఊరికేపోతుందా" అంది.

మొదట్లో సౌందర్య చాలా భయంకరమైన మానసిక స్థితిలో వుంది. తర్వాత శారీరకంగా, మానసికంగా సౌందర్యలో మార్పులు వచ్చేశాయి. సౌందర్య

పరిరక్షణలో అత్యంత శ్రద్ధ తీసుకునే సౌందర్యకి తోటి ఆడ ఖైదీల మూలంగా ఒంటినిండా చీడ పట్టింది. తల నిండా పేలు వచ్చేసినాయి. మనిషి చిక్కి ఎముకల గూడు అయింది. రెండోసారి సంయుక్త వెళ్ళేసరికి సౌందర్య జుట్టు పొట్టిగా కత్తిరించేశారు. సంయుక్త అసలు సౌందర్యని గుర్తుపట్టలేకపోయింది.

సౌందర్య పదే పదే దివ్య గురించే అడుగుతుంది. దివ్యని తీసుకుని వెళితే గట్టిగా కౌగిలించుకుంటుంది. కళ్ళ నీళ్ళు పెట్టుకుంటుంది.

"నా తోటి ఖైదీ వరమ్మ అని వుంది. చదువు-సంధ్యలేని మనిషి. భర్త పోయారుట. మామగారు అత్యాచారం చేయబోతే గొడ్డలితో నరికేసిందట. కానీ కూతురు పది సంవత్సరాల అమ్మాయి. ఆ పిల్ల అంటే తల్లికి ప్రాణం. ఆ పిల్లకి కాళ్ళు లేవు. నేనేం చేశాను? అన్ని విధాలా హాయిగా ఉండే జీవితాన్ని అత్యాశకి పోయి కాలదన్నేసి బద్దలుకొట్టేశాను. సంయుక్తా! నీకు ఆశ్చర్యంగా వుందేమో! నాకు దివ్యకోసం బతకాలనిపిస్తోంది. నా కళ్ళముందు అనుక్షణం దివ్య ముఖమే వుంటోంది." అంటూ ఏడ్చేసింది. తన పేరిట సహదేవవర్మ రాసిన ఆస్తి కూడా దివ్య పేరిట రాసి సంయుక్తని, వసంత్‌ని గార్డియన్స్‌గా చేసింది.

సంయుక్త మర్నాడు దివ్యని తీసుకువెళ్ళి చూపించి జరిగినదంతా చెప్పింది.

సౌందర్య దివ్యని గుండెలకి హత్తుకుంది.

దివ్యకి ఆ స్పర్శ నచ్చలేదు. సంయుక్త చేతుల్లోకి రాగానే ఊరుకుంది.

"ఎవరి చేతులు పవిత్రమైనవో దానికీ తెలిసినట్లుంది. దివ్య నీ దగ్గర పెరగడం దాని అదృష్టం" అంది సౌందర్య.

సౌందర్యని వదిలి వస్తుంటే సంయుక్త వసంత్ భుజంమీద తల ఆనించింది. "వాసూ! ఈ జీవితంలో ఈ అదృష్టదురదృష్టాలేమిటో నాకు అర్థంగావడంలేదు" అంది.

"జీవితాన్ని నిజాయితీగా జీవించడం ఒక్కటే మన అదృష్టంగా అర్థం చేసుకుంటే చాలు" అన్నాడు వసంత్.

31

పది సంవత్సరాలు ఇట్టే గడిచిపోయాయి.

సంయుక్త, వసంత్‌కి మధ్య వయసు మొదలవుతోంది. విమలమ్మ క్రితం ఏడాదే పోయింది. తేజా, దివ్య పది సంవత్సరాల పిల్లలు అయ్యారు.

సంగీత కొడుకు భాను కూడా దివ్య వయసువాడే. చక్రపాణి యాక్సిడెంట్‌లో ఆరునెలల క్రితం మరణించాడు. సంగీత కెరీర్ తగ్గినా, ఇంకా పేరు, డబ్బు రాబడి బాగానే వుంది. భానుని కూడా సంయుక్త దగ్గరే వదిలేసింది.

ఈస్ట్రన్‌స్టార్ ప్రొప్రయిటర్ పేపర్ అమ్మేసి విదేశాల్లో పిల్లల దగ్గరికి వెళ్ళిపోతూ వుండడంతో, ప్రెస్‌ని చూస్తున్న వసంత్‌కి, సంయుక్తకి అది అమ్మేశాడు.

సంయుక్తకి, వసంత్‌కి క్షణం ఊపిరాడడంలేదు. సంయుక్త వసంత్‌కి సంపూర్ణానంద చక్రభ్రమణంలో జీవితం గిర్రున తిరుగుతూ, రోజులని దాటిపోయేలా చేస్తోంది. పిల్లలు ముగ్గురిని, ముఖ్యంగా దివ్యని ప్రాణంలా చూసుకునేందుకు వ్యక్తి సంరక్షణ చాలా అవసరం. ఎంత పనిలో వున్నా పిల్లల నిద్రాహారాలు క్రమబద్ధంగా జరిగేటట్లు చూడడానికి సంయుక్త శ్రమ పడుతూంటుంది. వసంత్‌కి కూడా చాలా పని ఎక్కువ అయిపోయింది. విమలమ్మ పెద్ద దిక్కులాగా ఇంట్లో వుంటే ఎంత నిశ్చింతని తాను అనుభవించిందో సంయుక్తకి ఇప్పుడు తెలుస్తోంది. డబ్బుతో కొనలేని అపూర్వమైన అనుబంధం అది. వసంత్ కూడా సంయుక్త అలిసిపోయి, వేలాడిపోవడం చూస్తున్నాడు. ఒక్కోసారి డెస్క్‌మీద వ్యాసం రాస్తూనే తలముందుకు ఆనించేసి గాఢ నిద్రలోకి జారిపోతూ వుంటుంది.

వసంత్ సంయుక్తతో "మనకి పిల్లలని చూడడానికి సాయానికి ఎవరినైనా చూద్దాం" అన్నాడు.

"ఎవరు దొరుకుతారు? అత్తయ్యలా ప్రేమగా ఎవరు చూస్తారు?" అంది సంయుక్త.

"అమ్మలా ప్రేమగా చూడకపోవచ్చు. కానీ మనం ఇచ్చిన జీతానికి బాధ్యతగా చూసుకునే మనుష్యులు దొరుకుతారు. మనం ఓర్పుతో వెతకాలి" అన్నాడు.

ఇద్దరూ ఆలోచించుకుని పేపర్‌లో ప్రకటన చేశారు. "మా ఇంట్లోనే వుండి, మా ముగ్గుర్ని పిల్లల్ని చూసుకోవాలి. ముఖ్యంగా మా అమ్మాయి దివ్య కళ్ళులేని పిల్ల. శాంతం, సహనం, చిన్నపిల్లలపట్ల శ్రద్ధ, మమకారం వున్న వ్యక్తులే అప్లయ్ చేయండి. మా ఇంట్లోనే వుండడానికి అవుట్‌హౌస్ ఏర్పాటు చేస్తాం. భోజనం, జీతం సరళంగా ఉంటుంది. మీకే ఖర్చులూ వుండవు. వైద్య సహాయం మాదే. తెలిసిన వాళ్ళెవరి నుంచయినా పరిచయ పత్రాలు జతచేయండి" అని రాశారు.

సమాధానంగా చాలా అప్లికేషన్స్ వచ్చాయి. కానీ ఒక్కరూ సరిగాలేరు. ఉద్యోగం పేరిట వారి వారి అవసరాలు, సరదాలు ఏం తీరుతాయా అన్నట్లున్నారు. కొంతమంది అతి తియ్యటి మాటలతో వినయం ప్రకటిస్తూంటే, వారిది అభినయం అని తెలిసింది.

సంయుక్త విసిగిపోయింది.

"నువ్వు అలా అందరినీ శల్యపరీక్ష చేయొద్దు. మనుషుల్లో ఏవో లోపాలు ఉంటాయి. కాస్త మనమూ సర్దుకోవాలి " అన్నాడు వసంత్.

వసంత్‌కి సంయుక్తని చూస్తే భయం వేస్తోంది. ఈ వరుసలో పనిచేస్తే సంయుక్త తొందరలోనే బ్రేక్‌డౌన్ వచ్చి మంచం పట్టినా ఆశ్చర్యపోనవసరంలేదు. అప్పుడు మరీ కష్టం అయిపోతుంది.

సంయుక్త ఆఫీసు గదిలో కూర్చుని వుంది. పి.ఏ. వచ్చి సరోజ అనే ఆవిడ ఆయాగా అప్లికేషన్ తెచ్చిందని చెప్పాడు. అప్లికేషన్ చూసింది. డాక్టరుగారింట్లో రెండేళ్ళ నుంచి పనిచేస్తోంది. డాక్టరుగారు బాగానే రికమెండ్ చేశారు.

"ఎందుకు చూడడం? నేనేదో అడుగుతాను. వాళ్ళేదో చెబుతారు" అంటూ విసుక్కుంది.

"చూడరాదా ఒకసారి. ఏం పోతుంది నీకు. అయిదు నిమిషాల పని" అంటూ, వసంత్, ఫోటో డెవలప్‌మెంట్ చూడడానికి పక్కనే వున్న డార్క్‌రూమ్‌లోకి వెళ్ళాడు.

"సరే! ఆవిడని పిలు" అంది సంయుక్త. పి.ఏ. వెళ్ళాడు.

సంయుక్త తలవంచి ఆర్టికల్ గబగబా రాస్తోంది. అది అరగంటలో పూర్తిచేసి పంపాలి.

సంయుక్త టేబుల్ మీద ముగ్గురు పిల్లలూ కలిసి వున్నది, దివ్యని ఎత్తుకుని తాను, తేజాని ఎత్తుకుని వసంత్ వున్న ఫోటోలు రెండూ వున్నాయి. పిల్లలు చాలా ఆరోగ్యంగా, ఆనందంగా, సూర్యకాంతిలో విరిసిన పువ్వుల్లా కళకళ లాడుతున్నారు.

తలుపు దగ్గర అలికిడి అయింది.

సంయుక్త తలెత్తింది. మధ్య వయసులో లావుగా వున్న స్త్రీ లోపలికి వస్తోంది. "మేఐకమిన్" అడిగింది.

"యస్" అంది కాగితాలు గబగబా మడిచి ఫైలులో పెడుతూ, ఆవిడ వచ్చి టేబిల్ దగ్గర నిలబడింది.

"కూర్చోండి" సంయుక్త ఫైల్ పక్కన పెట్టి, ఆవిడ వైపు చూస్తున్నదల్లా చకితురాలయింది. చూస్తుండగానే సంయుక్త కళ్ళు పెద్దవి అయినాయి. వాటిలో క్షణంసేపు తనని తాను నమ్మలేకపోతున్న అపనమ్మకం. ఇది నిజంగా నిజమేనా అన్న అంతులేని విస్మయం నిండిపోయింది.

"సౌందర్యా!" అంది.

సౌందర్య పెదవి బిగబట్టింది. కన్నీళ్ళు బిగబట్టుకోవడానికి ఆమె వ్యర్థ ప్రయత్నం చేస్తోంది.

"సంయుక్త చప్పున కుర్చీని అవతలకి నెట్టి, టేబుల్ పక్కనుంచి వచ్చేసింది.

"అక్కా! నువ్వేనా! నేను నమ్మలేకపోతున్నాను" దగ్గరకి వచ్చి కౌగిలించుకుంటూ అంది.

"నేనే సంజూ! నాకు నేనే వేసుకున్న శిక్ష ఏమిటో తెలుసా–నేను బతికితీరాలి అని."

"నేను వచ్చాను అక్కా. నువ్వు ఆ జైలునుంచి విడుదల అయి వెళ్ళిపోయావని చెప్పారు. నిన్ను అనుకున్న దానికంటే ఆర్నెల్లు ముందే వదిలేశారుట. నువ్వు సరాసరి నా దగ్గరికి ఎందుకు రాలేదు? ఎక్కడున్నావు ఇన్నాళ్ళూ?" అంది సంయుక్త.

'చాలా సుస్తీ పడ్డాను. జైలు డాక్టరుగారు దయతో ఆశ్రయం ఇచ్చారు. నాకెవ్వరూలేరని చెప్పాను. ఆయన తన కూతురు క్లినిక్‌లో ఆయాగా ఉద్యోగం ఇప్పించారు. ఆమె చిల్డ్రన్ స్పెషలిస్ట్. పిల్లలని చూడడంలో, సంరక్షణలో ఆమె దగ్గర బాగానే అనుభవం పొందాను. నిన్నూ, దివ్యని దూరం నుంచి రెండు మూడుసార్లు చూశాను. దివ్యని చూసినప్పటి నుంచీ ఇక వుండలేకపోయాను. కానీ, రావాలని కూడా అనిపించలేదు. దివ్య నీ దగ్గర లక్షణంగా పెరుగుతోంది. దూరం నుంచి చూసి ప్రేమ పడడం తప్ప నాకు దగ్గరకివచ్చే అధికారం లేదనిపించింది. కానీ, పేపర్‌లో నీ ప్రకటన చూసిన తర్వాత–" సౌందర్య ఏడ్చేసింది.

సంయుక్త సౌందర్యనే చూస్తోంది. ఈ వయసు ముదిరినట్టు, లావుగా వున్న ఆమె సౌందర్య అంటే ఇప్పటికీ నమ్మలేకపోతుంది. ఆ అందం, ఆ సోయగం, ఆ పొగరు-ఆ మనిషేనా? ఈ మనిషిలో ఇంత మార్పా! జీవితం చావుదెబ్బ కొట్టిన మనిషిలా వుంది.

"సౌ! ఇదంతా నీది. నీ కిప్పుడు పెద్ద ఇల్లు, డబ్బు వున్నాయి" సంయుక్త చెబుతోంది.

సౌందర్య చేయిచాచి వారించింది. "సంజూ, నాకు ఆ మోజులన్నీ తీరిపోయాయి. ఉన్న అసలైన అభిజ్ఞానం ఏమిటో అర్థం అయింది. మనిషెప్పుడూ జీవితానికి దగ్గరగా వుండాలి. కలల గాలిపటంలా పాదు కాళ్ళెత్తి ఎగిరితే, ఎక్కడో ఒకసారి గుభిల్లున కూలక తప్పదు. అమ్మా-నాన్న చాలా తప్పు చేశారు. జీవితంలో సుఖమే తప్ప దుఃఖం లేదన్నట్లు చేశారు. జీవితంలో నగ్న సత్యాలు పిల్లలకి తెలియనీయాలి. ఈ జీవితం మృదువైనది అస్సలు కాదు, చాలా కటువైనది అని తెలియచేయాలి. దాన్ని ఎదుర్కొనే నైతిక బలం ఇవ్వాలి. నాకిప్పుడు డబ్బు మీద మోజులేదు. ఈ లోకంతో నాకు పనికూడా లేదు. దివ్యకి నేను చాలా అన్యాయం చేశాను. దివ్యని నా చేతులమీద పెంచగలిగే అవకాశం దక్కితే నేను ఇంకేది కోరను. నేను ఇక్కడకి దివ్యకి తల్లిగా రాలేదు. ఆయాగా వచ్చాను. ఆయాగానే వుంటాను. ప్రేమతో పెంచిన ఆయాలని పిల్లలు ప్రాణంగా, తల్లికంటే ఎక్కువగా చూడడం నేను చూశాను. నేను తల్లిగా విఫలమైనాను. ఆయాగా దివ్య దగ్గరకి చేరుకోవాలనీ, శాశ్వతంగా దివ్యనీడగా వుండాలనీ అభిలషిస్తున్నాను" సౌందర్య ఏడ్చేసింది.

సంయుక్త దగ్గరికి తీసుకుని అనునయించింది. సంయుక్తకి సౌందర్య విరక్తి అర్థమైంది. ఆమె మెడక్రింద, చేతులమీద బాగా బొల్లి మచ్చలు కనిపిస్తున్నాయి.

సంయుక్త సౌందర్యని ఆయాగా తీసుకుంటున్నట్లు, ఏమేమి వసతులు కల్పిస్తారో, దివ్యని ఎలా చూడాలో ఆంక్షలు విధిస్తూ-మామూలుగా యజమాని, ఉద్యోగస్థురాళ్ళ మధ్య వుండే ఎగ్రిమెంట్ టైప్ చేసింది. సంయుక్త ముందు సౌందర్య కళ్ళజోడు పెట్టుకుని సంతకం చేస్తుంటే సంయుక్త కళ్ళు వర్షించసాగాయి.

దివ్య హాలులోకి వచ్చింది. బాగా చూస్తే తప్ప ఆ అమ్మాయికి కళ్ళు కనిపించవని ఎవరికీ తెలియదు.

"మమ్మీ" అలికిడి విని పిలిచింది.

సంయుక్త దగ్గరకి వెళ్ళింది. చెయ్యి అందేలోగానే దివ్య అది పట్టుకుని, సంయుక్త నడుంచుట్టూ గట్టిగా చేతులు పెనవేసింది.

"ఇంత ఆలస్యం అయిందేం మమ్మీ!" గారంగా అడిగింది. సంయుక్త దివ్య తలమీద చెయ్యివేసి నిమిరింది.

ఇంతలో మగపిల్లలిద్దరూ వచ్చి సంయుక్త నడుం చుట్టేశారు. "మమ్మీ! మళ్ళీ త్వరగా వెళ్ళిపోతావా?" దివ్య అడిగింది.

"అవును. ఆఫీసులో చాలా పని ఉందమ్మా" సంయుక్త ప్రేమగా జవాబు చెప్పింది.

"మనకి ఛాలా డబ్బు వుందిగా. నువ్వెందుకు పనిచేయడం?" దివ్య అడిగింది.

"మనకి వుంది. కానీ, మన ప్రెస్‌లో, పేపరు ఆఫీసులో పనిచేసే వాళ్ళకి లేదుగా. వాళ్ళకి జీతాలువస్తే వాళ్ళు, వాళ్ళ పాపాయిలూ సుఖంగా వుంటారుగా! అందుకని మనం పనిచేయాలి". సౌందర్య పెదవి బిగబట్టి చూస్తోంది. సంయుక్త, దివ్యల అనుబంధం ఎంత పవిత్రంగా వుందో! ఈ స్వర్గం తానే తన కాళ్ళతో తన్నేసింది. ఈ రోజు యాచకురాలిగా, అనాధగా వచ్చి అర్థిస్తోంది. ఇది తన తప్పు. కేవలం తన స్వయంకృతాపరాధం. దివ్య అందంగా వుంది. తెలివిగా వుంది. ఆ బంగారుబొమ్మకి దృష్టిలోపం. తాను చేసిన పాపం అంతా ఆమెకి దురదృష్టంగా, శాపంగా తగిలినట్టు గుండెల్లో బాధ పిండేస్తోంది.

"నువ్వు ఆఫీసుకి వెళ్ళిపోతే నాకు చాలా బోర్ కొడుతుంది మమ్మీ. తేజా వాళ్ళు ఆడుకోవడానికి పరుగులు తీస్తూ దూరంగా వెళ్ళిపోతారు. అందుకే నేను ఎప్పుడూ నీకు, డాడీకి ఫోన్‌చేస్తూ వుంటాను. మిమ్మల్ని విసిగిస్తున్నానా మమ్మీ! సారీ మమ్మీ."

"దివ్యా, నాకు తెలుసునమ్మా" సంయుక్త దివ్యని ఇంకా దగ్గరికి తీసుకుంది. "అందుకు నీకోసం, ఎప్పుడూ నీతో వుండటానికి ఒక ఆయాని తీసుకువచ్చాను" చివరి మాటలు సంయుక్త గొంతులోనుంచి పెగలలేదు.

"ఇదిగో.....స....రో....జ....మ్మ!" అంది సంయుక్త చెప్పలేనట్టు చెబుతూ.

"నిజంగానా!" అంది దివ్య. చెయ్యిచాస్తూ "హలో" అంది.

సరోజగా పరిచయం అవుతున్న సౌందర్య చెయ్యిచాయి దివ్యకి తన చెయ్యి అందించింది.

"నమస్తే సరోజమ్మగారూ" అంది దివ్య.

ఆ స్పర్శ సౌందర్య గుండెల్లో జలపాతాలు ఉరికిస్తోంది. ఎండిపోయి, ఎక్కడో ప్రాణం వుండి, స్వాతివాన చినుకులు జలజలా రాలుతున్నట్లుగా వుంది.

సౌందర్య నిశ్శబ్దంగా ఆ చిన్న చేతిని పెదవులకి తాకించుకుంది.

"మా మమ్మీ వచ్చేవరకూ మీరు నాకు తోడుగా వుంటారా సరోజమ్మగారూ" దివ్య అడుగుతోంది.

"ఉంటాను" సౌందర్య కంఠం దుఃఖంతో బొంగురుపోయింది.

"మమ్మీ! సరోజమ్మగారు ఎందుకు ఏడుస్తున్నారు" దివ్య వెంటనే అడేగేసింది.

"వాళ్ళమ్మాయి గుర్తుకు వచ్చిందిట" అంది సంయుక్త.

"వాళ్ళమ్మాయి ఏమైంది?" అడిగింది.

సౌందర్య, సంయుక్త ముఖాలు చూసుకున్నారు.

"ఎక్కడో దూరంగా వుంది." అంది సంయుక్త.

"అలాగా! సరోజమ్మగారూ, మీకు బాధేస్తోందా? బాధపడకండి. నేను మీకు కబుర్లు చెబుతాను. మా మమ్మీ, డాడీ ఎప్పుడూ నాకేం చెబుతారో తెలుసా? బాధలో వున్న వాళ్ళని మనం దయగా చూడాలిట. నేను మిమ్మల్ని దయగా చూస్తానులెండి."

సౌందర్య గభాల్న ఇక వుండబట్టలేనట్టు దివ్యని రెండు చేతులతో దగ్గరికి లాక్కుని గుండెలకి హత్తుకుంది.

వసంత్ కూడా అప్పుడే ఆఫీసు నుంచి వచ్చాడు. సంయుక్త అతనికి ఇందాకే ఆఫీసులో సరోజ విషయం చెప్పింది. మగపిల్లలిద్దరూ పరుగున వచ్చి అతని కాళ్ళని చుట్టేసుకున్నారు.

సంయుక్త, వసంత్‌లు సౌందర్య, దివ్యలనే చూస్తున్నారు. వారి కళ్ళలో కూడా నీటితెర కమ్ముకుంటోంది. సౌందర్యని చూస్తుంటే వారిద్దరికీ ఈ సృష్టిలో వున్న మాతృత్వం, మమకారం ఈ రెండూ రెండు చేతులుగా మరో లోకంలో వున్న పసితనాన్ని, అమాయకత్వాన్ని గుండెలకి హత్తుకుంటున్నట్లుగా వుంది. ఇద్దరూ సజల నయనాలతో సౌందర్య-దివ్యల ఏకత్వాన్ని చూస్తున్నారు.

(సమాప్తం)